ഗ്രീൻ ബുക്സ്
ഹൃദയനിലാവ്
പി.എൻ. ദാസ്

ചിന്തകൻ, സാമൂഹ്യപ്രവർത്തകൻ.
വേരുകളും ചിറകുകളും, ഇരുളിലെ ജീവതാരകം,
വിളക്കില്ല വെളിച്ചം മാത്രം എന്നീ
തത്ത്വചിന്താ ഗ്രന്ഥങ്ങൾ ഗ്രീൻബുക്സ്
പ്രസിദ്ധീകരിച്ചിട്ടുണ്ട്.

തത്ത്വചിന്ത
ഹൃദയനിലാവ്

പി.എൻ. ദാസ്

ഗ്രീൻ ബുക്സ്

green books private limited
gb building, civil lane road, ayyanthole,
thrissur- 680 003, kerala, ph: +91 487-2381066, 2381039
website: www.greenbooksindia.com
e-mail: info@greenbooksindia.com

malayalam
hrudayanilavu
philosophy
by
p.n. das

first published august 2017
copyright reserved

cover design : rajesh chalode
cover photo : nidhin redmark

branches:
thrissur 0487-2422515
palakkad 0491-2546162
kannur 0497-2763038
thiruvananthapuram 8589095301

isbn : 978-93-86440-66-2

---

no part of this publication may be reproduced,
or transmitted in any form or by any means,
without prior written permission of the publisher.

GBPL/937/2017

മുഖക്കുറി

ഈ നിമിഷം ജീവിക്കുക എന്ന ദാർശനികനിലാവിന്റെ മധുരം വിളമ്പുന്ന ഈ കൃതി, അജ്ഞാനത്തെ തിരിച്ചറിഞ്ഞവർക്കു മാത്രമേ അതല്ലാത്തതെല്ലാം അജ്ഞതയാണെന്ന് പറയാനാകൂ എന്ന് പറയുന്നു. ജീവിതമോ മരണമോ വേണ്ടത്? യുദ്ധമോ സമാധാനമോ? സമാധാനമാണങ്കിൽ സ്നേഹം വേണം. ജീവിക്കാൻ ജീവിതമൂല്യങ്ങൾ വേണം. നമ്മൾ വിതയ്ക്കുന്നതാണ് നമ്മൾ കൊയ്യുന്നത്. സ്വയം മാറാതെ പുറമെ മാറ്റമുണ്ടാക്കുക അസാധ്യം. വെളിച്ചം തേടുന്ന മനസ്സുകൾക്കുള്ള കൃതിയാണിത്.

കൃഷ്ണദാസ്
മാനേജിങ് എഡിറ്റർ

ഉള്ളടക്കം

ദർശനം (11-93)

മേഘം പോലെ ഒരു മനസ്സ് 11
ഹൃദയനിലാവ് 15
യേശുവിനെ അറിഞ്ഞത് 20
ഉള്ളിലെ ബുദ്ധൻ 26
കരുണയുടെ പൂ, കനി, വേര് 32
മണ്ണും ചാരവും 40
യുദ്ധവും സമാധാനവും 48
വെളിച്ചം - കൂടുതൽ വെളിച്ചം 53
ജീവിതമോ, മരണമോ? 60
പുതിയ ആകാശം, പുതിയ ഭൂമി 68
സ്വാതന്ത്ര്യത്തിന്റെ കടൽ 74
ജെ. കൃഷ്ണമൂർത്തി: ജീവിതവും ദർശനവും 77
ജീവിതസാക്ഷരത 84
ഹൃദയംകൊണ്ടുള്ള പരിഹാരം 86
സമാധാനം ഇവിടെ തുടങ്ങുന്നു 90

ധ്യാനം (97-109)

ധർമ്മധ്യാനം 97
ശ്രവണധ്യാനം 100
ഏകതാധ്യാനം 103
രാത്രിയിലെ ധ്യാനം 106
ധ്യാനവും കമ്മ്യൂണിസവും 108

ആരോഗ്യം (113-128)

സ്വാസ്ഥ്യത്തിലേക്കൊരു വാതായനം 113
ഉപവാസം ജീവിതത്തെ സുന്ദരമാക്കുന്നു 119
മൂത്രം എന്തുകൊണ്ട് മരുന്നാകുന്നു? 122
കൃഷിയിൽ ആറ്റം 126

ദർശനം

മേഘം പോലെ ഒരു മനസ്സ്

ഒരാൾ നിങ്ങളുടെ കൈ സ്നേഹത്തോടെ പിടിക്കുകയും ഊഷ്മളതയോടെയും അടുപ്പത്തോടെയും അമർത്തുകയും ചെയ്യുന്നു. പെട്ടെന്ന് നിങ്ങളുടെ കൈക്ക് ജീവൻ വെയ്ക്കുന്നു. അത് പുതിയ ഒരാനന്ദത്തോടെ മിടിക്കുന്നു! തൊട്ട് മുൻനിമിഷത്തിൽ സ്വന്തം കരത്തെപ്പറ്റി നിങ്ങൾ ബോധവാനല്ലായിരിക്കാം. ഇപ്പോൾ കൈ ജീവനുള്ളതാണ്. ശരീരത്തിന്റെ മറ്റേതൊരു ഭാഗത്തേക്കാളും. ഇത്തരമൊരു ഭാവമൈത്രിയോടെ ഒരാൾ നിങ്ങളുടെ ഹൃദയത്തിൽ തൊട്ടുകൊണ്ട് സംസാരിക്കുമ്പോൾ നിങ്ങൾ എത്ര തണുത്ത് ജീവനറ്റ് ഇരിക്കുന്ന ഒരാളായാലും പെട്ടെന്ന് നിങ്ങൾ ഉള്ളിന്റെയുള്ളിൽ ഉണരുകയാണ്. നിങ്ങൾ നിങ്ങളെ, നിങ്ങളുടെ ആന്തരികസത്തയെ ആദ്യമായി കാണുകയാണ്. മനുഷ്യരാശിക്ക് ഇത് കാട്ടിക്കൊടുത്ത ഒരാളായിരുന്നു ജെ. കൃഷ്ണമൂർത്തി.

ജെ. കൃഷ്ണമൂർത്തി "എന്റെ മുറിയിലേക്ക് പ്രവേശിച്ചപ്പോൾ സ്നേഹത്തിന്റെ ദേവൻ തന്നെയാണ് വന്നത് എന്ന് ഞാനെന്നോടുതന്നെ സ്വയം പറഞ്ഞുപോയി" എന്നാണ് ഖലിൽ ജിബ്രാൻ പറഞ്ഞത് 'ഞാൻ കണ്ടതിൽ വെച്ചേറ്റവും സുന്ദരനായ മനുഷ്യൻ' എന്ന് ആൾഡസ് ഹക്സിലിയും ജെ. കൃഷ്ണമൂർത്തിയെ സ്മരിക്കുന്നുണ്ട്.

മദ്രാസിൽ കൃഷ്ണമൂർത്തിയുടെ പ്രഭാഷണപരമ്പര കേൾക്കാനായി ന്യൂസിലൻഡിൽനിന്ന് പതിവായി വരുന്ന പ്രായമായ ഒരു സ്ത്രീ പറഞ്ഞു: "ഞാൻ വന്നതിന്റെ മുഖ്യപ്രേരണ കൃഷ്ണമൂർത്തിയുടെ പുഞ്ചിരി കാണണമെന്ന ഒരു സന്തോഷത്തിനുവേണ്ടിയാണ്" 'താങ്കളുടെ മുഖം ഞാനിഷ്ടപ്പെടുന്നു'വെന്നാണ് റോമിൽ വെച്ച് പോപ്പ് കൃഷ്ണമൂർത്തിയുടെ നേരെ പുഞ്ചിരിച്ചുകൊണ്ട് പറഞ്ഞത്. ഇന്ദിരാഗാന്ധി മുതൽ ദലൈലാമ വരെയുള്ള ഭിന്നരായ എണ്ണമറ്റ മനുഷ്യരുമായി അവരുടെ പദവിയോ സ്ഥാനമോ ഒന്നും നോക്കാതെ കൃഷ്ണമൂർത്തി വിനിമയം നടത്തി. ഫ്രിജോ കാപ്രെ, ഇവാൻ ഇല്ലിച്ച്, ഡേവിഡ് ബോം, ഹെന്റി മില്ലർ, ആൾഡസ് ഹക്സിലി തുടങ്ങി ഈ നൂറ്റാണ്ടിലെ നിരവധി മേധാശാലികളായ വ്യക്തികൾ അദ്ദേഹവുമായി സംസാരിക്കാനെത്തി. വ്യക്തികളോ, അവരുടെ സ്ഥാനമാനങ്ങളോ ഒന്നും അദ്ദേഹത്തെ ഒരുവിധത്തിലും സ്പർശിച്ചിരുന്നില്ല.

ഒമാൻ സ്റ്റാർ ക്യാമ്പിൽവെച്ച് 1928ൽ കൃഷ്ണമൂർത്തി പറഞ്ഞു: "നിങ്ങളെയല്ല ഞാൻ സ്നേഹിക്കുന്നത്, നിങ്ങൾക്ക് പിന്നിലുള്ളതിനെ, നിങ്ങളുടെ മുഖങ്ങളെ, ബാഹ്യാകാരത്തെയല്ല മറിച്ച് നിങ്ങളിലെ ജീവിതത്തെ"

ഭയം, ഹിംസ, ദുഃഖം, സമയം, ശ്രദ്ധ, ആർത്തി, ധ്യാനം, സ്വാതന്ത്ര്യം, പ്രണയം, വിദ്യാഭ്യാസം, സംവേദനം, മരണം തുടങ്ങി നിരവധി ഗാഢമായ വിഷയങ്ങൾ കൃഷ്ണമൂർത്തി തനതായ കാഴ്ചപ്പാടിൽ അവതരിപ്പിച്ചു.

പ്രഭാതത്തിലെ തെളിഞ്ഞ ഒരു തടാകത്തിൽ നോക്കിനില്ക്കുമ്പോൾ തന്റെ രൂപത്തിനപ്പുറത്തുള്ള തന്റെ യഥാർത്ഥ രൂപം കാണുന്നതിന്റെ ചാരുതയെപ്പറ്റി ബാഷോ എഴുതിയിട്ടുണ്ട്. 'ചന്ദ്രബിംബം തടാകത്തിലെ ജലത്തിലൂടെ കടന്നുപോകുന്നു. ഒരടയാളവും ഉണ്ടാക്കാതെ... അരുവി താഴേക്ക് വേഗത്തിലൊഴുകുന്നു. പൂക്കൾ അതിന് മീതെ വീണുകൊണ്ടിരിക്കുന്നു. എന്നാൽ നാം ശാന്തരായിരിക്കുന്നു....' എന്ന് ഒരു സെൻബുദ്ധ കവിയും. പക്ഷികളുടെ പാട്ടുകൾ, പ്രാണികളുടെ ഒച്ചകൾ എല്ലാം മനസ്സിലേക്ക് സത്യത്തെ വിനിമയം ചെയ്യുകയാണ്. പൂക്കളിലും പുല്ലുകളിലും ജീവിതത്തിന്റെ സന്ദേശം അനാവൃതമാകുന്നു. ജ്ഞാനിയുടെ ശുദ്ധവും തെളിഞ്ഞതുമായ മനസ്സ്, പാവനവും തുറന്നതുമായ ഹൃദയം, എല്ലാം തന്നിലുള്ളത് കാണിച്ചുതരുന്നു.

ജെ. കൃഷ്ണമൂർത്തി ഹൃദയംകൊണ്ടുച്ചരിച്ച വാക്കുകളിലൂടെ കടന്നുപോകുന്നതുപോലെ സുന്ദരമായൊരുനുഭവം വേറെയില്ല. മഞ്ഞും നിലാവും സ്നേഹവും പുരണ്ട കൃഷ്ണമൂർത്തിയുടെ വാക്കുകൾ പ്രഭാതത്തിലെ തടാകം പോലെ ശാന്തമായ ഒരു മനസ്സിൽനിന്നുളവായ നേർത്ത ആമന്ത്രണങ്ങൾ പോലെയാകുന്നു. കാലിഫോർണിയയിലെ നിബിഡമായ ഓക്കുവൃക്ഷങ്ങളുടെ ഹരിതപരിസരം, സ്വിറ്റ്സർലണ്ടിലെ സാനെയിലെ മഞ്ഞണിഞ്ഞുനിൽക്കുന്ന പർവതങ്ങളൊരുക്കുന്ന ഏകാന്തത, ഇംഗ്ലണ്ടിലെ പച്ചയാർന്ന വൃക്ഷങ്ങൾ ഒരുക്കുന്ന തെളിഞ്ഞ അന്തരീക്ഷം, ബ്രൂക്ക്വുഡ് പാർക്കിലെ സ്ഥലവിസ്തൃതിയൊരുക്കുന്ന തുറസ്സായ പ്രപഞ്ചപരിസരം, അഡയാറിലെ പുരാതനവൃക്ഷങ്ങളുടെ അതുല്യസാന്നിധ്യം. ഇവയ്ക്കിടയിലിരുന്നാണ് ജെ. കൃഷ്ണമൂർത്തി മനുഷ്യരാശിയെ മുഴുവൻ സംബോധന ചെയ്തുകൊണ്ട്, മനുഷ്യന്റെ പഴയ മനസ്സിനെ, അതിന്റെ തീപിടിച്ച ഒരു വിറകുകൊള്ളിപോലെയുള്ള ചൂടിനെ മുഴുവനായി തുറന്നുകാട്ടിക്കൊണ്ട് നവമായൊരു മനസ്സ് ഉണ്ടാകാതെയാണ് മനുഷ്യൻ ഈ ഭൂമുഖത്ത് തുടരാൻ പോകുന്നതെങ്കിൽ അത് മനുഷ്യന്റെ മാത്രമല്ല, ഭൂമിയുടെതന്നെ അന്ത്യമായിരിക്കും എന്നും പറഞ്ഞുകൊണ്ടിരുന്നത്.

രണ്ട്

> “നിഷേധിക്കുക എന്നത് നിശ്ശബ്ദതയാകുന്നു!
> അറിവിനെ, മനസ്സിനെ നിഷേധിക്കുക”
>
> – *ജെ. കൃഷ്ണമൂർത്തി*

അറിവ് നിഷേധിക്കപ്പെടണം. മനസ്സ് നിഷേധിക്കപ്പെടണം. സത്യത്തെയറിയാൻ മനസ്സ് ഇല്ലാതാകണം. അത് പ്രവർത്തനരഹിതമാകണം. അത് ശാന്തവും നിശ്ശബ്ദവും നിശ്ചലവുമാകണം.

മനസ്സ് അറിവുകൊണ്ട്, അനുഭവങ്ങൾകൊണ്ട്, ഓർമകൾകൊണ്ട്, ഭൂതകാലംകൊണ്ട് കനക്കുമ്പോൾ അതിന്റെ ചലനം മന്ദമാകുന്നു. ശരിയായ ചിന്ത, സംവേദനം, പ്രതികരണം, സർഗാത്മകത ഇല്ലാതാകുന്നു. ഓരോ വ്യക്തിയും താൻ സ്വീകരിച്ച ആശയ വ്യവസ്ഥയ്ക്കനുസരിച്ചാണ് ലോകത്തെ കാണുന്നതും വ്യാഖ്യാനിക്കുന്നതും. ആശയപരമായി വ്യവസ്ഥ ചെയ്യപ്പെടുക (conditioning) എന്നതുകൊണ്ടുദ്ദേശിക്കുന്നതെന്താണ്? ഡോ. സദാനന്ദമിശ്ര എഴുതിയ ഒരനുഭവം ഓർക്കുന്നു. ഇറ്റലിയിലെ മിലാൻ എന്ന നഗരത്തിലെ ഒരു ഗംഭീര ഹോട്ടൽ. ലേഖകൻ പ്രാതൽ കഴിച്ചുകൊണ്ടിരിക്കെ അമേരിക്കയിൽനിന്നും ജപ്പാനിൽനിന്നുമുള്ള രണ്ടു ഗ്രൂപ്പുകൾ വന്ന് രണ്ട് കോണുകളിലിരുന്നു. വെയിറ്റർ ഒരു ഗ്ലാസിൽ ഒലിവ് ഓയിലും മറ്റൊന്നിൽ വിനാഗിരിയുമായി സലാഡുണ്ടാക്കാനായി വരുന്നു. വഴിയിൽ ചൂടിപ്പടം തടഞ്ഞ് വീണ്, ഗ്ലാസുടയുന്നു. ഈ ചെറിയ സംഭവം രണ്ടുതരം പ്രതികരണങ്ങളാണുണ്ടാക്കിയത്. ജപ്പാൻകാർക്ക് പ്രഭാതത്തിൽ ഗ്ലാസുടഞ്ഞു കാണുന്നത് ദുശ്ശകുനമാണ്. അവർ വിഷമിച്ച് വേഗം ബില്ല് ചോദിച്ച് പോകാനൊരുങ്ങുന്നു. അമേരിക്കക്കാർക്കിത് നല്ല ശകുനമാണ്! അവർ ആർത്തുവിളിക്കുന്നു. രണ്ട് രാജ്യങ്ങളിൽ, രണ്ട് സംസ്കാരത്തിൽ അന്ധവിശ്വാസത്തിൽ നിന്നുണ്ടായ ‘കണ്ടീഷനിങ്ങി’ന്റെ ഫലമാണിത്. ഇരുവിഭാഗക്കാരും നിഷ്കളങ്കമായി, യഥാർത്ഥത്തിലുണ്ടായ സംഭവത്തോട് - ഒരു പാവം മനുഷ്യൻ വീണതിനോട് - പ്രതികരിക്കാൻ മറക്കുകയായിരുന്നു. സത്യത്തിൽ, അയാൾ വീണ് കൈപൊട്ടുകയും ഉടുപ്പിൽ അഴുക്ക് പുരളുകയും അശ്രദ്ധയുടെ ഫലമായി ഒരു പിഴയടയ്ക്കേണ്ട അവസ്ഥയിലാവുകയും ചെയ്തതാണ്. നമ്മുടെ പ്രതികരണങ്ങളധികവും ഇപ്രകാരം ‘കണ്ടീഷൻഡാ’കുന്നു. നമ്മുടെയുള്ളിൽ നാമുണ്ടാക്കുന്ന ഒരു ‘കണ്ടീഷനിങ്’. തുടർന്ന് നിരവധി കണ്ടീഷനുകളിലേക്ക് മനസ്സിനെ നയിക്കുന്നു.

ഇത്തരം ഒരു മനസ്സുകൊണ്ട് പുതിയതൊന്ന് കാണാനാവില്ല. ജെ. കൃഷ്ണമൂർത്തി ഇവിടെ ലളിതമായ ഒരു ചോദ്യമുന്നയിക്കുന്നു: “ഒരു വാക്കുപോലുമില്ലാതെ നിങ്ങളുടെ ഭാര്യയെ, ഒരു മരത്തെ, ആകാശത്തെ, പരിസരത്തെ, നോക്കാനാവുമോ? ഇതൊരു മേഘമാണെന്ന് പറയാതെ, വെറുതെ നോക്കുക. നിങ്ങൾ ഇങ്ങനെ നോക്കുമ്പോൾ

തലച്ചോറിലെന്തു നടക്കുന്നു? ഒരു വാക്കുമുപയോഗിക്കാതെ, ഒരു വിശേഷണവുമില്ലാതെ നോക്കുമ്പോൾ നോട്ടം സിദ്ധാന്തപരമല്ലാതാകുന്നു. യഥാർത്ഥമാകുന്നു.

തെളിമയാർന്ന ഒരു മനസ്സാണ് വേണ്ടത്. ഒരു വിശ്വാസത്തിലും പറ്റി നിൽക്കാത്ത വിവേകമാണ് വേണ്ടത്. അപ്പോളൊരാൾ ഒരു കണ്ണാടി പോലെയാണ്. എന്താണോ അതവിടെ പ്രതിഫലിക്കപ്പെടുന്നു. 'മനസ്സു കൊണ്ടല്ല, കണ്ണുകൾകൊണ്ട് മരത്തെ നോക്കുക' എന്ന് കൃഷ്ണമൂർത്തി വേറൊരിടത്ത് പറയുന്നതും മനസ്സ് കാണുന്നതിനെയൊക്കെ വ്യാഖ്യാനിക്കുന്നതുവഴി അയഥാർത്ഥമാക്കി മാറ്റുന്നുവെന്ന് വീണ്ടും ഓർമിപ്പിക്കുകയാണ്. ഒരേ മരത്തെ ഏറെപ്പേർ അവരുടെ കണ്ണുകൾകൊണ്ടുമാത്രം കാണുമ്പോൾ അവരെല്ലാം കണ്ടത് ഒന്നാണ്. ഒരേ മരത്തെ ഏറെപ്പേർ അവരുടെ മനസ്സുകൊണ്ട് കാണുമ്പോൾ അവരെല്ലാം കാണുന്നത് വേറെ വേറെയാണ്.

ഒരു ശിശു പിറക്കുമ്പോൾ മസ്തിഷ്കമുണ്ട്. പക്ഷേ, മനസ്സില്ല. മനസ്സെന്നത് അറിവിന്റെ, ഓർമകളുടെ ഒരു കൂമ്പാരമാണ്. ചിന്തകളില്ലാത്ത ഒരു മനസ്സാണ് വേണ്ടത്. പൂർണ നിശ്ശബ്ദതയുള്ള ഒരു മനസ്സ്. അപ്പോൾ ഒരാൾക്ക് വസ്തുക്കളെയെല്ലാം നേരിൽ കാണാനാവുന്നു, ഒന്നും പുരളാതെ.

ഹൃദയനിലാവ്

ഓഷോയുടെ യഥാർത്ഥപേര് രജനീഷ് എന്നായിരുന്നല്ലോ. രാത്രിയുടെ ദേവൻ, ചന്ദ്രൻ എന്നർത്ഥം. വെയിലും നിലാവും വെളിച്ചം തന്നെ. നിലാവ് പക്ഷേ ഇന്ദ്രിയങ്ങളെ, തലച്ചോറിനെ, സത്തയെയാകെ ശീതളമാക്കും. സൂര്യൻ്റെ വെളിച്ചം ചൂടാണുണ്ടാക്കുക, ചന്ദ്രിക തണുപ്പും. ജീവിതത്തിന്റെ വെയിലും ചൂടും ശമിക്കാൻ ചന്ദ്രന്റെ നിലാവും തണുപ്പും വേണം.

ഇരുപതാം ശതകത്തിലെത്തി നിൽക്കുന്ന മനുഷ്യന്റെ ഭ്രാന്ത പരിഷ്കൃതി ഭൂമിയിലുണ്ടാക്കിയ, ചരാചരങ്ങളിലാകെയുണ്ടാക്കിയ തീവെയിലിനുള്ള ഒരു മറുമരുന്നത്രെ, യഥാർത്ഥമായ നിലാവെളിച്ചമത്രെ രജനീഷിന്റെ ദർശനം. തലച്ചോറും ബുദ്ധിയും യുക്തിയും ശാസ്ത്രവും ഒക്കെച്ചേർന്ന് ചുട്ടുനശിപ്പിച്ച മാനവീയതയുടെ അത്യൂഷരമായ ഉച്ചകളെ, അതിന്റെ തീക്കാറ്റുകളെ ശമിപ്പിക്കാൻ, വെയിലിൽ തളർന്നുറങ്ങിക്കിടക്കുന്ന മനുഷ്യകുലത്തെ ഉണർത്താൻ വന്ന 'രാത്രിയുടെ ദേവനാ' യിരുന്നു ഓഷോ.

വരാൻ പോകുന്ന ശതകങ്ങളിൽ, പിറക്കാൻ പോകുന്ന പുതിയ മനുഷ്യവംശത്തിന്റെ തന്നെയും ആതുരതയ്ക്കുള്ള, പൊള്ളലിനുള്ള ലേപനമായി, ഇപ്പോൾ നിലനില്ക്കുന്നതും തുടർന്നു വരുന്നതുമായ ചുട്ടു പൊള്ളുന്ന ജീവിതത്തിനുനേരെ ഒരു മനുഷ്യന്റെ ചിന്തകൾ രാജ്യസീമ കളെയൊക്കെ അതിലംഘിച്ചുകൊണ്ട് നിലാവുപോലെ പരന്നൊഴുകിയത്, അവബോധത്തിന്റെ വാതിലുകൾ ആണിയിടിച്ചുറപ്പിച്ചു കൂർക്കം വലിച്ചു റങ്ങുന്ന, ഭിന്നമതങ്ങൾക്കു അടിയറവുവെച്ച മഹാഭൂരിപക്ഷം മനുഷ്യരും അറിഞ്ഞില്ല. ഓഷോവിന്റെ ജീവിതവും ചിന്തകളും മനുഷ്യാവബോധ ത്തിന്റെ ചരിത്രത്തിലെ ശ്രദ്ധേയമായ ഒരു സുന്ദരമഹാസംഭവമായിരുന്നു.

വിവേകം + സ്നേഹം = ഉദ്ഗ്രഥനം. ഇതത്രെ രജനീഷിന്റെ 333 പുസ്ത കങ്ങളിലുമായി പറയപ്പെട്ടത്.

ബുദ്ധൻ + യേശു = ഓഷോ എന്നും പറയാമെന്നു തോന്നുന്നു.

"മറ്റാരെക്കാളും ബുദ്ധനെ ഞാൻ സ്നേഹിക്കുന്നു. എന്റെ ജീവിത കാലത്തുടനീളം ഞാനദ്ദേഹത്തെപ്പറ്റി പറഞ്ഞുകൊണ്ടിരിക്കും. ബുദ്ധനെ

സ്പർശിക്കാതെ യേശുവിനെപ്പറ്റി എനിക്ക് പറയാനാവില്ല. ബുദ്ധൻ എന്റെ രക്തമാകുന്നു. എന്റെ എല്ലുകളും എന്റെ സൂക്ഷ്മസത്തയും. അദ്ദേഹം എന്റെ നിശ്ശബ്ദതയാകുന്നു. എന്റെ ഗാനവും (Sun rises in the evening: Osho)

ബുദ്ധന്റെ അന്തർമുഖതയുടെ ധ്യാനമാർഗ്ഗവും യേശുവിന്റെ ബഹിർമ്മുഖതയുടെ സ്നേഹമാർഗ്ഗവും ചേർന്നപ്പോഴുണ്ടായ ഓഷോയെ, ഹൃദയനിലാവിനെ ലോകത്തിന്റെ ശരാശരി ബോധത്തിന്, യാഥാസ്ഥിതിക മതത്തിന് ഉൾക്കൊള്ളാൻ പറ്റാത്തത് അദ്ഭുതമല്ല.

ജെ. കൃഷ്ണമൂർത്തി തലയ്ക്കുപിടിച്ച ഈ ലേഖകനും കുറച്ചു കാലത്തേക്ക് ഓഷോയെ അറിയാൻ കഴിഞ്ഞിരുന്നില്ല. ജെ.കെ. തന്നെ പറയാറുള്ള ദോഷം, 'കണ്ടീഷനിംഗ്' മാറ്റിവെച്ച് ഒരു തുറന്ന മനസ്സോടെ താരതമ്യം ചെയ്യാനോ വിധിനിർണ്ണയം നടത്താനോ മുതിരാതെ ഓഷോയുടെ ചിന്തകളിലേക്ക്, അതിന്റെ സൂക്ഷ്മതയിലേക്ക് കടന്നപ്പോഴാണ് ഭ്രാന്തനായ ഈ മഹായോഗിയെ അറിയാൻ കഴിഞ്ഞത്. പരമമായ നിശ്ശബ്ദതയിൽനിന്ന് വാക്കുകളെടുത്ത് പതിഞ്ഞ സ്വരത്തിൽ ഉച്ചരിക്കുന്ന ജെ. കൃഷ്ണമൂർത്തിയും സൂക്ഷ്മസത്തയുടെ സ്നേഹത്തിൽ, ശാന്തിയിൽ ഇരിക്കാൻ പഠിപ്പിച്ച ദാദാലേഖരാജും തുറന്നുതന്ന അതീതബോധത്തിന്റെ വഴികളിൽ സഞ്ചരിച്ചുള്ള എളിയപരിചയം ഓഷോയെ അറിയാൻ എന്നെ സഹായിക്കുകയായിരുന്നു.

മനുഷ്യന്റെ ആരോഗ്യത്തിന് പ്രകൃതി ചികിത്സയും പ്രാണിക് ഹീലിങ്ങും യൂറിൻ തെറാപ്പിയും ഒരുപോലെ ഉപകാരപ്രദമായിട്ടാണ് എനിക്കനുഭവപ്പെട്ടത്. ഓരോന്നും വേണ്ട സന്ദർഭത്തിൽ ഉപയോഗിക്കാനുള്ള ഉൾക്കാഴ്ച ഉണ്ടായാൽ മാത്രം മതി. അതുപോലെ മനുഷ്യന്റെ ആന്തരികാരോഗ്യത്തിന്, സ്വാസ്ഥ്യത്തിന് ദാദാലേഖരാജും ജെ. കൃഷ്ണമൂർത്തിയും ഓഷോയും ഒരുപോലെ നല്ലതായിട്ടാണ് എനിക്കനുഭവപ്പെടുന്നത്. 20-ാം നൂറ്റാണ്ടിലെ ഈ മൂന്നുമഹായോഗികളെയും പറ്റി, അവരുടെ ബോധത്തെപ്പറ്റി അവർ തുറന്നുകാട്ടിയ മഹാകാശങ്ങളെപ്പറ്റി അറിയാൻ ശ്രമിക്കുന്നത് അതിന്റെ സൂക്ഷ്മസ്പന്ദനങ്ങൾ ശ്വസിക്കുന്നത് അതിലേക്ക് സ്വയം തുറന്നുകൊടുക്കുന്നത് ഏതൊരാളെയും പുതിയൊരാളാക്കും.

സി.ആർ. പരമേശ്വരൻ തീപ്പിടിച്ച മനസ്സുമായിരിക്കുമ്പോഴാണ് ഓഷോയെപ്പറ്റി ഞങ്ങൾ സംസാരിച്ചത്. അദ്ദേഹത്തിന് ഓഷോ, ജെ.കെ. ധ്യാനം, ആത്മീയത എന്നൊക്കെ പറയുന്നത്, കേൾക്കുന്നത് പോലും രസിച്ചിരുന്നില്ല. പക്ഷേ, ഓഷോവിന്റെ 'ധർമ്മപാത' വായിച്ചതോടെ ഈ മനുഷ്യന്റെ വാക്കുകളിലെ നിലാവ് പരമേശ്വരനെ സ്പർശിച്ചതായി പിന്നീട് അദ്ദേഹം പറയുകയുണ്ടായി.

രണ്ട്

നിലാവിന്റെ വെളിച്ചത്തിൽ ബുദ്ധന്റെ മഞ്ഞുപോലെ വിശുദ്ധമായ മൊഴികൾ വായിക്കുന്ന ഒരു സെൻ ഭിക്ഷുവിന്റെ ചിത്രം ബാഷോവിന്റെ പ്രസിദ്ധമായൊരു ഹൈക്കുവിൽ ഉണ്ട്. അദ്ദേഹം തന്നെ എഴുതിയ മറ്റൊരു ഹൈക്കുവിൽ "മുളംകാടിനു ചുവടെ ഒരു പുസ്തകം തലയണ യാക്കി ഉറങ്ങവെ, നിലാവെളിച്ചം തട്ടി ഞാനുണർന്നു" എന്നു വായിക്കു മ്പോൾ നിലാവിന്റെ സ്നിഗ്ധത, തണുപ്പ് നമ്മുടെ ഇന്ദ്രിയങ്ങളെയൊക്കെ ശാന്തമാക്കുന്നു. ധ്യാനപൈതൃകമുള്ള ജപ്പാനിൽ പുലർകാല നിലാവിന് സമ്പന്നമായ കാവ്യബന്ധങ്ങളുണ്ട്.

നിലാവ് ഹൃദയ സംഗീതത്തെ ഉണർത്തുന്നുവെന്നു പറയുന്ന ബീഥോ വന്റെ "നിലാവിന്റെ ഗീതക'ത്തിന്റെ പിറവി ഇങ്ങനെയായിരുന്നു. മനോഹരമായൊരു പൗർണ്ണമി രാവിൽ മഹാനായ സംഗീതകാരൻ ബീഥോവൻ ഒരു സുഹൃത്തിനോടൊപ്പം ഇടുങ്ങിയ ഒരു തെരുവിലൂടെ നടന്നുപോവുകയായിരുന്നു. അപ്പോൾ ഒരു കുടിലിന്റെ അകത്തുനിന്ന് തന്റെയൊരു ഗീതകം അവാച്യമായ സ്വരമാധുരിയോടെ ഒരു പെൺകുട്ടി പാടിക്കൊണ്ടിരിക്കുന്നത് ബീഥോവൻ കേൾക്കുകയും അതാരാണെന്ന റിയാനുള്ള കൗതുകത്തോടെ ചാരിവെച്ച വാതിൽ തുറന്ന് ആ കുടിലി നകത്തേക്ക് കടക്കുകയും ചെയ്തു. അന്ധയായ ഒരു പെൺകുട്ടിയും അവളുടെ ജ്യേഷ്ഠനുമാണ് അവിടെയുണ്ടായിരുന്നത്. അരണ്ട മെഴുകു തിരി വെളിച്ചത്തിൽ അവളെ നോക്കി ബീഥോവൻ പറഞ്ഞു: "ആ സംഗീതം കേട്ട്, നിങ്ങളുടെ സമ്മതം കൂടാതെ ഇങ്ങോട്ട് കയറിവന്നതിന് ക്ഷമിച്ചാലും." തന്റെ ആ മോഹനമായ ഗാനം പഠിച്ചതിന്, പാടിയതിന് ആ പാട്ടുകാരിയോടുള്ള കൃതജ്ഞത ബീഥോവന്റെയുള്ളിൽ നിറഞ്ഞു. അദ്ദേഹം ചോദിച്ചു: "ആ പാട്ട് നിങ്ങൾക്കുവേണ്ടി ഞാനൊന്ന് പാടട്ടെ?" പാവം ആ അന്ധബാലികയ്ക്കും അവളുടെ സഹോദരനും വേണ്ടി ഒരിക്കലും പാടാത്തത്ര മധുരമായി അദ്ദേഹം അതുപാടി. ഗാനത്തിന്റെ അന്ത്യത്തിൽ അവൾ ആനന്ദപൂർണ്ണമായ ഒരു നിലവിളിയോടെ ബീഥോ വന്റെ മുന്നിലോടിയെത്തി. "ബീഥോവൻ?.... അതെ... നിങ്ങളാണത്! മറ്റാരു മല്ല!" അവൾ അദ്ദേഹത്തിന്റെ കരങ്ങളെ കണ്ണീരുകൊണ്ടും ചുംബനം കൊണ്ടും മൂടി. തെല്ലിട കഴിഞ്ഞ് അദ്ദേഹം പോകാനൊരുങ്ങി. പക്ഷേ, അവൾ അതിനനുവദിച്ചില്ല. "ഞങ്ങൾക്കായി ഒന്നുകൂടി. ഒരു ചെറുഗാനം കൂടി അങ്ങു പാടില്ലേ?" അപ്പോഴേക്കും ആ മുറിയിലെ ചെറുമെഴുകു തിരി നാളം ഉലയുകയും അണയുകയും ചെയ്തു. ജനലിലൂടെ ചന്ദ്രിക പരന്നൊഴുകി. ബീഥോവന്റെ മാസ്മരിക വദനത്തിൽ നിലാവു പരന്നു. "ഈ നിലാവിന് ഞാനൊരു ഗീതകമർപ്പിക്കുകയാണ്...." ആകാശത്തെ, നക്ഷത്രങ്ങളെ നോക്കി ബീഥോവൻ മൊഴിഞ്ഞു. വേദനയുടെ അതുല്യ മോഹന ദീപ്തമായ ഒരു ഗാനം ഭൂമിക്കുമീതെ നിലാവുപോലെ ആ മുറിയിൽ പരന്നൊഴുകി. ഇങ്ങനെയാണ് ബീഥോവന്റെ കനിവിന്റെ

പ്രചോദനത്താൽ അതുല്യമായ, സ്നേഹപൂർണ്ണമായ നിലാവിന്റെ ഗീതകം പിറന്നത്.

ബീഥോവൻ നിലാവിനെപ്പറ്റി പാടിയ ആ നിസ്തുലഗാനം അജ്ഞാതയായ ആ പെൺകുട്ടിയെ പുതിയൊരാളാക്കിയതുപോലെ. ഓഷോവിന്റെ ഹൃദയനിലാവിൽ കുതിർന്ന മൊഴികൾ മനുഷ്യകുലം ഇന്നുവരെ തൂകിയ കണ്ണീരും ചോരയും കൊണ്ട് വരച്ചുവെച്ച സംസ്കാരത്തിന്റെ മുഴുവൻ വൈരൂപ്യത്തേയും കഴുകിക്കളയാൻ തന്നെയും കഴിവുള്ള രാസപരമായ ശക്തിയുള്ളതത്രെ.

ഈ കുറിപ്പവസാനിക്കുന്നതിനുമുമ്പ് നിലാവിലൂടെ 'ഉണർന്ന' ഓഷോ മാർഗ്ഗത്തിലുള്ള പ്രേം അമർ എന്ന യുവയോഗിയെപ്പറ്റി രണ്ടുവാക്കെഴുതട്ടെ. നിലാവ് മഴപോലെ തന്നിലേക്ക് പെയ്തിറങ്ങിയ ആ പൗർണ്ണമി രാവിനെപ്പറ്റി അദ്ദേഹം പറയുന്നു: "ഞാനന്ന്, ആ പൗർണ്ണമി രാവിൽ പൂർണ്ണ നഗ്നനായി നിലാവിൽ കുളിച്ച് കിടക്കുകയായിരുന്നു. എന്റെ മനസ്സ് ഒരു ചിന്തയുടെ കണിക പോലുമില്ലാതെ ശൂന്യമായിക്കഴിഞ്ഞിരുന്നു. അപ്പോൾ ഞാൻ ഒരാളല്ല, ഒന്നുമല്ല, ആരുമല്ല, കേവലം ശുദ്ധമായ, ഒന്നും പുരളാത്ത ബോധം മാത്രം. അങ്ങനെ കിടന്ന് മഴപോലെ എന്നിലേക്ക്, എന്റെ സത്തയുടെ സൂക്ഷ്മ കണങ്ങളിലേക്ക് പെയ്തിറങ്ങുന്ന നിലാവേറ്റുകൊണ്ടിരിക്കെ ഒരപൂർവ്വാനുഭവമുണ്ടായി. എന്റെ ദേഹമാകെ തണുത്തു. ദേഹത്തിലെ ഓരോ സെല്ലുകളും തണുത്തു. എന്റെ മനസ്സാകെ, ബോധമാകെ കുളിർത്തു. എന്റെ ആത്മാവിലേക്ക് തണുപ്പ് അരിച്ചിറങ്ങി. എന്റെ ജന്മാന്തരങ്ങൾ വരെ, നീണ്ടുപോകുന്ന സ്ഥലകാലങ്ങൾ വരെ തണുത്തു. എന്റെ ഉള്ളിൽനിന്ന്, ഉള്ളിന്റെയുള്ളിൽനിന്ന് എന്തോ ചിലത് മാഞ്ഞുപോയി.... അതെനിക്ക് പുതിയ ഒരു ജീവിതം തന്നു!"

ഓഷോയുടെ ജീവിതവും ചിന്തകളും വരാനിരിക്കുന്ന പുരുഷാന്തരങ്ങൾക്ക് പുതിയൊരു ജീവിതം വാഗ്ദാനം ചെയ്യുന്നു. പുതിയൊരു ഭൂമി, പുതിയൊരാകാശം!....

സെന്റ് ഫ്രാൻസിസിനെപ്പറ്റി പറയാതെ പോകുന്നത് ഉചിതമാവുകയില്ല. അദ്ദേഹത്തിന് പൂർണ്ണനിലാവുള്ള രാത്രികൾ സ്വർഗ്ഗീയമായ അനുഭവത്തിന്റെ രാത്രികളായിരുന്നു. നിലാവിന്റെ മാന്ത്രിക സൗന്ദര്യത്തെ കാണാതെ, ദേഹത്തിന്റെ മൂഢമായ ഉറക്കത്തിൽ മൃഗങ്ങളെപ്പോലെ ശയിക്കുന്നവരെയോർത്ത് അദ്ദേഹം ഒരു പൗർണ്ണമി രാവിൽ വിലപിക്കുന്നു. അന്നേദിവസം പൂർണ്ണനിലാവ് പരന്നൊഴുകുന്ന ഈ രാത്രിയുടെ മഹാദ്ഭുതത്തെ, എത്രപേർ ഉണർന്നിരുന്ന് നിരീക്ഷിക്കുന്നു എന്നറിയാനായി ചുറ്റുമുള്ള ഭവനങ്ങൾക്കുനേരെ അദ്ദേഹം ചെന്നുനോക്കി. ഒരൊറ്റ യാൾപോലും ഈ അത്യാശ്ചര്യത്തിനു മുന്നിൽ ആനന്ദത്തോടെ നോക്കി നിൽക്കുന്നില്ലെന്നു കണ്ട് അദ്ദേഹം തൊട്ടടുത്തുള്ള പള്ളിയിൽ ഓടിക്കയറി അപായമണിയടിക്കുന്നു. പാതിരയ്ക്ക് എന്ത് അത്യാഹിതമാണ്

ഉണ്ടായതെന്നറിയാതെ ജനങ്ങൾ മുഴുവൻ ഉണരുകയും പള്ളിക്കു മുന്നിലേക്കോടിയെത്തുകയും 'എന്തുണ്ടായി? എന്തുണ്ടായി?' എന്നു ചോദിക്കുകയും ചെയ്തപ്പോൾ സെന്റ് ഫ്രാൻസിസ് മൊഴിഞ്ഞു. "ഹേ മനുഷ്യരെ!... ഇത്രയും സുന്ദരമായ നിലാവിനുനേരെ ഒന്നു നോക്കുക പോലും ചെയ്യാതെ നിങ്ങൾ കിടന്നുറങ്ങുകയാണോ? നോക്കൂ! നോക്കൂ! ഈ നിലാവിനെ ഒന്നു കാണൂ!....."

ഓഷോ തൂകിയ ഹൃദയനിലാവിനെ കാണാൻ, ഈ ദിവ്യമാന്ത്രികതയെ ശ്വസിക്കാൻ ത്രാണിയുള്ള ഗുർജിഫിന്റെ മൗനവും സോർബയുടെ ഇന്ദ്രിയങ്ങളും ദസ്തയെവ്സ്കിയുടെ പ്രതിഭയും ഉള്ള ഒരാൾക്കുമാത്രമേ ഓഷോ തന്നതിനെപ്പറ്റി ഓഷോയെ ഉദ്ധരിക്കാതെ പുതിയതൊന്ന് പറയാനാവൂ.

∎

യേശുവിനെ അറിഞ്ഞത്

ഒരു വാതിലിൽ മുട്ടുന്നതുപോലെ നിങ്ങളിൽത്തന്നെ മുട്ടുവിൻ. ഒരു തുറസ്സായ വഴിയിലൂടെ പോകുന്നതുപോലെ നിങ്ങളിൽത്തന്നെ ഏറെ ദൂരം നടന്നുപോകുക. എന്തെന്നാൽ, ആ വഴിക്കു നിങ്ങൾ പോയാൽ വഴിതെറ്റില്ല. ആ വാതിലിൽ മുട്ടിയാൽ തുറക്കപ്പെടുന്നത് നിങ്ങളുടെ തന്നെ വാതിലായിരിക്കും.

മൂന്നു പതിറ്റാണ്ടുകൾക്കുമുമ്പ് അടിയന്തരാവസ്ഥക്കാലത്ത് വിപ്ലവ രാഷ്ട്രീയത്തിന്റെ പേരിൽ ധാരാളം ചെറുപ്പക്കാർ ജയിലിലടയ്ക്കപ്പെട്ടിരുന്നു. അക്കൂട്ടത്തിൽ കണ്ണൂർ സെൻട്രൽ ജയിലിലെ ക്ലോസ് പ്രിസണിൽ ഈ ലേഖകനുമുണ്ടായിരുന്നു. ജയിലിനകത്തുനിന്നു കുറ്റകൃത്യങ്ങൾ ചെയ്യുന്നവർക്കായി ബ്രിട്ടീഷുകാരുടെ കാലത്തുണ്ടാക്കിയ പ്രത്യേക ജയിലായിരുന്നു അത്. ഈ ഇരുട്ടുമുറിക്കുള്ളിൽ വച്ചാണ് എത്രയോ ദൂരം എന്നിൽനിന്നു നടന്നുപോയ ഞാൻ എന്നിലേക്കു തിരിച്ചുവന്നത്. മുടിയനായ പുത്രൻ ഗതികെട്ട് സ്വന്തം വീട്ടിലേക്കു തിരിച്ചുവരുന്നതുപോലെയായിരുന്നു അത്. ഒരാൾക്കുവേണ്ടിയുള്ള കൊച്ചുസെല്ലിൽ ഓരോന്നിലും ഞങ്ങൾ നാലഞ്ചുപേരാണുണ്ടായിരുന്നത്. വൈകുന്നേരം 6 മണിയോടെ അത്താഴം കഴിച്ച് സെല്ലിലടയ്ക്കപ്പെട്ടാൽ പിറ്റേന്ന് രാവിലെ 6 മണിവരെ തടവറയ്ക്കുള്ളിൽത്തന്നെ കഴിയണം. സന്ധ്യയ്ക്കു തടവുകാരുടെ മുറികളിലേക്കു കയറാനുള്ള സൈറൺ ഉയരുമ്പോൾ ബദ്ധപ്പെട്ട് വളർത്തുമൃഗങ്ങളെപ്പോലെ പരക്കം പായുന്നത് പറയാനാവാത്ത ഒരു ശോകഭാവത്തോടെ നോക്കിനിന്നുപോകുമായിരുന്നു. അപ്പോൾ പുറത്ത് മനോഹരമായ സ്വർണ്ണ വെയിൽനാളങ്ങൾ മരങ്ങൾക്കിടയിലൂടെ വന്നു വീഴുന്നുണ്ടാവും.

ഇരുളുന്നതോടെ എല്ലാവരും സ്വന്തം പായകൾ തട്ടിവിരിക്കുകയും ശാന്തമായി കിടക്കുകയും ചെയ്യുന്നു. ഞങ്ങൾക്കു മുറിയിൽ വെളിച്ചമില്ല! അതുകൊണ്ട് രാത്രി വായനയോ, എഴുത്തോ നടക്കില്ല. ജയിലിലാകെ ഒരു നിശ്ശബ്ദത പരക്കുന്നു. കിളികൾ ചേക്കേറുന്നതുപോലെ ഓരോ തടവുകാരനും തന്നിലേക്കു മടങ്ങിവരുന്ന സമയമാണത്. വീട്, നാട് സ്വന്തക്കാർ, പരിചയക്കാർ എല്ലാം ഒറ്റക്കൊറ്റയ്ക്കും കൂട്ടമായും മനസ്സിലേക്കു

കടന്നുവരും. ഒടുവിൽ ഓരോരുത്തരും ഇറങ്ങിപ്പോകും. ഏതെങ്കിലു മൊരാൾ, രണ്ടാൾ, മൂന്നാൾ മാത്രം ബാക്കിയാവും. പിന്നീടവരെയും പറഞ്ഞയയ്ക്കും. സ്വന്തം ശരീരം, അവയവങ്ങൾ അതു മാത്രമാവും. കൈകൾ, മുഖം, തല, കാലുകൾ എല്ലാം തലോടും. വീണു വേദനിച്ചു നിലവിളിക്കുമ്പോൾ ആരും വന്നാശ്വസിപ്പിക്കാനില്ലാത്ത കുട്ടി സ്വയം കണ്ണീര് തുടച്ച് എണീറ്റിരുന്ന് സ്വയം തലോടുന്നതുപോലെ. ഒടുവിൽ ഞാനൊറ്റയ്ക്ക് എന്റെ ഉള്ളിലേക്ക് പോകാൻ ശ്രമിക്കും. ചുറ്റും ചുവരു കൾ മാത്രമുള്ള ഒരു വിശാലമായ മുറിക്കകത്ത് ഇരുട്ടിൽ വാതിൽ തേടി നടക്കുന്നവനെപ്പോലെ ഞാൻ നടക്കും. എത്രയോ ദൂരം എത്രയോ നേരം നടന്ന് ഒരു വാതിൽ കണ്ടുപിടിച്ച് അതുവഴി പുറത്തുകടക്കാൻ. വീണ്ടും അതുപോലുള്ള മുറികളും വാതിലുകളും... അങ്ങനെ സ്വയം എവിടെ യുമെത്താതെ എന്റെ അന്വേഷണം തളർന്നു കുഴഞ്ഞു വീണുപോകും.

മാർക്സ്, ലെനിൻ, മാവോ എന്നിവരുടെ വെളിച്ചത്തിനു പകരം ഗീത, ബൈബിൾ, ഖുർ-ആൻ എന്നിവകളിലൂടെ പോയെങ്കിലും അവയൊന്നും എന്നിലെ എന്നെ എനിക്ക് കാട്ടിത്തരുകയോ, എന്നെ വ്യക്തിപരമായി സംബോധന ചെയ്യുകയോ ഉണ്ടായില്ല. അന്വേഷിക്കുക, തളരുക, അന്വേഷിക്കുക, തളരുക, അത്രമാത്രം.

ഒരു വർഷത്തെ ജയിൽവാസം കഴിഞ്ഞു പുറത്തിറങ്ങുമ്പോൾ മനസ്സിൽ പ്രത്യേക ബിംബങ്ങളൊന്നുമുണ്ടായിരുന്നില്ല. ജീവിതം, പ്രപഞ്ചം, മനുഷ്യൻ, പ്രകൃതി, ജീവജാലങ്ങൾ, ഭൂമി എല്ലാം കൂടുതൽ അഗാധവും സൂക്ഷ്മവും നിഗൂഢവുമായി അനുഭവപ്പെടാൻ തുടങ്ങി. അതിനിടയ്ക്ക് ജീവിതത്തിന്റെ പൊരുൾ തേടി പലയിടങ്ങളിലും അലഞ്ഞു. ഒടുവിൽ പുറത്ത് എല്ലാ വാതിലുകളും മുട്ടിമുട്ടി തളർന്നു. ഒരു പ്രയാണി സ്വന്തം ഹൃദയവാതിലിൽ എത്തുകയും അന്വേഷിച്ചതു കണ്ടെത്തുകയും ചെയ്തതുപോലെ ധ്യാനം പരിശീലിപ്പിക്കുന്ന രാജ യോഗിനി ബി.കെ. സതി മാതാജിയുടെ മുന്നിൽ ഞാനെത്തി.

കമ്മ്യൂണിസത്തിന്റെ വഴിയിലായിരുന്നപ്പോൾ ജീവിതത്തിന്റെ മഹാദൂരം ഒറ്റക്കാലിലോടാൻ ശ്രമിച്ചതുപോലെയായിരുന്നു എന്റെ പോക്ക് എന്ന് തിരിച്ചറിഞ്ഞതുകൊണ്ട് ധ്യാനത്തിന്റെ വഴിയിൽ പോകുമ്പോൾ ഒറ്റക്കാലിലുള്ള ഒരോട്ടമായി അതു മാറരുതെന്ന് സ്വയം കരുതലെടുത്തി രുന്നു.

ജെ. കൃഷ്ണമൂർത്തി, സെൻ, താവോ, സൂഫിദർശനം, രമണ മഹർഷി, ഓഷോ എന്നിവരുടെ വാക്കുകളും അനുഭവമണ്ഡലവും ജീവിത ത്തിന്റെ ആത്മീയത ഏതൊരു മനുഷ്യനും രുചിച്ചറിയാവുന്ന ഒന്നാക്കി.

'ഒരു വിഗ്രഹം തകരുമ്പോൾ അതാരാധനയ്ക്ക് എടുക്കില്ല. അത്തരം വിഗ്രഹങ്ങൾ മ്യൂസിയത്തിലേ വയ്ക്കുകയുള്ളൂ." നമ്മുടെ മതങ്ങൾ, പ്രത്യയശാസ്ത്രങ്ങൾ, സാമൂഹ്യസിദ്ധാന്തങ്ങൾ ഇപ്രകാരം മ്യൂസിയ ത്തിൽ വെക്കേണ്ടവയാണെന്ന് ആന്തരികമായി സൂചിപ്പിക്കുന്നവയല്ലാത്ത

ഒന്നും ഇപ്പോൾ നമുക്ക് മുന്നിലില്ല. കെട്ടുപോയ ഈ വിളക്കുകളെയൊക്കെ മറന്ന്, ഒരു ശിശു ലോകത്തെ കാണുന്നതുപോലെ ലോകത്തെ കാണാൻ ഒരാൾക്കാകുമോ?

ജീവിതം ഒരനശ്വര തീർത്ഥാടനമായി ഇപ്പോഴെനിക്കും അനുഭവപ്പെടുന്നു. അവിടെ പഠിക്കുകയും പഠിച്ചതൊക്കെ മറക്കുകയും ചെയ്യുന്നു. ഇപ്പോഴൊരു സത്യം മനസ്സിലാകുന്നു. ജീവിതത്തിലൊരാൾ എന്തു പഠിക്കുന്നുവോ, അതിന്റെ പരമസാരം പൂവിന്റെ സുഗന്ധം പോലെയനുഭവിച്ച്, ബാക്കിയെല്ലാം ഉള്ളിൽനിന്നു മാഞ്ഞുപോകണം. അപ്പോൾ ഒരാളുടെ അവബോധം ശുദ്ധമായി, നവ്യമായി നിലനിൽക്കുന്നു. അയാൾ വീണ്ടുമൊരു കുഞ്ഞായി മാറുന്നു. ജീവിതത്തിലുടനീളം ഈ ശൈശവഭാവം പുലർത്താൻ ഒരാൾ വർത്തമാനകാലത്തിന്റെ അനശ്വര നിമിഷങ്ങളിൽ ജീവിക്കാൻ പഠിക്കണം. ഓരോ ശ്വാസനിശ്വാസങ്ങളും ധ്യാനമായി മാറണം.

മനോനിറവിലെത്തുമ്പോൾ ഒരു പുനരുത്ഥാനം നടക്കുകയാണ്. അയാളപ്പോൾ പുതിയൊരു പിറവിയുടെ രുചിയറിയുന്നു. ഉണർന്നവന് എല്ലാറ്റിനോടും തുറന്ന ഒരു സമീപനമത്രെ. എല്ലാം അതിന്റെ യഥാസ്ഥാനത്ത് സമ്പൂർണ്ണമായി അയാളറിയുന്നു. അയാൾക്ക് ഇച്ഛാശക്തിയോ ഭ്രമമോ ഇല്ല. അയാൾ യാഥാർത്ഥ്യത്തിൽ വിശ്വസിക്കുന്നു.

ആത്മാവിന്റെ ഇരുണ്ട രാത്രികൾ വിശ്വത്തെയാകെ വിനാശമാക്കിക്കൊണ്ടിരിക്കുന്ന നാളുകളിൽ ജീവിക്കുന്ന ഒരാൾക്ക് ക്രിസ്തു, പുനരുത്ഥാനം, സ്വർഗ്ഗരാജ്യം, പരിശുദ്ധാത്മാവ് എല്ലാം പുനർനിർവചിക്കപ്പെട്ടുകൊണ്ടല്ലാതെ ആത്മീയതയെ അനുഭവിക്കാനാവില്ല. ബുദ്ധനിലും യേശുവിലും നബിയിലും ഒക്കെയുള്ള നിഗൂഢപൈതൃകത്തെ വീണ്ടെടുത്തുകൊണ്ടും അതിന്റെ പിന്തുണ നേടിക്കൊണ്ടുമല്ലാതെ പുതിയ കാലത്തെ മനുഷ്യന് പുലരാനാവില്ല.

രണ്ട്

യേശു മരിച്ചു. അദ്ദേഹത്തിന്റെ ശരീരം ഒരു ഗുഹയിൽ സൂക്ഷിക്കപ്പെട്ടു. മൂന്നാംനാൾ മഗ്ദലന മറിയം അദ്ദേഹത്തെ കാണാൻ ചെന്നെങ്കിലും ശരീരം അവിടെ ഉണ്ടായിരുന്നില്ല. അതുകൊണ്ടവൾ യേശുവിനെ അന്വേഷിച്ച് ചുറ്റും നടന്നു. അവിടെ ഒരു തോട്ടക്കാരൻ പണിയെടുക്കുന്നതു കണ്ടു. അവൾ ആ തോട്ടക്കാരന്റെ അടുത്തു ചെന്നാരാഞ്ഞു: "യേശുവിന്റെ ദേഹം എവിടേക്കാണ് നീക്കിയതെന്നു നിങ്ങൾക്കറിയുമോ?" തോട്ടക്കാരൻ ചിരിക്കുകയും ഇപ്രകാരം ചോദിക്കുകയും ചെയ്തു. "നിനക്കെന്നെ മനസ്സിലാകുന്നില്ല, അല്ലേ?" അദ്ദേഹം ഉയിർത്തെണീറ്റ യേശുവായിരുന്നു. യേശു സംസാരിച്ചപ്പോൾ, അപ്പോൾ മാത്രമാണ് മഗ്ദലനയ്ക്ക് അയാളെ മനസ്സിലായത്. അയാളൊരു ഉദ്യാനപാലകനാണെന്നാണ് അവൾ ആദ്യം നിനച്ചത്. എന്നിട്ടും ഒരു വാക്കുച്ചരിച്ച ക്ഷണം, അവൾ അദ്ദേഹത്തിന്റെ കണ്ണുകളിലേക്ക് നോക്കുകയും അയാളെ തിരിച്ചറിയുകയും ചെയ്തു.

എന്നാൽ, പിന്നീട് യേശു തന്റെ ശിഷ്യന്മാരെ തേടിപ്പോകുകയും വഴിയിൽ അവരെ കാണുകയും ചെയ്തു. അവർ മറ്റൊരു നഗരത്തിലേക്ക് പോകുകയായിരുന്നു. അവർ തങ്ങളുടെ ഗുരുവിനെപ്പറ്റി സംസാരിച്ചു കൊണ്ടിരുന്നു. യേശു അവർക്കൊപ്പം നടന്നു, ഒരപരിചിതനെപ്പോലെ. അവർ യേശുവിനോടു സംസാരിക്കുന്നുണ്ടായിരുന്നു. നാലുനാഴികയോളം അവർ ഒപ്പം നടക്കുകയും സംസാരിക്കുകയും ചെയ്തു. അവർക്ക് യേശുവിനെ തിരിച്ചറിയാനേ കഴിഞ്ഞില്ല.

പിന്നീടവർ ഒരു ഭക്ഷണശാലയിൽ ചെല്ലുകയും ഭക്ഷണത്തിനായി ഒപ്പമിരിക്കുകയും ചെയ്തു. യേശു തന്റെ അപ്പം മുറിച്ചപ്പോൾ, അപ്പോൾ മാത്രമാണ് അവർ അദ്ദേഹത്തെ തിരിച്ചറിഞ്ഞത്. കാരണം, യേശു അപ്പം മുറിക്കുന്ന രീതി അതുല്യമായിരുന്നു. ആ ആംഗ്യം യേശുവിന്റേതായി രുന്നു. ആർക്കുമത് അനുകരിക്കാനാവില്ല. അത്രയ്ക്ക് ആദരവോടെ, പാവനതയോടെ, അത്രയ്ക്കും പ്രാർത്ഥനാനിരതനായി, അപ്പം ഈശ്വര നാണോ, എന്നു തോന്നിപ്പിക്കും വിധം.

നമ്മുടെയൊക്കെ ഉള്ളിൽ ഒരു ക്രിസ്തുവുണ്ട്. സ്ഥലകാലങ്ങളെ അതീന്ദ്രിയതയോടടുപ്പിക്കുന്ന ക്രിസ്തു. ഇതാണ് ജീവിക്കുന്ന ക്രിസ്തു. ചരിത്രത്തിലെ ക്രിസ്തു ബത്ലഹേമിൽ പിറന്നു. ഒരു മരപ്പണിക്കാരന്റെ മകനായി, അദ്ദേഹം മാതൃരാജ്യത്തുനിന്ന് ഏറെ യാത്ര ചെയ്തു. ഒരു പ്രബോധകനായി, 33-ൽ കുരിശിലേറി. നമ്മുടെ ഉള്ളിൽ ജീവിക്കുന്ന ക്രിസ്തു ദൈവപുത്രൻ. അദ്ദേഹം ഉയിർത്തെണീക്കുകയും ജീവിതം തുടരുകയും ചെയ്യുന്നു.

ഒരാൾ തന്നിൽത്തന്നെയുള്ള ഉന്നതബോധവുമായി സ്പർശത്തിലാ കുമ്പോൾ അയാളൊരു ക്രിസ്തുവാകുന്നു. എന്തെന്നാൽ അയാളപ്പോൾ പരിശുദ്ധാത്മാവുകൊണ്ട് പൂരിതനാകുന്നു.

യേശു അപ്പം മുറിക്കുകയും വീഞ്ഞ് ഒഴിക്കുകയും ചെയ്തപ്പോൾ മൊഴിഞ്ഞു: "ഇതെന്റെ ദേഹമാകുന്നു, ഇതെന്റെ രക്തവും ഇതു നിങ്ങളും കഴിക്കുക. നിങ്ങൾക്ക് അനശ്വര ജീവിതമുണ്ടാവും.'

മറവിയിൽനിന്ന് ശിഷ്യരെ ഉണർത്താനുള്ള ഒരു കടുത്ത പ്രയോഗ മായിരുന്നു അത്. ഒരാളുടെ അപ്പം അഗാധമായി സ്പർശിക്കാൻ അയാൾക്കു സാധിക്കുകയാണെങ്കിൽ അയാൾ പുനർജനിക്കപ്പെടുന്നു. കാരണം, അയാളുടെ അപ്പം ജീവിതം തന്നെയാണ്. ആഴത്തിൽ ഉണർന്നി രുന്നുകൊണ്ട് ഭക്ഷിക്കുമ്പോൾ ഒരാൾ സൂര്യനെ സ്പർശിക്കുന്നു. മേഘ ങ്ങളെ ഭൂമിയെ പ്രപഞ്ചത്തിലെ എല്ലാറ്റിനെയും. ഇത്തരത്തിൽ മനോ നിറവോടുകൂടി ആഹരിക്കുമ്പോൾ ഓരോ ഭക്ഷണവും 'ഒടുക്കത്തെ അത്താഴ'മാകുന്നു. ഒരാൾക്കതിനെ 'ആദ്യത്തെ അത്താഴ'മെന്നും പറയാം. കാരണം, അപ്പോൾ സർവ്വവും പുതിയതും അതുല്യവുമായി മാറുന്നു.

യഥാർത്ഥത്തിൽ നമ്മുടെ ഭക്ഷണത്തോടൊപ്പം പൂർണ്ണമായി ഒന്നിച്ചാകുന്നത് വിസ്മയകരവും ആനന്ദകരവുമാകുന്നു. ഭക്ഷണം കഴിക്കുമ്പോൾ ഉടനീളം അയാളതിനുനേരെ കൃതജ്ഞനായിരിക്കുന്നു.

മനോനിറവോടെയുള്ള ആഹരിക്കൽ ബുദ്ധദർശനത്തിലേയും പ്രധാന മായൊരു പരിശീലനമത്രെ. ഇത് നമ്മെ അബോധത്തിന്റെ സൂക്ഷ്മതല ത്തിൽ പോഷിപ്പിക്കുന്നു. ഉണരുകയെന്നർത്ഥമാക്കുന്ന 'ബുദ്ധ' ധാതുവിൽനിന്നാണ് ബുദ്ധൻ എന്ന വാക്കുണ്ടായത്. ഉണർന്ന ഒരാളത്രെ ബുദ്ധൻ. ഒരാളിലുള്ള ബുദ്ധത്വത്തെ സ്പർശിക്കാൻ മനോനിറവോടെ യുള്ള ശ്വസനം ശീലിക്കാൻ ബുദ്ധൻ പറഞ്ഞു.

ബോധത്തോടെയുള്ള ശ്വസനം സമാധാനത്തെ സ്പർശിക്കാനുള്ള വളരെ അടിസ്ഥാനപരമായ ബൗദ്ധപ്രയോഗമാണ്. ബോധത്തോടെ ശ്വാസം എടുക്കുകയും വിടുകയും ചെയ്യുന്നത് പരിശീലിക്കുമ്പോൾ ഒരാളുടെ മനസ്സ് ശാന്തമാകുന്നു. ചിന്തകൾ അടങ്ങുന്നു. സമാധാനം കൈവരുന്നു.

തന്ത്രയിൽ ഓരോ നിശ്വാസവും മൃതിയാകുന്നു. ഓരോ പുതു ശ്വാസവും പുനർജന്മവും, ഓരോ ശ്വാസനിശ്വാസത്തിലും നിന്ന് ജനിക്കു കയും മരിക്കുകയുമാണ്. ഒരാളെ ദേഹവുമായും പ്രപഞ്ചവുമായും സ്ഥല കാലങ്ങളുമായും ബന്ധിപ്പിക്കുന്ന പാലമാണ് 'ശ്വാസം'.

ഒരു ഹേമന്തകാലത്ത് ബദാം വൃക്ഷത്തോട് 'ദൈവത്തെപ്പറ്റി എന്നോടും പറയൂ' എന്ന് ഫ്രാൻസിസ് പുണ്യവാളൻ പറഞ്ഞപ്പോൾ ബദാം മരം പൂവിട്ടുനിന്നുവത്രെ. അതു ജീവനോടെ നിന്നു. ദൈവത്തെ ചൂണ്ടിക്കാണിക്കുന്നതിലേക്ക് വേറൊരു വഴിയുമില്ല. ഇതിനെയത്രെ ബൈബിളിൽ ഹോളി സ്പിരിറ്റ് (പരിശുദ്ധാത്മാവ്) എന്നു പറയുന്നത്. സ്പിരിറ്റിന്റെ അർത്ഥം ശ്വാസമെന്നാണ്, ശ്വസിക്കുകയെന്നാൽ ജീവിക്കുക യെന്നും. ഹോളി സ്പിരിറ്റ് എന്നാൽ ദിവ്യജീവിതത്തിന്റെ ശ്വാസം!

സൃഷ്ടിയുടെ ഒടുവിൽ ദൈവം മണ്ണിൽനിന്ന് സ്വന്തം പ്രതീകത്തി ലുരുവാക്കിയ നിശ്ചലവും ജീവനറ്റതുമായ മനുഷ്യന്റെ നാസികയിലേക്ക് ശ്വാസം പകർന്നു. അപ്രകാരം നാം മനുഷ്യരായി. ബൈബിൾ പരി പ്രേക്ഷ്യത്തിൽ ദൈവത്തിന്റെ സ്വന്തം ശ്വാസത്തിലൂടെയല്ലാതെ ഒരിക്കലും ഒരു മനുഷ്യജീവി ഉരുവാകുന്നില്ല. പരിശുദ്ധാത്മാവ് എന്നാൽ ദൈവമയച്ച ഊർജ്ജം എന്നാണർത്ഥം.

'യേശു പാശ്ചാത്യ ബുദ്ധൻ' എന്നൊരു കാഴ്ചപ്പാട് ബുദ്ധനെയും യേശുവിനെയും ഒരുപോലെ പഠിച്ചവർ പറയാൻ തുടങ്ങിയിരിക്കുന്നു. ഉണരുവാനും പ്രബോധിതനാവാനുമുള്ള സാധ്യത മുഴുവൻ മനുഷ്യരി ലുമുണ്ടെന്ന് ബുദ്ധനും യേശുവും പറയുന്നു.

ദൈവരാജ്യം ഒരു ചെറു കടുകുമണിപോലെ. ഇതിന്റെ അർത്ഥം ദൈവ രാജ്യത്തിന്റെ ബീജം അത്രയും സൂക്ഷ്മമായി നമ്മിൽത്തന്നെയാകുന്നു

എന്നത്രെ. നമ്മുടെ ദൈനംദിന ജീവിതത്തിന്റെ ഈർപ്പമുള്ള മണ്ണിൽ അതെങ്ങനെ നട്ടുപിടിപ്പിക്കണമെന്നു നമ്മളറിഞ്ഞു കഴിഞ്ഞാൽ അതു വളർന്നു വലുതാകുന്നു. അതിൽ നിരവധി പറവകൾ വന്നു ചേക്കേറുന്നു.

ഉണർവോടെ, മനോനിറവോടെ ജീവിക്കുമ്പോൾ ഒരാൾ ദൈവരാജ്യത്തേക്കു പോകുകയല്ല, ദൈവരാജ്യം അയാളിലേക്ക് വരുകയാണ്. ദൈവരാജ്യം ഇവിടെ, ഇപ്പോൾ!

'ദൈവസാന്നിധ്യത്തിൽ ജീവിക്കൽ' എന്നത് ക്രൈസ്തവികതയിലെ സുന്ദരമായൊരു പ്രയോഗമത്രെ.

ജൂതപാരമ്പര്യത്തിൽ ഭക്ഷണസമയത്തിന്റെ പരിപാവനത അത്യധികം ഊന്നിപ്പറയുന്നുണ്ട്. നിങ്ങൾ ഭക്ഷണം പാകം ചെയ്തു. മേശ തുടച്ചൊരുക്കി ദൈവസാന്നിധ്യത്തിൽ ഭക്ഷിക്കുന്നു. നിങ്ങളുണരുമ്പോൾ ദൈവം ഈ ലോകം സൃഷ്ടിച്ചുവെന്നു നിങ്ങൾ ബോധവാനാകുന്നു. സൂര്യവെളിച്ചം ജാലകത്തിലൂടെ കടന്നുവരുമ്പോൾ അതിൽ ദൈവസാന്നിധ്യം നിങ്ങൾ അനുഭവിക്കുന്നു. നിങ്ങളെഴുന്നേറ്റ് ഭൂമിയിൽ നില്ക്കുമ്പോൾ ഈ ഭൂമി ദൈവത്തിന്റേതാണെന്ന് നിങ്ങളറിയുന്നു. മുഖം കഴുകുമ്പോൾ ജലം ദൈവമാണെന്നു നിങ്ങളറിയുന്നു. തണുത്ത കാറ്റേല്ക്കുമ്പോൾ ദൈവസ്പർശം നിങ്ങളറിയുന്നു. പൂക്കളുടെ സുഗന്ധത്തിൽ, കിളികളുടെ പാട്ടിൽ, ആകാശ നീലിമയിൽ നിങ്ങൾ ദൈവത്തെ മണക്കുന്നു, കേൾക്കുന്നു, കാണുന്നു. അപ്പോഴൊക്കെയും ഒരാൾ തന്നിലുള്ള പരിശുദ്ധാത്മാവിന്റെ ബീജത്തെ സ്പർശിക്കുകയാകുന്നു! അപ്പോൾ ഒരാൾ ശിശുവിനെപ്പോലെയാകുന്നു. ദൈവരാജ്യത്തിലേക്കു പ്രവേശനം കിട്ടണമെങ്കിൽ നാം ശിശുക്കളെപ്പോലെയാകണമെന്നു യേശു പറഞ്ഞു. ∎

ഉള്ളിലെ ബുദ്ധൻ

മനുഷ്യവംശവൃക്ഷത്തിൽ വിരിഞ്ഞ ഒരപൂർവപുഷ്പമായിരുന്നു ബുദ്ധൻ. അതു വിരിഞ്ഞപ്പോൾ ലോകമാകെ അറിവിന്റെ സുഗന്ധവും സ്നേഹത്തിന്റെ തേനും പരന്നൊഴുകി. ബുദ്ധജീവിത കഥയാകെ വിസ്മയകരമായ ഒരു കവിതയായിരുന്നുവെന്ന് രവീന്ദ്രനാഥ ടാഗോർ. അദ്ദേഹം തുടർന്നു: 'ബുദ്ധന്റെ ജീവിതം വശ്യവും ആകർഷകവും കലാപരവുമായിരുന്നു. ഇത്രമേൽ മോഹനമായ ഒരു കവിതയും ഞാനെന്റെ ജീവിതത്തിൽ വായിച്ചിട്ടില്ല.'

ബുദ്ധന്റെ യഥാർത്ഥ പരിമളം അദ്ദേഹത്തിന്റെ മൗനത്തിലാണ്. ആ മൗനത്തിലേക്ക് ആഴത്തിലെത്താൻ കഴിയാത്ത ഒരാൾക്കും ബുദ്ധനെ ചരിത്രത്തിന്റെ താളുകളിൽനിന്ന് ഹൃദയത്തിന്റെ തലങ്ങളിലേക്ക് പുനരാനയിക്കാനാവില്ല. ബുദ്ധനെപ്പറ്റി ഡോ.എസ്. രാധാകൃഷ്ണൻ എഴുതിയതു വായിക്കുമ്പോൾ അതിൽ നമ്മുടെ ഉള്ളിലുള്ള കനിവിന്റെ ഉറവയെ തൊടാൻ പ്രാപ്തനാക്കുന്ന ബുദ്ധനെ നമുക്കു കിട്ടുന്നില്ല. നാമാദ്യമായി ബുദ്ധനെ ഹൃദയംകൊണ്ടറിഞ്ഞത് ഓഷോവിന്റെ 'ധർമ്മപഥ' വ്യാഖ്യാനത്തിലൂടെയാണ്. 'ബുദ്ധൻ എന്റെ രക്തമാകുന്നു. എന്റെ എല്ലുകളാകുന്നു; എന്റെ സൂക്ഷ്മസത്തയും. അദ്ദേഹം എന്റെ നിശ്ശബ്ദതയാകുന്നു, എന്റെ ഗാനവും' എന്ന് ഓഷോ പറഞ്ഞു. ബുദ്ധൻ പറയാനാവാത്തത് പറയുകയാണ്. ധർമ്മപഥം എവറസ്റ്റു പോലെ യാണ് എന്നും ഓഷോ പറയുന്നുണ്ട്. വിയറ്റ്നാമിലെ ബുദ്ധഭിക്ഷുവും ആചാര്യനുമായ തിച്ചനട്ട് ഹാനിന്റെ ഓൾഡ് പാത്ത് വൈറ്റ് ക്ലൗഡ്സി ലാണ് ബുദ്ധനെ സ്വതന്ത്രാഖ്യാന പശ്ചാത്തലത്തിൽ വീണ്ടും കണ്ടു മുട്ടുന്നത്.

ബുദ്ധനെ ജീവനുതുല്യം സ്നേഹിച്ച സെൻ ഗുരു റിൻസായ് പറയു ന്നതു കേൾക്കുക:

'നിങ്ങൾ വിഡ്ഢികൾ, നിങ്ങൾ ബുദ്ധാനുയായികൾ,
അദ്ദേഹത്തെ വെടിയുക, അദ്ദേഹത്തെ വെടിയാതെ
അദ്ദേഹത്തെ നിങ്ങൾക്ക് കണ്ടെത്താനാവില്ല.

പഗോഡയ്ക്കകത്തുള്ള ബുദ്ധൻ യഥാർത്ഥ ബുദ്ധനല്ല,
അതു നിങ്ങളുടെ ഉള്ളിലാണ്.
അതാണ് യഥാർത്ഥ ബുദ്ധൻ. ഒരു തത്ത്വവുമില്ല;
ഒരു പ്രബോധനവും. ബുദ്ധനും ഇല്ല!'

ഓർക്കുക. റിൻസായ് ബുദ്ധന്റെ ശത്രുവായിരുന്നില്ല. ബുദ്ധന്റെ വെളിച്ചം ഉള്ളിൽ വഹിച്ചുകൊണ്ട് ഓരോ നിമിഷവും ജീവിച്ച ഒരാളായിരുന്നു. കൊടുംതണുപ്പു സഹിക്കാനാവാതെ വൃദ്ധനായൊരു സെൻഗുരു സെൻക്ഷേത്രത്തിലെ ബുദ്ധന്റെ ദാരുവിഗ്രഹം കത്തിക്കുകയും അതിന്റെ ചൂടിൽ സ്വയം മരണത്തിൽനിന്ന് രക്ഷപ്പെടുകയും ചെയ്യുന്നതിനെപ്പറ്റി 'ബുദ്ധൻ കത്തിയെരിയുന്നു' എന്ന ഒരു സെൻ കഥയുണ്ട്. തന്റെ ഉള്ളിലെ ജീവനുള്ള ബുദ്ധനെ തണുപ്പിൽ മരിച്ചുപോകുന്നതിൽ നിന്നു രക്ഷിക്കാൻ ജീവനില്ലാത്ത മരബുദ്ധനെ തനിക്കു കത്തിക്കേണ്ടിവന്നു എന്നാണാ സെൻഗുരു പറഞ്ഞത്.

സെൻകഥകളിലെ ബുദ്ധൻ നമുക്കു പരിചയമുള്ള ശാക്യമുനി ബുദ്ധനല്ല. മറിച്ച്, ലോകത്തിന്റെ ഏതു തരത്തിലുള്ള സമൂർത്ത സാഹചര്യങ്ങളിലും ആന്തരികസത്യത്തിന്റെ വഴിയിൽ ഉറച്ചുനില്ക്കുന്ന ഒരു പച്ച മനുഷ്യനാണ്.

ഓഷോയ്ക്ക് ഒരു സുഹൃത്ത് ജപ്പാനിൽനിന്ന് ഒരപൂർവ ബുദ്ധശില്പം അയച്ചുകൊടുത്തു. അതിൽ ബുദ്ധന്റെ ഒരു കൈയിൽ ഒരു മൺചെരാത് (ദിവസത്തിൽ 24 മണിക്കൂറിലും ഇതെരിഞ്ഞുകൊണ്ടിരിക്കണം). മറുകൈയിൽ തിളങ്ങുന്ന ഒരു വാളും! ബുദ്ധന്റെ മുഖത്തിന്റെ പാതി ശാന്തമാണ്, മറുപാതി വാളുപോലെ മൂർച്ചയുള്ളതും. കരുണയും നീതിയും ഒരേ മുഖത്ത്. ബുദ്ധനെ പുതിയൊരു മനസ്സുകൊണ്ട് നോക്കുന്ന, ബുദ്ധനും ലെനിനും ഒരൊറ്റ മനസ്സിൽ ഉദ്ഗ്രഥിതമാകുന്നതിന്റെ സാധ്യത കേരളത്തിൽ ഒരു കവി, സച്ചിദാനന്ദൻ പരീക്ഷിക്കുകയുണ്ടായി. 'If you meet Budha on the road, kill him' എന്നുവരെ ഷെൽഡൻ ബി. കോവ് എന്ന സെൻ പൈതൃക വഴിയിലുള്ള എഴുത്തുകാരൻ പോകുന്നുണ്ട്. അത്തരത്തിലൊരു ബുദ്ധനെ മലയാളിയായ എഴുത്തുകാർ വളരെയൊന്നും കണ്ടതായറിയില്ല. ബുദ്ധജീവിതവുമായി ബന്ധമുള്ള ഇതിവൃത്തം കുമാരനാശൻ ഉപയോഗിച്ചിട്ടുണ്ടെങ്കിലും ബുദ്ധദർശനത്തെക്കാളേറെ അദ്വൈതദർശനമാണ് ആശാൻകവിതകളിൽ വരുന്നതെന്നു കെ. അരവിന്ദാക്ഷൻ സൂചിപ്പിക്കുകയുണ്ടായി. കുമാരാനാശാന്റെ ബുദ്ധ ഇതിവൃത്തത്തിലുള്ള പ്രസിദ്ധമായ രചനകൾ, എഡ്വിൻ അർനോൾഡിന്റെ ലൈറ്റ് ഓഫ് ഏഷ്യയ്ക്ക് നാലപ്പാട്ട് നാരായണമേനോൻ നടത്തിയ *പൗരസ്ത്യദീപം* വിവർത്തനം, ധർമ്മാനന്ദ കൊസാംബിയുടെ *ഭഗവൻ ബുദ്ധൻ*, അംബേദ്കറുടെ ബുദ്ധദർശനത്തെപ്പറ്റിയുള്ള സുദീർഘമായ

ഗ്രന്ഥം, നിത്യചൈതന്യയതിയുടെ *മൗനമന്ദഹാസം* എന്ന സെൻ കഥാ പുനരാഖ്യാനം, ഹെർമൻ ഹെസ്സെയുടെ *സിദ്ധാർത്ഥ*, കെ. അരവിന്ദാക്ഷന്റെ *കുശിനാരയിലേക്ക്* എന്നീ ബൗദ്ധപ്രമേയപശ്ചാത്തലത്തിലുള്ള കൃതികൾ മലയാളിയുടെ ഉള്ളിലെ ഭിന്നമാനങ്ങളിലുള്ള ബുദ്ധനെ അവരുടെ പാത്രങ്ങളുടെ വ്യാപ്തിക്കനുസരിച്ച് പകർന്നു നൽകുന്നുണ്ട്. ഇ.എം. ഹാഷീമിന്റെ *ബുദ്ധമാനസം* എന്ന നോവലിൽ ബുദ്ധനെ വീണ്ടും അന്വേഷിക്കുകയാണ്. സ്ഥലകാലബന്ധിതമായ ഒരു മനുഷ്യനല്ല, അതിനപ്പുറത്തുള്ള ഒരു യഥാർത്ഥ മനുഷ്യനാണ് *ബുദ്ധമാനസ*ത്തിലെ ബുദ്ധൻ.

രണ്ട്

ലോകം മറ്റെന്നെത്തേക്കാളും ബുദ്ധനെ ആവശ്യപ്പെടുന്ന ഒരു കാലമാണിത്. ലോകം മുമ്പൊരിക്കലും ഇത്രയേറെ വെറുപ്പിൽ, ഹിംസയിൽ, സംഘർഷത്തിൽ, അഴിമതിയിൽ, അന്യായത്തിൽ, ഇരുട്ടിൽ മുങ്ങിപ്പോയിരിക്കില്ല.

മനുഷ്യൻ സ്വയം തന്റെ മോചനത്തിനൊരുങ്ങണം എന്നാണ് ബുദ്ധൻ പഠിപ്പിച്ചത്. ബുദ്ധൻ ഓരോരുത്തരെയും നിരുപാധികമായ സ്വാതന്ത്ര്യത്തിലേക്കു ക്ഷണിച്ചു. 'എല്ലാ മനുഷ്യരും ഇന്നല്ലെങ്കിൽ നാളെ ബുദ്ധൻമാരാകും എന്നദ്ദേഹം പ്രഖ്യാപിച്ചു. ദൈവമോ ഇടത്തട്ടിലുള്ള പുരോഹിതന്മാരോ ഇല്ലാതെ തന്നെപ്പോലെത്തന്നെ നിങ്ങൾക്കും ഒരു ബുദ്ധനാകാം' എന്ന് ഗൗതമബുദ്ധനെപ്പോലെ ലോകത്തുള്ള ഒരു അന്വേഷിയും പറഞ്ഞിട്ടില്ല.

'ഈ നിമിഷം, ഇപ്പോൾ ജീവിക്കുക' എന്നതിലെ ദാർശനിക സൗന്ദര്യവും ശക്തിയും ലോകത്തിൽ മറ്റൊരാത്മീയതയിലും കാണാനാവില്ല. ഒരാളുടെ യഥാർത്ഥ വസതി വർത്തമാനനിമിഷമാകുന്നു. ജലത്തിനുമേൽ നടക്കുന്നതല്ല, പച്ചയായ ഭൂമിയിൽ വർത്തമാന നിമിഷത്തിൽ ജീവിക്കുകയാണ് യഥാർത്ഥ അദ്ഭുതം. വർത്തമാന നിമിഷങ്ങളിൽ ലഭിച്ചുകൊണ്ടിരിക്കുന്നതിൽ ഒരാൾ തൃപ്തനല്ലെങ്കിൽ ഭാവിയിൽ സന്തോഷമുണ്ടാക്കുന്നതെന്ന് ഒരാൾ കരുതുന്നതു ലഭിച്ചാലും അയാൾക്കതിൽ സംതൃപ്തിയുണ്ടാവില്ല.

ബോധോദയാനന്തരം ബുദ്ധൻ ആദ്യമായി സംസാരിച്ചത് കുട്ടികളുമായിട്ടായിരുന്നു. മധുരനാരങ്ങ പൊളിച്ച് അതിന്റെ മധുരിക്കുന്ന അല്ലികൾ എടുത്ത് കുട്ടികൾ തിന്നുകൊണ്ടിരിക്കുമ്പോൾ ബുദ്ധൻ പറഞ്ഞു: 'ഈ മധുരനാരങ്ങ നിങ്ങൾക്ക് രണ്ടു തരത്തിൽ തിന്നാം. ഒന്ന്: നിങ്ങളിപ്പോൾ ചെയ്യുന്നതുപോലെ നാരാങ്ങയുടെ തൊലി നീക്കി, അതിന്റെ അല്ലികളെടുത്ത് അത് രുചിച്ച് തിന്നുക. രണ്ട്: അതിന്റെ ഓരോ ഇലകളെ, ശാഖകളെ,

ആകാശത്തിലേക്കു തലയുയർത്തി നില്ക്കുന്ന അതിന്റെ നില്പിനെ, മണ്ണിലാണ്ടുകിടക്കുന്ന വേരുകളെ നേരിട്ട് മനസ്സിൽകണ്ട്. ആ മണ്ണിൽ നിന്നുകിട്ടിയ ഒരമൂല്യ സമ്മാനമായി അതിനെയോർത്ത് കഴിക്കുക. അങ്ങനെ തിന്നുമ്പോൾ ആ മരത്തിന്റെ വേരുകൾ മുതൽ ആകാശം വരെ നിങ്ങൾക്കാ മധുരനാരങ്ങയ്ക്കുള്ളിൽനിന്ന് അനുഭവിക്കാനാവും.'

ഇത്തരത്തിൽ ബോധനിറവോടെ ജീവിക്കുന്ന ഒരാൾക്ക് അയാളുടെ ജന്മദിനമെന്നത് അയാൾ പിറന്നുവീണ ദിവസമല്ല. അയാളതിനുമുൻപ് അയാളുടെ മാതാപിതാക്കളിലുണ്ടായിരുന്നു. അതിനു മുൻപ് പൂർവ പിതാക്കളുടെ ഒരു നിരയിൽ. മരണശേഷവും അയാൾ നിലനിൽക്കും. ഭൂമിയുടെ ഭാഗമായി മൺപൊടിയിലും മേഘങ്ങളിലും അയാളുടെ രക്തബന്ധമുള്ള പിൻതുടർച്ചക്കാരിലും.

ബുദ്ധനെ ഒരു കണ്ണാടിപോലെയും ഉപയോഗിക്കാം. കണ്ണാടി ഒരാളുടെ മുഖത്തെ അതുപോലെ കാണിച്ചുതരും. അതുകഴിഞ്ഞാൽ ഈയൊരു പ്രയോജനത്തിനപ്പുറം കണ്ണാടിക്ക് ഒരു പ്രാധാന്യവുമില്ല. അതുപോലെ ഒരാൾക്കു ബുദ്ധനെ ഉപയോഗിക്കാം. കൃഷ്ണനെ, ക്രിസ്തുവിനെ, നബിയെ, നാനാക്കിനെ, മറ്റുമതസ്ഥാപകരെ ഇതുപോലെ ഉപയോഗിക്കാൻ കഴിയുമോ?

മതവൈരത്തിന്റേയും മതതീവ്രവാദഭ്രാന്തിന്റേയും ഭാഗമായി ലോകമെങ്ങും പെരുകിവരുന്ന മനുഷ്യന്റെ കാടത്തവും ഹിംസയും ആധുനികലോകം നേരിടുന്ന ഒരു മാരകരോഗമായി വളർന്നുകൊണ്ടിരിക്കുമ്പോൾ ബുദ്ധൻ പറഞ്ഞതിലെ വെളിച്ചം, ബുദ്ധനെ ഉപേക്ഷിച്ച് ഉപയോഗിക്കേണ്ട തരത്തിലുള്ള ഒരത്യസാധാരണമായ ആത്മീയ പ്രതിസന്ധി ലോകം നേരിടുകയാണ്. ഇത്തരം ഒരു വേളയിൽ ഇ.എം. ഹാഷിമിന്റെ ബുദ്ധനെ വായിച്ചപ്പോൾ അദ്ദേഹത്തെ ഒന്നാമതായി കണ്ടുമുട്ടിയ ദിവസം മുതൽ ഉള്ളിലുണ്ടായ ചില വിചാരങ്ങൾ സഫലമായതിന്റെ ഓർമയോടെയാണിതെഴുതുന്നത്.

കഥയെഴുത്തുകാരനായ ഇ.എം. ഹാഷിം കുറച്ചുകാലം ചിട്ടയായ മൗനത്തിന്റെയും ധ്യാനത്തിന്റേയും വഴിയിൽ പോയിരുന്നു. അതിന്റെ നിശ്ശബ്ദതയും നിശ്ചലതയും അറിഞ്ഞിരുന്നതു പറഞ്ഞുകേട്ടപ്പോൾ ഇതിന്റെ ഭാഗമായുള്ള ഒരു രചന അദ്ദേഹത്തിൻനിന്നു പ്രതീക്ഷിക്കുകയായിരുന്നു. അദ്ദേഹത്തിന്റെ *ദൈവത്തിന്റെ മണവാട്ടികൾ* വായിച്ചപ്പോഴും ലോകത്തെങ്ങുമുള്ള പ്രസിദ്ധരും അല്ലാത്തവരുമായ സൂഫിമിസ്റ്റിക്കുകളുമായുള്ള അദ്ദേഹത്തിന്റെ ദീർഘകാലബന്ധത്തെപ്പറ്റി കേട്ടപ്പോഴും അദ്ദേഹം തനിക്കിഷ്ടമുള്ള ഒരു സൂഫിയതിയെ കേന്ദ്രമാക്കിയുള്ള നോവൽ എഴുതിയേക്കാമെന്നും പ്രതീക്ഷിച്ചിരുന്നു. പക്ഷേ, *ബുദ്ധമാനസം* വായിച്ചപ്പോൾ ഒരിന്ത്യക്കാരനെന്ന നിലയ്ക്ക് തന്റെ അബോധ

സംഘസത്തയിൽ ഉറങ്ങിക്കിടക്കുന്ന ഒരാളെ, ശ്രാവസ്തിയിലെ സിദ്ധാർത്ഥ രാജകുമാരനെ പുനരാഖ്യാനം ചെയ്യുന്നതിലടങ്ങിയ സാധ്യതയെപ്പറ്റി യത്നരഹിതമായി അത് അനാവരണം ചെയ്യവെ, അതിൽ വാക്കുകൾക്കും വരികൾക്കും ഇടയ്ക്ക് നിലനില്ക്കുന്ന നിശ്ശബ്ദതയെ, നിശ്ചലതയെ ശ്വസിച്ചറിഞ്ഞപ്പോൾ, രചനയുടെ സ്വാഭാവികതയിൽ, വാക്കുകളുടെ പിന്നിലെ ബോധനിറവിൽ ആനന്ദം തോന്നി.

ഒരു ബുദ്ധനാകാനായി ഒരാൾ തന്റെ മനുഷ്യാവസ്ഥയെ ഉപേക്ഷിക്കേണ്ടതില്ല. അയാൾ തന്റെ മനുഷ്യാവസ്ഥയിൽനിന്നുകൊണ്ടു തന്റെ ബുദ്ധത്വത്തെ തേടുകയാണ്. ഒരാൾ തന്നിൽത്തന്നെയുള്ള ഉന്നതബോധവുമായി തൊട്ടുനില്ക്കുമ്പോൾ അയാളൊരു ബുദ്ധനാകുന്നു. ഓരോ വ്യക്തിയുടെയും ഉള്ളിൽ ഒരു ബുദ്ധനുണ്ട്. സ്ഥലകാലങ്ങളെ അതീന്ദ്രിയതയോടടുപ്പിക്കുന്ന ബുദ്ധൻ. ഇതാണ് ജീവിക്കുന്ന ബുദ്ധൻ. ഇ.എം. ഹാഷിമിന്റെ ഉള്ളിൽ വർഷങ്ങളായി ഈ ബുദ്ധനുണ്ടായിരുന്നു. അതാണദ്ദേഹത്തെ ലോകത്തിന്റെ പല കോണിലുമുള്ള ബുദ്ധവിഹാരങ്ങളിലേക്ക്, ബുദ്ധഭിക്ഷുക്കളിലേക്ക് ഓടിച്ചത്, ധ്യാനത്തിന്റെ പല വഴികളിലൂടെ നടത്തിച്ചത്.

സിദ്ധാർത്ഥന്റെ യുവഹൃദയത്തിലെ തോന്നലുകളെപ്പറ്റി *ബുദ്ധമാനസ*ത്തിൽ പറയുന്നു. 'ഹൃദയത്തിന് അനേകം കിളിവാതിലുകളുണ്ടെന്നും ചെറുതായി തള്ളിയാൽ ഒന്നൊന്നായി അവയൊക്കെയും തുറക്കപ്പെടുമെന്നും പലപ്പോഴും തോന്നിയിട്ടുണ്ട്. അല്പാല്പമായി തുറക്കാൻ തുടങ്ങിയപ്പോഴാണറിഞ്ഞത് അധികാരത്തേക്കാൾ മഹത്ത്വം അനുകമ്പയ്ക്കാണെന്ന്. കാരുണ്യത്തിന്റെ നെയ്ത്തിരികൾക്ക് അനേകമനേകം വിളക്കുകളെ ജ്വലിപ്പിക്കാനാവും.'

ബോധോദയത്തിനുള്ള ബീജത്തെ ഗർഭം ധരിച്ചവരെല്ലാം ബുദ്ധന്മാരാവാൻ സാധ്യതയുള്ളവരത്രെ. ദൈനംദിന ജീവിതത്തിൽ ഒരാൾ 'ബോധനിറവ്' പരിശീലിക്കുമ്പോൾ, തന്റെയുള്ളിലെ കുഞ്ഞുബുദ്ധനെ എങ്ങനെ പരിപാലിക്കണമെന്ന് അറിയുമ്പോൾ ഒരുനാൾ അയാൾക്കു ബോധോദയത്തിലേക്കുള്ള വാതിൽ തുറന്നുകിട്ടുന്നു.

ബുദ്ധനെ കണ്ടെത്തൽ ഒരു വാതിലായി വിവരിക്കപ്പെടുന്നുണ്ട്. ആ വാതിൽ ബോധനിറവിന്റെ പ്രതലത്തിലേക്ക് ഒരാളെ എത്തിക്കുകയാണ്. സ്നേഹപൂർവ്വമായ കരുണയിലേക്ക്, സമാധാനത്തിലേക്ക്, ആനന്ദത്തിലേക്ക്, പരമമായ സ്വാതന്ത്ര്യത്തിലേക്ക്. ഇത്തരത്തിൽ ഇ.എം. ഹാഷിം ബുദ്ധനെ തന്റെയുള്ളിൽ കണ്ടെത്തിയതാണ് ബുദ്ധമാനസത്തിലെ ബുദ്ധൻ.

അന്ധരായ ഒരു പറ്റം മനുഷ്യർ ആയിരും മുറികളുള്ള ഒരു കെട്ടിടത്തിനുള്ളിൽ, അടഞ്ഞുകിടക്കുന്ന പുറത്തേക്കുള്ള വാതിലേതെന്നറിയാതെ,

ഓരോ മുറിയിൽനിന്നും മറ്റോരോ മുറിയിലേക്ക് മാറിമാറി എത്തുകയും ഒടുവിൽ പുറത്തുകടക്കാനാവാതെ ഇരുട്ടിൽത്തന്നെ ഒടുങ്ങുകയും ചെയ്യുന്നതുപോലെയത്രെ മനുഷ്യവംശം ഇന്ന് ജീവിക്കുന്നതും മരിക്കുന്നതും. ഈ കെട്ടിടത്തിന്റെ വാതിൽ തുറക്കാനും പൊട്ടിയ കണ്ണുകൾ തുറക്കാനുമുള്ള പോംവഴിയാണ് ബുദ്ധൻ ബോധാദയാനന്തരം ലോകത്തിനു മുന്നിൽ നാലു പതിറ്റാണ്ടുകളോളം പറഞ്ഞുകൊണ്ടിരുന്നത്.

മനുഷ്യൻ ഇന്നും ഇരുളിൽ തപ്പിയുഴലുകയാണ്. സംഘർഷം, ഹിംസാത്മകത, ഭയം ഇവയിൽ അധികമധികം മുങ്ങിക്കൊണ്ടിരിക്കുകയാണ്. അകത്തും പുറത്തും മനുഷ്യൻ ഇന്ന് തീയിലാണ്. ഈ തീയണയ്ക്കാതെ ഭൂമിയിൽ ജീവിതം സന്തോഷകരമാക്കാനാവില്ല. ഇ.എം.ഹാഷിം ബുദ്ധമാനസമെഴുതുമ്പോൾ ഈ ഒരവബോധം, എണ്ണമറ്റ ബുദ്ധന്മാരുടെ ബോധപ്രകാശം അദ്ദേഹത്തെ ആശീർവദിച്ചതിന്റെ ദീപ്തി ഇതിന്റെ ഓരോ താളുകളിലും അനുഭവിക്കാൻ കഴിയുന്നു.

(ഇ.എം. ഹാഷീമിന്റെ 'ബുദ്ധമാനസ' ത്തിന്റെ അവതാരിക)

■

കരുണയുടെ പൂ, കനി, വേര്

ഭൂമി, നൂറ്റിപ്പതിനാല് ദശലക്ഷം ആണ്ടുകൾക്കുമുമ്പുള്ള ഒരു പ്രഭാതം. അന്ന് ഈ ഗ്രഹത്തിൽ ആദ്യമായി വിരിഞ്ഞ ഒരു പൂവ് സൂര്യരശ്മികളേറ്റു വാങ്ങാനായി സ്വയം തുറന്നുവെച്ചു. ഈ ഐതിഹാസിക നിമിഷത്തിനു മുമ്പ് കോടി വർഷങ്ങളോളം ഈ ഗ്രഹം പച്ചയിൽകുളിച്ച് പച്ച പച്ച പച്ച യായി നിലകൊണ്ടു... ആദ്യപുഷ്പം ഏറെനേരം നിന്നില്ല... ഒരു ദിവസം, ഒരു നിർണ്ണായകമായ നിമിഷം യുഗങ്ങൾ കാത്തുനിന്ന മുഹൂർത്തം വന്നു. പൊടുന്നനെ അവിടെ സുഗന്ധത്തിന്റെയും നിറത്തിന്റെയും ഒരു ദിവ്യ വിസ്ഫോടനമുണ്ടായി!

ഏറെ വൈകി, നാം പൂക്കളെന്നു വിളിക്കുന്ന ആ മൃദുവും സൗഗന്ധിക വുമായ ജീവികൾ മറ്റൊരു ജീവിവർഗ്ഗത്തിന്റെ അവബോധവികാസത്തിനു നിമിത്തമായി മാറുകയായിരുന്നു! പൂക്കൾ ഭൗതിക തലത്തിൽ പ്രയോജന ജനരഹിതമെന്ന് ഒരു വേള തോന്നിച്ചാലും ജീവിതത്തോട് ആദിമമായ ഏതോ ഒരു കാരണത്താൽ ചേർന്നുനിന്നു. അവ എണ്ണമറ്റ കലാകാര ന്മാർക്ക്, കവികൾക്ക്, യോഗികൾക്ക് പ്രയോജനമായി മാറി. പൂക്കളെ ധ്യാനിക്കുവാനും എങ്ങനെ ജീവിക്കണമെന്ന് അവയിൽനിന്നു പഠിക്കു വാനും യേശു പറഞ്ഞു. ബുദ്ധൻ ഒരു പൂ കരത്തിലേന്തിക്കൊണ്ട് ഒരു വിമൂകമായ പ്രഭാഷണംതന്നെ നടത്തി. അല്പം കഴിഞ്ഞ് മഹാകാശ്യ പൻ എന്നൊരാൾ പുഞ്ചിരിതൂകി. അയാൾ ഒരാൾ മാത്രമാണ് ആ പ്രഭാഷണത്തിന്റെ പൊരുൾ എന്ന് മനസ്സിലാക്കിയതിൽനിന്നാണ് സെൻ പിറക്കുന്നത്.

ഒരു സത്സംഗത്തിലിരിക്കെ ബുദ്ധന്റെ മുഖത്ത് ഒരീച്ച വന്നുകടിച്ചു. അദ്ദേഹം പെട്ടെന്ന് അസുന്ദരമായ തരത്തിൽ കൈ ഉയർത്തി. അതിനെ അകറ്റി. എല്ലാവരും അതു ശ്രദ്ധിച്ചു. തുടർന്ന് ബുദ്ധൻ മുഖത്ത് ഒന്നു മില്ലാതെ തന്നെ ആ ഭാഗത്തേക്ക് ധ്യാനാത്മകമായി കൈയുയർത്തി മന്ദമായവിടെ തടവി. പിന്നീട് ആനന്ദൻ ഇതിനെപ്പറ്റി ചോദിച്ചപ്പോൾ ബുദ്ധൻ നമ്രതയോടെ പറഞ്ഞു: "ക്ഷമിക്കുക! എന്റെ മുഖത്തുവന്നു ശല്യപ്പെടുത്തിയ ആ പ്രാണിയുടെ നേരെ ഞാൻ കൈ ചലിപ്പിച്ചപ്പോൾ,

എന്റെ മനോനിറവിൽനിന്ന് ഞാൻ തെന്നിപ്പോയതായെനിക്ക് മനസ്സിലായി. ഞാൻ കുറച്ചുകൂടി നന്നായി പെരുമാറേണ്ടതായിരുന്നു വെന്ന് അതെന്നെ പരിശീലിപ്പിക്കുകയായിരുന്നു. അത്തരമൊരവസര ത്തിൽ കുറച്ചുകൂടി ദയയുള്ള ഒരു മനസ്സോടെ പെരുമാറുന്നതിനായി ഞാനെന്നെ അപ്പോൾതന്നെ പരിശീലിപ്പിക്കുകയായിരുന്നു. മനോനിറ വോടെയാണ് ഒരാൾ ചെയ്യുന്നതെങ്കിൽ അതയാളുടെ ഉള്ളിലെ സൗന്ദര്യത്തിന്റേയും നന്മയുടെയും വിത്തുകൾക്ക് ജലം തൂകുന്ന പ്രവൃത്തിയായി മാറും എന്ന് ബുദ്ധൻ ഒരായുഷ്ക്കാലം കൊണ്ട് പഠിച്ച താണ്, അറിഞ്ഞതാണ്. അതാണദ്ദേഹത്തിന്റെ ജീവിതത്തെ സുന്ദര മാക്കിയത്. രണ്ടായിരത്തഞ്ഞൂറിലേറെ വർഷങ്ങൾ കടന്നുപോയിട്ടും ഗൗതമബുദ്ധന്റെ ജീവിതത്തിലുണ്ടായ സുന്ദര മുഹൂർത്തങ്ങളോരോന്നും ഓർക്കുമ്പോൾ, പറയുമ്പോൾ, മനനം ചെയ്യുമ്പോൾ നമ്മളിലുള്ള സൗന്ദര്യത്തിന്റെ, സന്തോഷത്തിന്റെ വിത്തുകൾ നാമറിയാതെ ജന്മം കൊള്ളുകയാണ്.

നാം ഗൗതമബുദ്ധനിൽ കണ്ട നന്മയുടെ, കരുണയുടെ വിത്തുകൾ ആ ഒരു ജന്മത്തിലേതുമാത്രമല്ല പോയ ജന്മത്തിലും ഇതേ കാരുണ്യം, ജീവജാലങ്ങൾക്കു നേരെയുള്ള മൈത്രി ഉണ്ടായിരുന്നു. അതേപ്പറ്റി യൊരു കഥ ഇങ്ങനെ: കഴിഞ്ഞ ജന്മത്തിൽ അദ്ദേഹം സാധാരണ ഗൃഹസ്ഥൻ, ഒരു വനപരിസരത്തിലൂടെ നടന്നുപോവുകയായിരുന്നു. അവിടെ ഒരിടത്തെത്തിയപ്പോൾ ഒരു ജന്തുവിന്റെ യാതന നിറഞ്ഞ ഞരക്കം അദ്ദേഹം ശ്രദ്ധിക്കുകയും വൃക്ഷങ്ങൾക്കിടയിലൂടെ ഉള്ളിലേക്ക് ചെന്നുനോക്കിയപ്പോൾ ഒരു സിംഹി കാലിന് ഭയങ്കരമായ ക്ഷതമേറ്റ് പഴുത്തുവീങ്ങി മരണാസന്നയായി കിടക്കുന്നതുമാണ് കണ്ടത്. അതിന്റെ ഒരു കുഞ്ഞ് അവളുടെ നിർജ്ജീവമായ മുലയിൽനിന്ന് പാൽ കിട്ടാതെ വിശന്ന് തളർന്ന് മരിച്ചുകൊണ്ടിരിക്കുകയായിരുന്നു. ഈ രംഗം അയാളെ അഗാധമായി സ്പർശിക്കുകയും ഒന്നു ചിന്തിക്കുക പോലും ചെയ്യുന്നതിനുമുമ്പ് വലതുകൈത്തണ്ടയിൽ കടിച്ചുകീറി പുറത്തുവന്ന ചോര സിംഹിയുടെ മുഖത്തിനുനേരെ ഉയർത്തുകയും മൂക്കിനുനേരെ വെച്ചുകൊടുക്കുകയും ചെയ്തു. താമസിയാതെ കണ്ണു തുറന്ന സിംഹി ആർത്തിയോടെ ആ ചോര നുണഞ്ഞിറക്കാനും പതുക്കെ ജീവൻ വയ്ക്കുവാനും തുടർന്ന് കണ്ണ് തുറന്ന് തന്റെ മുന്നിലുള്ള ഇരയെ തിന്നുവാനും തുടങ്ങി. മനുഷ്യചരിത്രത്തിലെ മഹാകരുണയുടെ ആദ്യത്തെ നിമിഷമായിരുന്നു അത്. മനുഷ്യവംശം തന്നെ ഒന്നായി വന്ദിച്ചു നിന്ന, എണീറ്റുനിന്ന ഒരു മുഹൂർത്തം. ഈ മഹാകരുണയുടെ ബീജമാണ് പിന്നീട് അദ്ദേഹത്തെ ഗൗതമബുദ്ധനാക്കിയത്. 'ജീവികൾ ക്കൊക്കെയും നേരെ കരുണ കാണിക്കണം' എന്ന സന്ദേശമടങ്ങിയ വിത്തുമായി കപിലവസ്തുവിലെ ശുദ്ധോധനന്റെ മകനായി സിദ്ധാർത്ഥ രാജകുമാരൻ ജനിക്കുമ്പോൾതന്നെ അദ്ദേഹത്തിന്റെ ജീനുകളിൽ അടങ്ങിയ ബീജത്താൽ, കരുണയാൽ അദ്ദേഹം നിർണ്ണയിക്കപ്പെടുക യായിരുന്നു. സിദ്ധാർത്ഥനെ ബുദ്ധനാക്കാതിരിക്കാൻ പട്ടാളത്തെവെച്ചാൽ

പോലും അതു നടക്കുമായിരുന്നില്ല. എന്തെന്നാൽ അദ്ദേഹത്തിന്റെ ഉള്ളിൽ പരിത്യാഗത്തിന്റെ, കരുണയുടെ, സഹനത്തിന്റെ, ക്ഷമയുടെ, ധർമ്മത്തിന്റെ അതിരറ്റ ശക്തികൾ ഉറങ്ങിക്കിടന്നിരുന്നു.

സർവ്വവും ത്യജിച്ച് വീടുവിട്ടുപോകാനിടയുള്ളവൻ എന്ന് ജ്യോതിഷികൾ പ്രവചിച്ച സിദ്ധാർത്ഥനെ മാന്ത്രികമായ ഒരു കൃത്രിമോദ്യാനത്തിൽ കൂട്ടിലടച്ച ഒരു തത്തയെപ്പോലെ അച്ഛൻ വളർത്തിയെങ്കിലും സമയമായപ്പോൾ അദ്ദേഹത്തിന്റെ ഉള്ളിലെ കരുണയുടെ വിത്ത് വേഗം വേഗം മുളച്ചു വലുതാകുകയും ഒടുവിലദ്ദേഹം കൊട്ടാരം വിട്ട്, സുന്ദരിയായ ഭാര്യയേയും മകനേയും വിട്ട് ലോകത്തിലേക്കു പോവുകയായിരുന്നു.

കരുണ ഒരു വ്യക്തിയുടെ ദേഹത്തെ, ജീവശക്തിയെ എത്രമാത്രം മാറ്റുമെന്നു തെളിയിക്കുന്ന ഒരനുഭവം ജപ്പാനിൽ നടക്കുകയുണ്ടായി. സാക്മി എന്ന ബാലന്റെ അനുഭവം. ഗുരുകുലത്തിലെ വിദ്യാർത്ഥിയായ സാക്മിയെ നിരീക്ഷിച്ചപ്പോൾ അവന്റെ ആത്മചൈതന്യം അതിവേഗം ക്ഷയിച്ചുകൊണ്ടിരിക്കുന്നതായും അവന്റെ മരണം അടുത്തെത്തിയതായും പരിചയസമ്പന്നനായ ഗുരുവിന് മനസ്സിലായി. ഒരു വ്യക്തി മരണത്തോടടുക്കുന്നതിന് മാസങ്ങൾക്കുമുമ്പ് തന്നെ സൂക്ഷ്മശരീരത്തിൽനിന്ന് ജീവശക്തി സാവധാനം നഷ്ടപ്പെട്ടുകൊണ്ടിരിക്കുന്നത് തിരിച്ചറിയാൻ പ്രത്യേക കഴിവുള്ള ഗുരു, സാക്മിയെ അടുത്തുവിളിച്ച് അന്നുതന്നെ അവന്റെ വീട്ടിലേക്ക് പറഞ്ഞയയ്ക്കുന്നു.

വീട്ടിലേക്കുള്ള വഴിയിൽ ഒരു കുന്ന് കയറിയിറങ്ങി പിന്നെയും കുറെ നടന്നുപോകണം. പ്രത്യക്ഷത്തിൽ യാതൊരവശതയും ഇല്ലാത്ത സാക്മി വളരെ സന്തോഷത്തോടെയാണ് വീട്ടിലേക്ക് യാത്രയാരംഭിച്ചത്. ചുറ്റുമുള്ള കാഴ്ചകൾ കണ്ടും ശബ്ദങ്ങൾ കേട്ടുരസിച്ചും അവൻ നടന്നുപോയി. കുന്നിനുമുകളിൽ അസ്തമയവെളിച്ചത്തിൽ കുളിച്ചുനിൽക്കുന്ന പുൽപ്പരപ്പിൽ അവൻ കുറെനേരം കിടന്നു. പിന്നീടവൻ കുന്നിറങ്ങി നടക്കുവാൻ തുടങ്ങി. കുന്നിൽ നിന്നൊഴുകി പോകുന്ന ഒരു കുഞ്ഞരുവിയുടെ നേർത്ത ശബ്ദം കേട്ടുകൊണ്ടവൻ നടന്നു. ഇടയ്ക്ക്, ഒരു വൃക്ഷത്തിൽ പൊന്തിനിൽക്കുന്ന തായ്വേരിലേക്ക് മുകളിൽനിന്ന് കൂട്ടമായി വന്നുകൊണ്ടിരുന്ന ഉറുമ്പുകൾ നീരൊഴുക്കിലേക്ക് വീണ് ഒഴുകിപ്പോകുന്നത് അവൻ ശ്രദ്ധിച്ചു. അവ വെള്ളത്തിലേക്ക് വീണുപോകാതിരിക്കാൻ അവൻ കുന്നിന്റെ മുകളിൽ പോയി കുറെ മൺകട്ടകളും കല്ലുകളും കൊണ്ടുവന്ന് അവിടെ ഒരു തടം നിർമ്മിക്കുകയും ഉറുമ്പുകൾ ആപത്തിൽനിന്ന് രക്ഷപ്പെടുകയും ചെയ്തു. സാക്മിയുടെ പണിയെല്ലാം കഴിയുമ്പോഴേക്ക് സന്ധ്യ മയങ്ങിയിരുന്നു. ഇനി നാട്ടിലേക്ക് പോകാനാവില്ല എന്ന് മനസ്സിലാക്കിയ അവൻ അവിടെത്തന്നെ കിടന്ന് ഉറങ്ങുകയായിരുന്നു. പിറ്റേന്ന് അതിരാവിലെ ഉണർന്ന് വീട്ടിലെത്തിയ സാക്മിയെ കണ്ട് അച്ഛനമ്മമാർ അദ്ഭുതപ്പെട്ടു. ഉണ്ടായ സംഭവം പറഞ്ഞുകേട്ടപ്പോൾ അവരിരുവരും കരഞ്ഞുപോയി. ഇളംപ്രായത്തിൽ സാക്മിക്ക് ഇത്രയും

കരുണയോ? രണ്ടുനാൾ കഴിഞ്ഞപ്പോൾ അവൻ ഗുരുകുലത്തിലേക്ക് തിരിച്ചുപോയി. അവനെ കണ്ട ഗുരു വിസ്മയത്തോടെയാണ് അവനെ നോക്കിയത്. അവന്റെ നെറ്റിത്തടത്തിൽ നേരത്തെയുണ്ടായിരുന്ന കറപ്പ് വർണ്ണം പൂർണ്ണമായും ഇല്ലാതായതായും പകരമവിടെ അതിരറ്റ വെൺമയും ഊർജ്ജവും നിറഞ്ഞുനിൽക്കുന്നതായും കണ്ടു. ഉണ്ടായ സംഭവങ്ങളെപ്പറ്റി ചോദിച്ചറിഞ്ഞു. ഉറുമ്പുകളുടെ ജീവൻ രക്ഷിക്കാനായുള്ള ദയയുണർന്ന നിമിഷത്തിൽ, അത് പ്രായോഗികമായി മാറ്റിയ നിമിഷത്തിൽ അവന്റെ ഉള്ളിൽനിന്ന് മരണത്തിന്റെ കാലൊച്ച അകന്നുപോയതായും അവൻ അവിശ്വസനീയമായ നിലയിൽ ജീവിതത്തിലേക്ക് തിരിച്ചുവന്നതായും ഗുരു കണ്ടു.

ജെ. കൃഷ്ണമൂർത്തി അതിരാവിലെ ഉണർന്ന് പതിവായി യോഗ ചെയ്യുമായിരുന്നു. ഒരു ദിവസം അദ്ദേഹം യോഗ കഴിഞ്ഞ് ചരാചരങ്ങളുടെയൊക്കെ നേരെയുണർന്ന സ്നേഹത്തോടെ ഇരിക്കുകയായിരുന്നു. മലമ്പ്രദേശത്ത് നിബിഡവൃക്ഷങ്ങൾക്കിടയിലുള്ള ആ വീട്ടിൽ അദ്ദേഹം ഒറ്റയ്ക്കായിരുന്നു. ജാലകങ്ങളെല്ലാം തുറന്നിട്ടിരുന്നു. സൂര്യവെളിച്ചം മുറിയിലേക്ക് കടന്നുവരുന്നുണ്ടായിരുന്നു. അദ്ദേഹം സന്തോഷത്തോടെ ചുറ്റുനിന്നും വന്നെത്തുന്ന ശബ്ദങ്ങൾക്കു നേരെ കാതോർത്തിരിക്കെ ഒട്ടും പ്രതീക്ഷിക്കാതെ, ഒരു വാനരൻ അകലെ നിന്നോടിവന്ന് ചുമരുകൾക്കു മീതെ പിടിച്ചുകയറി ജാലകത്തിനരികെ നിൽക്കുന്ന കൃഷ്ണമൂർത്തിയുടെ നേരെ കൈനീട്ടി അദ്ദേഹത്തിന് ഹസ്തദാനം ചെയ്യുകയും സ്നേഹം പങ്കിട്ട് തിരിച്ചുപോകുകയും ചെയ്തതിനെപ്പറ്റി വായിച്ചിട്ടുണ്ട്. ഒരു വ്യക്തിയുടെ ഉള്ളിൽ സ്നേഹമുണരുമ്പോൾ, സഹജീവികൾക്കു നേരെ കരുണയുണ്ടാകുമ്പോൾ അത് അവയ്ക്ക് തിരിച്ചറിയാനാവുന്നു. അവയുടെ ഒരു പ്രതിനിധി വന്ന് തങ്ങളുടെ നന്ദിയും സന്തോഷവും അറിയിക്കുന്നു.

മൃഗകുലവുമായി കൃഷ്ണമൂർത്തിക്കുണ്ടായിരുന്ന ഇതുപോലുള്ള നിരവധി അനുഭവങ്ങളുണ്ട്. ഒരിക്കൽ അദ്ദേഹം ഓജായിൽവെച്ച് ഒരു കുഗ്രാമത്തിലൂടെ നടന്നുപോവുകയായിരുന്നു. അപ്പോൾ അതുവഴി വന്ന ഒരു നായ വഴിയറിയാതെ അങ്കലാപ്പിലായി. തലങ്ങും വിലങ്ങും ഓടിനടന്ന് ഒടുവിൽ കൃഷ്ണമൂർത്തിയുടെ മുന്നിലെത്തി; സഹായമഭ്യർത്ഥിക്കുന്നതുപോലെ എന്തോ ഒച്ചയുണ്ടാക്കുകയും അദ്ദേഹം അതിനു പോകേണ്ട ദിശ കാട്ടിക്കൊടുക്കുകയും നായ ആ വഴിക്കോടിപ്പോകുകയും ചെയ്യുന്നു. ഒരാളിൽ കരുണ നിറയുമ്പോൾ 'സുപ്രീം ഇന്റലിജൻസ്' അയാളിൽ പ്രവർത്തിക്കുന്നതിനെ ഉദാഹരിക്കുന്നതായിരുന്നു. ആ സംഭവം.

പൈക്കളെ മേയിക്കുന്നിടത്തേക്ക് തന്നെയും കൊണ്ടുപോകണമെന്ന് കണ്ണൻ അമ്മയോട് പറഞ്ഞപ്പോൾ യശോദ ഇങ്ങനെ പറഞ്ഞു:

"ഓമനേ, മൃദുവായ പട്ടുപോലുള്ള നിന്റെ കുഞ്ഞിക്കാലുകൾകൊണ്ട് കല്ലും മുള്ളും നിറഞ്ഞ ആ വഴികളിൽക്കൂടി എങ്ങനെയാണ് നീ നടന്നുപോകുക? നല്ല ഒരു ജോടി പാദരക്ഷകൾ ഞാനുണ്ടാക്കിത്തരാം. അത് കിട്ടിക്കഴിഞ്ഞാൽ പിന്നെ നിനക്ക് പോകാം." അതിന് കൊഞ്ചു മൊഴികളാൽ കണ്ണൻ, "നാം സേവിക്കുന്ന പൈക്കളുടെ കാലുകളിൽ പാദരക്ഷയൊന്നുമില്ലല്ലോ? അപ്പോൾ അവരുടെ സേവ ചെയ്യുന്ന നാം അവർക്ക് ഒഴിഞ്ഞ് മാറാൻ കഴിയാത്ത കല്ലിലും മണ്ണിലുംനിന്ന് രക്ഷനേടാൻ എന്തിന് ശ്രമിക്കുന്നു" എന്ന് തനിക്ക് പൈക്കളുടെ നേരെയുള്ള സഹജസ്നേഹം പ്രകടിപ്പിക്കുന്നു.

കൃഷ്ണൻ ഗോകുലത്തിൽനിന്നും മധുരയ്ക്ക് പുറപ്പെടുമ്പോൾ ഗോകുലത്തിലെ മുഴുവൻ പൈക്കളും കിടാങ്ങളും നിശ്ചലരായി നിന്നു കണ്ണീർ തൂകുന്നത് ഒരാളുടെ മൈത്രി മൃഗകുലത്തെ എത്ര അഗാധമായി സ്പർശിക്കുന്നുവെന്നു പറയുന്നു.

1970–കളിൽ അടുത്ത ബന്ധമുണ്ടായിരുന്ന ഒരു യഥാർത്ഥ ചികിത്സകയായ ഡോ. കാഞ്ചനയെ ഓർക്കുന്നു. രോഗികളും അനാഥരുമായ ആളുകൾക്കുനേരെ അവർക്കുള്ള സമർപ്പണം അസാധാരണമായിരുന്നു. ചേവായൂർ കുഷ്ഠരോഗാശുപത്രിയിലെ അന്തേവാസികളായ രോഗികളെ മാസത്തിലൊരു ദിവസം അവർ സന്ദർശിച്ചിരുന്നു. ആയിടെ അവരയച്ച കത്തിൽ എഴുതി: "ഇന്ന് ചേവായൂരിലെ 'പുവർഹോമി'ൽ കുറേ നേരം ചെലവഴിച്ചു. അവിടെ പോകുമ്പോഴുള്ള ഒരാളായിട്ടല്ല ഞാൻ തിരിച്ചു പോന്നത്, പുതിയൊരാളായിട്ടാണ്. അതെങ്ങനെ എഴുതണം എന്നറിയില്ല, എന്നാലും പറയേണ്ടതാണെന്ന് തോന്നുന്നതുകൊണ്ട് എഴുതുകയാണ്. പുവർഹോമിൽ എല്ലാവരാലും ഉപേക്ഷിക്കപ്പെട്ട അമ്പതോളം രോഗികളുണ്ട്. അവരുമായി ഒരു വിനിമയവും നടത്താൻ ആരുമില്ലാത്തതുകൊണ്ട് അവർ എപ്പോഴും ഒരു കനത്ത നിർവികാരതയിൽ, വ്യർത്ഥതയിൽ കഴിയുന്നവരെപ്പോലെയാണ്. അക്കൂട്ടത്തിൽ തീർത്തും നിസ്സഹായനും നിർവികാരനുമായ ഒരു രോഗിയുണ്ട്. ജോസഫേട്ടൻ. അറുപതുവയസ്സുള്ള അദ്ദേഹത്തിന്റെ കൈകാലുകളിലും മുഖത്തും രോഗമുണ്ടാക്കിയ അംഗവൈകല്യം വളരെ പ്രകടമായിരുന്നു. മാത്രമല്ല, അദ്ദേഹത്തിന്റെ ഒരു കണ്ണ് പൂർണ്ണമായും കാഴ്ചപോയതും മറ്റേ കണ്ണ് നേരിയ കാഴ്ചയുള്ളതുമായിരുന്നു. എന്നാൽ ആ കൺപോളയ്ക്കു മീതെയുള്ള വ്രണമുണ്ടാക്കിയ വൈകല്യവും വീക്കവും കാരണം അദ്ദേഹം കണ്ണു തുറന്നിരുന്നില്ല. കേൾവിയും വളരെ കുറവായിരുന്നു. അവിടെയുള്ള അന്തേവാസികൾക്കെല്ലാം ഞാൻ ഓരോ ലഡു കൊടുത്തു.

ഒടുവിലാണ് ജോസഫേട്ടനെ കണ്ടത്. എന്റെ ശബ്ദം കേട്ടപ്പോൾ അദ്ദേഹം തിരിച്ചറിയുകയും വായ് തുറക്കാൻ പറഞ്ഞപ്പോൾ വായ് തുറന്നുവെയ്ക്കുകയും വായിലിട്ടുകൊടുത്ത ലഡുവിന്റെ കഷണങ്ങൾ

നിർവികാരമായി തിന്നുകയും ചെയ്തു. കുറച്ചുനേരം ഞാനദ്ദേഹത്തിന്റെ നേരെ സ്നേഹത്തോടെ നിശ്ശബ്ദമായി നോക്കിനിൽക്കുകയും ആ പരുത്ത നെറ്റിയിലും തലയിലും പതുക്കെ തടവിക്കൊടുക്കുകയും ചെയ്തു. ഇതിനുമുമ്പൊരിക്കലും ഞാനങ്ങനെ ചെയ്തിരുന്നില്ല. അദ്ദേഹത്തിന്റെ മുന്നിൽ വന്നു നിന്നപ്പോഴും അങ്ങനെ ചെയ്യണമെന്നു വിചാരിച്ചിരുന്നില്ല. എന്റെ ഉള്ളിലുള്ള എന്തോ ഒന്നിന്റെ പ്രേരണയിൽ ഞാനദ്ദേഹത്തിന്റെ നെറ്റിയിൽ തടവിക്കൊണ്ടിരുന്നപ്പോൾ അദ്ദേഹം എപ്പോഴും അടച്ചുവെക്കാറുള്ള രോഗംകൊണ്ടു പാതിയടഞ്ഞുപോയ കണ്ണ് പതുക്കെ തുറക്കുവാനും എന്റെ നേരെ നോക്കുവാനും തുടങ്ങി. ജീവശക്തിയുടെ ഏതോ തരത്തിലുള്ള ഊർജ്ജം ആ മുഖത്താകെ വ്യാപിച്ചു. ഒരു നിമിഷം അദ്ദേഹം പറയാനാവാത്ത ഒരു സ്നേഹം, കൃതജ്ഞത അറിയിക്കാനായി പുഞ്ചിരി തൂകുകയും ചെയ്തുകൊണ്ടെന്റെ നേരെ നോക്കി. ആ കണ്ണിൽ നിന്ന് കണ്ണുനീരൊഴുകുന്നുണ്ടായിരുന്നു. ആ ചുണ്ടുകൾ വിതുമ്പുന്നുണ്ടായിരുന്നു. അപ്പോൾ അവിടെ, ഞാൻ എന്റെ ഈശ്വരനെ കണ്ടു!"

ദസ്തയെവ്സ്കിയുടെ 'കുറ്റവും ശിക്ഷയും' എന്ന നോവലിൽ റസ്കോൾ നിക്കോഫ് എന്ന ചെറുപ്പക്കാരൻ ഹുണ്ടികക്കാരിയായ ഒരു വൃദ്ധയെ കൊലപ്പെടുത്തുന്നതായി പറയുന്നുണ്ട്. അയാൾ എത്ര കരുണയുള്ളവനായിരുന്നു എന്നു സൂചിപ്പിക്കുന്ന ഒരാഖ്യാനം അതിലുണ്ട്. ഒരു കുതിരവണ്ടിക്കാരൻ, പ്രായവും അവശതയുംകൊണ്ട് മുന്നോട്ടു പോകാനാവാതെ റോഡിൽ തളർന്നുവീണുപോയ തന്റെ കുതിരയെ പൈശാചികമായി ഹിംസിക്കുന്നതുകണ്ട് ആളുകളെല്ലാം അതിന്റെ ചുറ്റും വന്നുനിന്നു. പീഡനത്തിന്റെ യാതനയാൽ പുളഞ്ഞു വിലപിക്കുന്ന ആ സാധുമൃഗത്തിന്റെ നേരെ ഒരാളുടെ ഉള്ളിലും കരുണ തോന്നുന്നില്ല. അതു മനസ്സിലായപ്പോൾ ദേഹവും മനസ്സും ഒരുപോലെ ദുർബലനായ ആ ചെറുപ്പക്കാരൻ സ്വയം നിയന്ത്രിക്കാനാവാതെ ജനങ്ങളെ മുഴുവൻ വകഞ്ഞുമാറ്റി, ആ ക്രൂരനായ വണ്ടിക്കാരനു നേർക്ക് ആ ഹിംസ നിർത്താനായി തന്റെ മുഴുവൻ ശക്തിയും എടുത്ത് ഒരാർപ്പുവിളിയോടെ കുതിച്ചു ചെല്ലുന്നുണ്ട്. കരുണയുടെ വിത്ത് എല്ലാവരിലുമുണ്ടെന്ന് മഹാനായ എഴുത്തുകാരൻ ഓർമ്മിപ്പിക്കുകയാണ്.

നമ്മുടെ ദേഹം, നമ്മുടെ മനസ്സ്, നമ്മുടെ ലോകം നമ്മുടെ അവബോധത്തിൽ നാം കൂട്ടിവെച്ച വിത്തുകൾക്ക് അനുസൃതമായിരിക്കുന്നു. കാഴ്ച, കേൾവി, മണം, രുചി, സ്പർശം ഇവയുമായി ബന്ധപ്പെട്ട നമ്മുടെ അനുഭവങ്ങൾ, കാഴ്ചപ്പാടുകൾ എന്നിവയിലൂടെയാണ് നമ്മുടെ അവബോധം രൂപമെടുക്കുന്നത്. എല്ലാം നമ്മുടെ സഞ്ചിത അവബോധത്തിൽ സൂക്ഷിക്കപ്പെടുന്നു. നാമെത്ര മറന്നാലും അതവിടെത്തന്നെയുണ്ടാകും. അവ ആവിഷ്ക്കരിക്കപ്പെടാനുള്ള അവസരങ്ങൾ ഉണ്ടാകുംവരെ അതവിടെ നിലനില്ക്കും. അതുകൊണ്ട് നമ്മുടെ ദേഹത്തിലെ ഓരോ കോശവും നമ്മുടെ മുഴുവൻ പൂർവികരെയും

ഭാവിതലമുറകളെയും ഉൾക്കൊള്ളുന്നുവെന്ന് ബുദ്ധിസ്റ്റ് മനഃശാസ്ത്ര ഗ്രന്ഥങ്ങളിൽ പറയുന്നുണ്ട്. നമ്മുടെ ഓരോ വിത്തും മനോരൂപീകരണവും അവബോധവും വിശ്വത്തെയാകെ ഉൾക്കൊള്ളുകയാണ്.

എല്ലാ കാലത്തിന്റേയും എല്ലാ സ്ഥലത്തിന്റേയും നമ്മിലുള്ള ചില വിത്തുകൾ ആന്തരികമാണ്. നമ്മുടെ പൂർവപിതാക്കൾ പകർന്നത്: ചിലത് നാം ഗർഭപാത്രത്തിലിരിക്കെ വന്നത്. ബാക്കിയുള്ളവ നാം ശിശുക്കളായിരിക്കെയുണ്ടായത്.

നമ്മുടെ കുറെ കഴിവുകളും പെരുമാറ്റ സവിശേഷതകളും ശാരീരിക സവിശേഷതകളും അതുപോലെ നമ്മിലുള്ള മൂല്യങ്ങളും നമ്മുടെ പൂർവികരിൽനിന്നു കൈമാറി വന്നവയാണ്. നാം ജീവിക്കുന്ന ഓരോ ഘട്ടത്തിലും അതതു സന്ദർഭങ്ങൾക്കാവശ്യമായ സ്വഭാവ പെരുമാറ്റങ്ങൾ നാം അവയിൽനിന്നെടുത്ത് ഉപയോഗിക്കുകയാണ്. ചില ബീജങ്ങൾ നമ്മുടെ ജീവിതകാലത്ത് നാം ഉപയോഗിക്കുന്നില്ല. അവ നാം നമ്മുടെ മക്കളിലേക്കു കൈമാറുകയാണ്. അവ തുടർന്ന് അവരുടെ മക്കളിലേക്ക് കൈമാറ്റപ്പെടുകയാണ്. ഈ പ്രക്രിയ തുടർന്നുപോകുന്നു. ജനിതകശാസ്ത്രം പറയുന്നത് നമ്മുടെ മനസ്സ്, ശരീരം ഉളവായതിന്റെ 'ബ്ലൂപ്രിന്റ്' വന്നത് എത്രയോ തലമുറകൾക്ക് മുൻപുള്ള പിൻഗാമികളിൽ നിന്നാണെന്നത്രെ. ശാസ്ത്രജ്ഞന്മാർ എലികളിൽ നടത്തിയ പരീക്ഷണങ്ങളിൽ ചില പ്രത്യേക സവിശേഷതകൾ ഏഴു തലമുറ കഴിഞ്ഞ് പുനഃപ്രത്യക്ഷമാകുന്നുവെന്നു കണ്ടെത്തി. നമ്മുടെ മുൻഗാമികളുടെ അനുഭവങ്ങൾ, അതുപോലെ അതിരറ്റ സമയം, അതിരറ്റ സ്ഥലം കേവലം ഒരു ചെറിയ ഭ്രൂണത്തിൽപോലും അടക്കം ചെയ്യപ്പെട്ടിരിക്കുന്നു. ഇതു നാം മനസ്സിലാക്കുമ്പോൾ ഓരോ ഭ്രൂണത്തിനു നേരെയും നമുക്ക് അളവറ്റ ഉത്തരവാദിത്വം ഉണ്ടാവുന്നു.

നാമിന്നു ചെയ്യുന്ന ഓരോ നല്ല പ്രവൃത്തിയും വാക്കും ചിന്തയും തലമുറകൾ തലമുറകളോളം അവയുടെ വിത്തുകൾ കൈമാറിക്കൈമാറി മനുഷ്യവംശത്തിന്റെ ഉന്നതമായ ഒരവസ്ഥയ്ക്ക് കാരണമായിത്തീരുന്നു. ഒരാൾ സ്നേഹത്തോടെ വേറൊരാളെ നോക്കിയത്, അലിവോടെ സംസാരിച്ചത്, വഴിയിലുള്ള ഒരു മുള്ള് എടുത്തുമാറ്റിയത്, ഒരു പക്ഷിക്ക് വെള്ളവും തീറ്റയും കൊടുത്തത്, ഒരെറുമ്പിനെ ചവിട്ടിപ്പോകാതെ നടന്നത്, ഒരു രോഗിയെ ശുശ്രൂഷിക്കാൻ ഉറക്കമൊഴിഞ്ഞത്, മരണാസന്നനായ ഒരു വൃദ്ധനെ തടവിയാശ്വസിപ്പിച്ചത്, വേദനിക്കുന്നൊരാളെ അനുതാപത്തോടെ കേട്ടത്, സമാധാനിപ്പിച്ചത് ഒക്കെയും അതു നടന്നുകൊണ്ടിരിക്കുമ്പോൾ മാത്രമല്ല, എത്രയോ തലമുറകൾ വരെ സാന്ത്വനമായി, കരുണയായി, സദ്പ്രവൃത്തിയായി നിലനിൽക്കുകയാണ്. നാം ജീവിക്കുന്ന ഓരോ നിമിഷവും ഈ അവബോധത്തിന്റെ വിത്തുകൾ നമ്മുടെ ദേഹത്തിലും മനസ്സിലും ഉണ്ടാക്കുന്ന ആനന്ദവും തൃപ്തിയും തുടർന്നുപോകുന്നവയാണെന്ന് നാം ഓർക്കുമ്പോൾ ഇനി നാം ജീവിക്കുന്ന ഓരോ നിമിഷവും നമ്മുടെ എളിയ ജീവിതംകൊണ്ട് നമുക്ക്

മാത്രമല്ല എത്രയോ തലമുറകൾക്കുകൂടി നാം സ്വർഗ്ഗം പണിയുന്നുവെന്ന് അറിയുകയാണ്.

അതുപോലെ നമ്മുടെ കൂട്ടത്തിലൊരാൾ ചെയ്യുന്ന പാതകങ്ങൾ, തെറ്റുകൾ, കുറ്റകൃത്യങ്ങൾ ഒക്കെയും അവരുടെ പിൻഗാമികളിലൂടെ തലമുറകളോളം സഞ്ചരിച്ചുപോകുകയും ആ വിത്തുകൾ അതുപോലെ കടുംകൈ ചെയ്യുന്ന വ്യക്തികൾക്ക് ജന്മം നൽകുകയും അത് തുടർന്നു പോകുകയുമാണ്.

ബുദ്ധന്റെ കരുണയും യേശുവിന്റെ സ്നേഹവും നബിയുടെ സമാധാനവും അവരുടെ പിൻതലമുറകളിലൂടെ പകർന്നു പകർന്ന് പോകുന്നതുപോലെ അക്കാലത്ത് നടന്ന എല്ലാ വിപരീത കർമ്മ ങ്ങളും അധമവിചാരങ്ങളും തലമുറകളിലൂടെ പുനരാവർത്തിക്കപ്പെടുക യാണ്!

അതുകൊണ്ട് ഗൗതമബുദ്ധൻ ഓർമ്മിപ്പിക്കുന്ന നമ്മുടെ സ്നേഹ ത്തിന്റെ വിത്തുകൾ, ധാരണകൾ, അലിവിന്റെ വിത്തുകൾ ശക്തിയുള്ളവ യാണെങ്കിൽ 'ആ മൂല്യങ്ങൾ' നമ്മളിൽ പ്രത്യക്ഷപ്പെടുന്നു. ക്രോധത്തിന്റെ, അക്രമത്തിന്റെ, ദുഃഖത്തിന്റെ വിത്തുകളാണ് നമ്മുടെ ഉള്ളിൽ ശക്തിയോടെയിരിക്കുന്നതെങ്കിൽ നാം ഏറെ യാതനകൾ അനുഭവിക്കുന്നു.

ബുദ്ധൻ പറഞ്ഞു: "സൂര്യവെളിച്ചം സസ്യങ്ങളെ വളരാൻ സഹായി ക്കുന്നു. മനോനിറവിന്റെ (mindfulness) വെളിച്ചം എല്ലാ മനോ രൂപീകരണത്തെയും പരിവർത്തിപ്പിക്കുന്നു." ക്രോധം ഉണരുമ്പോൾ അതിനെ അടിച്ചമർത്തുന്നതിനുപകരം അതിനെ സ്പർശിക്കാനായി മനോനിറവോടെ ശ്വസനത്തിൽ പൂർണ്ണശ്രദ്ധ നൽകി ഇപ്രകാരം ധ്യാനി ക്കുക: "ഞാൻ ക്രോധിയാണെന്ന് ഞാനറിയുന്നു" എന്നു വിചാരിച്ചു കൊണ്ട് ആഴത്തിൽ ശ്വാസമെടുക്കുക 'എന്റെ ക്രോധം ശാന്തമാകുന്നു' എന്നു വിചാരിച്ചുകൊണ്ട്, ഒരു പുഞ്ചിരിയോടെ ആഴത്തിൽ ശ്വാസം വിടുക. ഇതു കുറച്ചുനേരം ചെയ്യുമ്പോൾ ക്രോധം പോയി മനസ്സ് ശാന്ത മാകുന്നു. നമ്മുടെ പെരുമാറ്റത്തിലുള്ള, സ്വഭാവത്തിലുള്ള ഓരോ ഘടകവും ഇപ്രകാരം മനോനിറവോടെയിരുന്നു ശ്വസനധ്യാനം നടത്തു മ്പോൾ അവ നീങ്ങിപ്പോകുന്നതും മനസ്സ് ശാന്തമാകുന്നതും നമുക്ക നുഭവിക്കാനാവും. ശാന്തമായ ഒരു മനസ്സിലാണ് യഥാർത്ഥമായ കരുണ ജനിക്കുന്നത്. ■

മണ്ണും ചാരവും

ഒന്ന്

ഒരു പ്രഭാതത്തിൽ ധ്യാനാനന്തരം ജൂതവിശുദ്ധനായ റാബിബുനാം തന്റെ ശിഷ്യന്മാരോടൊപ്പം പുറത്തേക്ക് നടക്കാൻ പോയി. മഴ നനഞ്ഞു കുതിർന്ന മണ്ണിൽ പതുക്കെ പദമൂന്നി. തണുത്ത ഇളംകാറ്റിന്റെ സ്പർശ മേറ്റ്, രാവിലെ വിരിഞ്ഞ പൂക്കളുടെ പരിമളം നുകർന്ന്, ചുറ്റുമുള്ള മരങ്ങൾക്കിടയിൽ നിന്നു പുറപ്പെടുന്ന കുഞ്ഞുപ്രാണികളുടെയും കിളികളു ടെയും ഒച്ചകൾ കേട്ട്, മരങ്ങൾക്കിടയിലൂടെ വന്നുവീഴുന്ന സൂര്യകിരണ ങ്ങളെ നോക്കി നിശ്ശബ്ദം നടന്നുപോകവെ റാബിബുനാം എല്ലാം മറന്നു കൊണ്ട് തെല്ലിട പ്രാർത്ഥനയോടെ ഭൂമിക്കുനേരെ നോക്കി. അദ്ദേഹം കൈകൾകൊണ്ട് ഒരു പിടി മണ്ണു വാരിയെടുത്ത് അതിലുള്ള ഓരോ മൺതരിയെയും സൂക്ഷിച്ചുനോക്കി... അദ്ദേഹത്തിന്റെ കൺപീലികൾ നനഞ്ഞു. ആ മണ്ണ് എടുത്ത ഭാഗത്തുതന്നെ മൃദുവായിവെച്ചുകൊണ്ട് കൈയിലെ മൺതരികൾ അവിടെത്തന്നെ നിക്ഷേപിച്ചുകൊണ്ട്, "ഇവയെ ഇതിന്റെ സ്ഥാനത്തുനിന്നു മാറ്റുവാൻ ഞാനാര്?" എന്ന് സ്വയം ഉരുവിട്ടു കൊണ്ട് അദ്ദേഹം പതുക്കെ അവിടെനിന്നും നടന്നുപോയി...

കരുണയുദിക്കുമ്പോൾ ഒരാൾ ഇപ്രകാരമായിരിക്കും. ഈ ഭൂമി യിലുള്ളതിനെയെല്ലാം നോക്കി നടത്തുന്ന ഒരു മഹാപ്രജ്ഞ എല്ലാറ്റിലും നിറഞ്ഞുനിൽക്കുന്നുണ്ട്. അതിനെയനുസരിച്ച് ജീവിക്കുമ്പോൾ ഭൂമി അയാൾക്കൊരു സ്വർഗ്ഗമായി മാറുന്നു....

ഈയൊരു വിവേകം തീർത്തും കൈമോശം വന്നു കഴിഞ്ഞ ഒരു മനുഷ്യസഞ്ചയമാണ് ഭൂമിയിലെങ്ങും നിവസിക്കുന്നത്.

റാബിബുനാം ഒരിക്കൽ പറഞ്ഞു: "ഓരോരുത്തനും രണ്ടു പോക്കറ്റു കളുണ്ട്. അയാളുടെ വലതുകീശ വാക്കുകൾക്കായുള്ളതാണ്; 'എന്റെ രക്ഷയ്ക്കായി ഈ ലോകം നിർമ്മിക്കപ്പെട്ടിരിക്കുന്നു. ഇടത്തേതിൽ 'ഞാൻ മണ്ണും ചാരവുമാണ്' എന്നെഴുതിവെച്ചിരിക്കുന്നു.

യുക്തിവാദപരമായ അനുഭവൈകപ്രമാണങ്ങളെ ആധാരമാക്കി വളർന്നുവന്ന ശാസ്ത്രജ്ഞന്മാർ ഒടുവിൽ ഈ ഭൂമിയെ ചുരുങ്ങിയത്

പത്തുവട്ടം ചുട്ടുചാരമാക്കാനുള്ള വകയാണ് സമ്മാനിച്ചത്! മനുഷ്യൻ കേവലം പദാർത്ഥം മാത്രമാണെന്ന ചിന്ത ഇല്ലാതായാൽ ഹിരോഷിമയും നാഗസാക്കിയുമൊന്നും സംഭവിക്കുമായിരുന്നില്ല എന്ന് വിവേകികൾ തൊണ്ടപൊട്ടി നിലവിളിച്ചു പറഞ്ഞിട്ടും ശാസ്ത്രം സമ്മാനിച്ച സംഹാരത്തിന്റെ യാതന ലോകത്തിൽ കൂടുതൽ വിപുലമായി, കൂടുതൽ അഗാധമായി മനുഷ്യരാശി അനുഭവിച്ചുകൊണ്ടിരിക്കുകയാണ്. സയൻസും അതിന്റെ എല്ലാ വിജയങ്ങളും ഇന്ന് ജീവിക്കുന്ന മനുഷ്യന് സ്വസ്ഥമായൊരു ജീവിതം നൽകുന്നതിന് നിരുപയോഗമാണെന്ന് തെളിയിക്കുന്ന ഒരു ലോകമാണ് ഇന്ന് നമ്മുടെ മുന്നിൽ വളർന്നുനിൽക്കുന്നത്. 2001 സെപ്തംബർ 11ന് വേൾഡ് ട്രേഡ് സെന്റർ ചുട്ടെരിക്കപ്പെട്ടപ്പോൾ അതിനുള്ളിലുണ്ടായിരുന്ന ആയിരങ്ങൾ കത്തിചാമ്പലായതിനേക്കാൾ കൊടിയ യാതന പിറക്കാനിരിക്കുന്ന പുതിയ തലമുറയെ കാത്തുനിൽക്കുന്നതു കാണാനുള്ള യഥാർത്ഥമായ ഒരു യുക്തിബോധമാണ് അഥവാ ദ്വന്ദ്വവാദപരമായ (ഡയലക്ടിക്കൽ) ബോധമാണ് മനുഷ്യകുലം ഇന്നാവശ്യപ്പെടുന്നത്.

ഒരാളുടെ സത്തയിൽ പത്തിലൊന്നു മാത്രമാണയാളറിയുന്നത്. പത്തിൽ ഒൻപതും ഇരുളിലാണ്. ബോധോദയത്തിലെത്തിയ ഒരു മനസ്സിന് ഇരുളിലുള്ളത്, അപ്പുറത്തുള്ളത് അറിയാനാവുന്നു. അത്തരമൊരു മനസ്സുകൊണ്ട് അസ്തിത്വത്തെ നോക്കിയാൽ യാഥാർത്ഥ്യം യുക്തിവാദപരമല്ല, മറിച്ച് ദ്വന്ദ്വവാദപരമാണ്. 'ജീവിതം വിപരീതങ്ങളിലൂടെ ചലിക്കുന്നുവെന്ന്' ഇത് പറയുന്നു. നദി എതിരായി നിൽക്കുന്ന രണ്ടു കരകളിലൂടെ ഒഴുകുന്നതുപോലെയാണിത്. എതിരായി നില്ക്കുന്ന ആ രണ്ടു കരകളാണ് നദിയെ അവർക്കിടയിലൂടെ ഒഴുകാനനുവദിക്കുന്നത്. രാവും പകലും സ്ത്രീയും പുരുഷനും ചൂടും തണുപ്പും യൗവനവും വാർദ്ധക്യവും ജനനവും മരണവും... വിപരീതങ്ങൾക്ക് മാത്രമാണ് ഒരു സിംഫണിയുണ്ടാക്കാനാവുന്നത്.

ജീവിതത്തിനു നേരെയുള്ള ദ്വന്ദ്വവാദപരമായ ഈ സമീപനം പടിഞ്ഞാറ് ഹെരാക്ലീറ്റസ്, ഹെഗൽ എന്നിവരിലൂടെയാണ് വളർന്നുവന്നത്. ഈ കാഴ്ചപ്പാടിനെ നിരാകരിക്കുന്നതാണ് യുക്തിവാദപരമായ സമീപനം. ഈ സമീപനത്തിന്റെ പടിഞ്ഞാറൻ പിതാവ് അരിസ്റ്റോട്ടിലത്രെ. ഇതു തീർത്തും യുക്തിനിഷ്ഠമായ ഒരു ലൈനിലൂടെ മാത്രം സഞ്ചരിച്ചു.

"നിങ്ങളുടെ ദേഹമാകുന്ന തിരിയും ജീവിതമാകുന്ന എണ്ണയും രാവും പകലും എരിഞ്ഞുകൊണ്ടിരിക്കുകയാണ്. അതിൽ നിങ്ങൾ പുറത്തുനിന്നുള്ള എന്തൊക്കെയോ വായിച്ചുകൊണ്ടിരിക്കുകയാണ്. നിങ്ങൾ ചരിത്രവും സയൻസും പഠിച്ചിരിക്കാം, ഒരുപാട് വിഷയങ്ങൾ പഠിച്ചിരിക്കാം, ഒട്ടേറെ പുസ്തകങ്ങൾ വായിച്ചിരിക്കാം. പക്ഷേ, നിങ്ങളുടെ തന്നെ ജീവിതപുസ്തകത്താളുകൾ ഒന്നു വായിച്ചുനോക്കാൻപോലും നിങ്ങൾക്ക് നേരമില്ല. വിളക്കണയും മുമ്പ് അതൊന്നു മറിച്ചുനോക്കുന്നത്

ഒരാളെ പലതിൽനിന്നും മുക്തനാക്കുന്നു" എന്ന് പറഞ്ഞത് ജെ. കൃഷ്ണ മൂർത്തിയാണ്. (The Book of Life).

ഒടുവിൽ ജെ. കൃഷ്ണമൂർത്തി അനുഭവത്തിനുപകരം യുക്തിയെ പ്രതിഷ്ഠിച്ച ആധുനികചിന്തയുടെ പരിമിതിയെ ഇപ്രകാരം തുറന്നു കാട്ടുകയുണ്ടായി.

"യുക്തിയെ രാജാവാക്കിയതാണ് മനുഷ്യനുപറ്റിയ മുഖ്യമായ യുക്തി രാഹിത്യം. നാം അടിസ്ഥാനപരമായി യുക്തിയില്ലാത്തവരാണ്. ഞാൻ എല്ലാറ്റിൽനിന്നും വേർപ്പെട്ടവനാണെന്ന യുക്തിരാഹിത്യം ഉണ്ടാക്കുന്നത് ചിന്തയാണ്. ഈ യുക്തിരാഹിത്യം കാണാൻ കഴിഞ്ഞില്ലെങ്കിൽ യുക്തി പരമായി ജീവിക്കാൻ നമുക്കാവില്ല."

ഒരു പൂ വളരെ ആഴത്തിൽ നിന്നാണ് വരുന്നത്. പതുക്കെപ്പതുക്കെ യത് വരുന്നു. അതവിടെ മരച്ചില്ലയിൽ എത്തുന്നതുവരെ ഒരാൾക്കതു കാണാനാവില്ല. പക്ഷേ അത് മണ്ണിന്റെ അടിത്തട്ടിൽനിന്ന്, വേരു കളിൽനിന്ന് നിറവും മണവുമായി ഒരു സുന്ദരനിമിഷത്തിൽ ഭൂമിയിൽ വന്നിരിക്കുന്നു!

ഒരു കവിയുടെ ഉള്ളിൽ ഒരു പൂ ജീവിതത്തിന്റെ സുന്ദരവും സുരഭില വുമായ എന്തെന്തു വികാരങ്ങളാണുർത്തുന്നത്! ഒരു യുക്തിവാദിക്ക് അത് വെറുമൊരു പൂവ് മാത്രവും. മലയാളത്തിൽ എം.സി. ജോസഫ്, ഇടമറുക് തുടങ്ങിയവർ ഉണ്ടാക്കിവെച്ച യുക്തിവാദപൈതൃകം കേവലം കടലാസു പൂക്കളെപ്പോലെ. പൂന്താനം, നാരായണഗുരു എന്നിവർ ഉണ്ടാക്കിവെച്ച വചനപൈതൃകം തുളസിപ്പൂക്കളെപ്പോലെയും. കടലാസുപൂക്കൾക്ക് നിറവും ആകർഷണവുമുണ്ട്, മണമില്ല. തുളസിപ്പൂക്കൾക്ക് നിറവും ഭംഗി യുമില്ല, മണമുണ്ട്.

പശുവിനെപ്പറ്റി ചിന്തിക്കുമ്പോൾ, പശുവിനെപ്പറ്റിയുള്ള ബോധം ഒരാൾക്കുണ്ടാകും. അതിന്റെ ചിന്തയും. എന്നാൽ ഒരു പശുതന്നെ ഒരാളുടെ മുന്നിൽ നിൽക്കുമ്പോൾ പശുവിനെപ്പറ്റി അയാൾ ചിന്തിക്കുക യല്ല. അത് കാണുകയാണ്, അനുഭവിക്കുകയാണ്.

മനസ്സുകൊണ്ട് ഒന്നു കേൾക്കുമ്പോൾ ഒരാൾക്ക് ഒന്നും ശരിയായി കേൾക്കാനാവുകയില്ല. കാരണം, മനസ്സ് അതിനെ വ്യാഖ്യാനിക്കുന്നു. താരതമ്യം ചെയ്യുന്നു. യുക്തിവൽക്കരിക്കുന്നു. മനസ്സ് കൂടാതെ, വ്യാഖ്യാനം കൂടാതെ, താരതമ്യം കൂടാതെ, ശരി-തെറ്റ് എന്നു പറയാതെ കാണുക, കേൾക്കുക, മനസ്സ് എന്നത് അപഗ്രഥനം, വിഭജനം ഉള്ളതാ കുന്നു. മനസ്സിന് ഒന്നിന്റെ ചില ഭാഗങ്ങളെ അറിയാനാവുന്നു. മറിച്ച്, സമഗ്രമായി അറിയാനാവുന്നില്ല. അതുകൊണ്ട് മനസ്സുകൊണ്ടുള്ള യുക്തിവാദം എപ്പോഴും സത്യത്തെ ഭാഗികമായി, അസമഗ്രമായി, പരിമിത മായി, താത്ക്കാലികമായി മാത്രം നിലനിർത്തുന്നു.

മണ്ണിലൂടെ ഒരാൾ നടക്കുമ്പോൾ അവിടെ കാലടികൾ പതിയുന്നു. എന്നാൽ ഒരു കിളി ആകാശത്തിൽ പറക്കുമ്പോൾ ഒരടയാളവും അവിടെ

ബാക്കിയാവുന്നില്ല. യുക്തി ഉപയോഗിച്ചുകൊണ്ടുള്ള മനസ്സിന്റെ യാത്ര മണ്ണിലൂടെ നടന്നുപോകുന്നതുപോലെയത്രെ.

മനസ്സ് നിശ്ശബ്ദമായാൽ ഒരാൾ ഉണർന്നവനാകുന്നു. മനസ്സ് ഇല്ലാതായാൽ ഒരാൾ ബോധോദയമുള്ളവനാകുന്നു. സെൻ കാഴ്ചപ്പാടിൽ ചിന്തനം പരമമായ രോഗം (Ultimate Sickness is thinking) ആണെന്നു പറഞ്ഞിരിക്കുന്നു. രോഗമുള്ള ഒരാൾ മോശമായി ട്യൂൺ ചെയ്യപ്പെട്ട ഒരു പിയാനോ പോലെയത്രെ. ചിന്തനമെന്ന രോഗത്തിന്റെ പിടിയിലമർന്ന ഒരാൾക്ക് തന്റെ ജീവിതഗാനം സുന്ദരമായി പാടാനാവുന്നില്ല എന്ന് അയാൾ ഒരിക്കലും അറിയുന്നില്ല.

ഒരു സത്സംഗത്തിൽ ഇരിക്കുന്നവരോടെല്ലാം ഒരു ഗ്ലാസ് വെള്ളം എടുക്കാനായി പ്രഭാഷകൻ പറഞ്ഞു; തുടർന്ന് 'കുരങ്ങനെപ്പറ്റി ചിന്തിക്കാതെ ആ വെള്ളം മുഴുവൻ കുടിച്ചുതീർക്കുക!" എന്നും. എല്ലാവരും വെള്ളം കുടിച്ചു. താൻ പറഞ്ഞതുപോലെ വെള്ളം കുടിച്ചവർ എഴുന്നേറ്റു നിൽക്കുക എന്നു പറഞ്ഞപ്പോൾ ഒരാളും എഴുന്നേറ്റുനിന്നില്ല. അവർ അദ്ദേഹത്തോടു ചോദിച്ചു: "അങ്ങ് എന്തിനാണ് ഇപ്രകാരം ഒരു ഉപാധി വെച്ചത്?" അദ്ദേഹം ചിരിച്ചു. "നിങ്ങളുടെ മനസ്സിനെ മനസ്സിലാക്കാനുള്ള ഒരു പാഠമാണിത്."

നിങ്ങളെന്തു നിഷേധിക്കുന്നുവോ അടിച്ചമർത്തുന്നുവോ അതിലേക്ക് പോകാൻ മനസ്സ് വെമ്പുന്നു. മനസ്സ് ഇടപെടുമ്പോൾ ഒന്നും ആസ്വദിക്കാനാവുകയില്ല. ഒരു യുക്തിവാദിക്ക് മനസ്സിൽ യുക്തിവാദം നടത്തി കുരങ്ങിനെ ഓർക്കാതെ ഒരു ഗ്ലാസ് വെള്ളം കുടിക്കുക എന്ന നിർദ്ദേശം നടപ്പാക്കാനാവില്ല.

പ്രസക്തമായൊരു സെൻ കഥ ഓർക്കുന്നു:

ശിഷ്യർക്ക് ദൈവത്തെപ്പറ്റി എണ്ണമറ്റ ചോദ്യങ്ങളുണ്ടായിരുന്നു. ഗുരു പറഞ്ഞു: "ദൈവം അജ്ഞാതനാണ്. അറിയപ്പെടാനാവാത്തവനും. അവനെപ്പറ്റിയുള്ള ഓരോ പ്രസ്താവനയും നിങ്ങളുടെ ചോദ്യങ്ങൾക്കുള്ള ഓരോ ഉത്തരവും സത്യത്തെ ശിഥിലീകരിക്കുന്നതാണ്." ശിഷ്യന്മാർ അമ്പരന്നു.

"അങ്ങനെയാണെങ്കിൽ അങ്ങ് അദ്ദേഹത്തെപ്പറ്റി എപ്പോഴും പറയുന്നതെന്തിനാണ്?"

ഇതിന് ഗുരുവിന്റെ ഉത്തരം ഒരു ചോദ്യമായിരുന്നു.

"ഒരു പക്ഷി എന്തിനു പാടുന്നു?"

ഇവിടെ കഥ അവസാനിക്കുന്നു. ഇവിടെ ശിഷ്യന്മാർ മൗനത്തിൽ ഇരുന്ന് ഉത്തരത്തിലേക്കെത്തണം. കിളിക്ക് എന്തെങ്കിലും പറയാനുള്ളതുകൊണ്ടല്ല അതു പാടുന്നത്. മറിച്ച്, അതിന് ഒരു പാട്ടുള്ളതുകൊണ്ടാണ്.

രണ്ട്

"നൂതനം നൂതനം പഥേ, പഥേ" എന്നാരംഭിക്കുന്ന ഗുരു നാനാക്കിന്റെ സുന്ദരമായ 'ശബ്ദി'ൽ പറയുന്നു.

എത്രകണ്ടാലും കേട്ടാലും ബോറാവില്ല.
എപ്പോഴും നവ്യം നവ്യം
രാവും പകലും ഞാൻ അമർത്യനായ
ആത്മാവാണ് പ്രകാശമാണ്
എന്ന ചിന്തയുണ്ടാവണം....

ധ്യാന പൈതൃകത്തിന്റെ വഴിയിൽ മുൻവിധികളേതുമില്ലാതെ സഞ്ചരിക്കുമ്പോൾ മനുഷ്യന്റെ ദേഹം, ദേഹത്തിന്റെ നിശ്ചലത, ഇന്ദ്രിയങ്ങളുടെ ശീതളാവസ്ഥ, ശുദ്ധബോധാവസ്ഥ, സ്ഥകാല സ്പർശമില്ലാത്ത മനസ്സിന്റെ നിശ്ശബ്ദത ഒക്കെ ഒരനുഭവമായിത്തീരുമ്പോൾ നമുക്കു പ്രകൃതി കനിഞ്ഞുനൽകിയ നമ്മുടെ ദേഹം എത്ര വിലമതിക്കാനാവാത്ത ഒരുപകരണമാണെന്നു നാം തിരിച്ചറിയുന്നു.

ഒരാൾ ഇരിക്കുമ്പോൾ, നിൽക്കുമ്പോൾ, നടക്കുമ്പോൾ, ഓടുമ്പോൾ, കിടക്കുമ്പോൾ, ദേഹത്തിന്റെ അവബോധം, അനുഭൂതി വേറെ വേറെ അവസ്ഥകളിലാണ്. ഇരിക്കുമ്പോൾ മനസ്സും ഇരുന്നുകൊണ്ട് ചിന്തയിലേക്കു കടക്കുകയാണ്. കിടക്കുമ്പോഴാകട്ടെ ചിന്തകൾ ശാന്തമാവുകയാണ്. മനസ്സപ്പോൾ വിശ്രമത്തിലേക്ക് ചായുകയാണ്. രണ്ടുകാലുകളിൽ നിൽക്കുമ്പോൾ ദേഹത്തിന്റെ ഊർജ്ജത്തിൽ മാറ്റം വരുന്നു. ഓടുമ്പോളാകട്ടെ, ദേഹം തീർത്തും ഭിന്നമാണ്. അപ്പോൾ ശരീരം ധാരാളം പ്രാണവായു സ്വയമറിയാതെ സ്വീകരിക്കുകയുമാണ്. മന്ദതാളത്തിൽ, ചടുല താളത്തിൽ ദേഹം ചലിക്കുമ്പോൾ, നൃത്തം വയ്ക്കുമ്പോൾ ദേഹം പൂർണ്ണമായി മറ്റൊരവസ്ഥയിലേക്കു പ്രവേശിക്കുകയാണ്. ദേഹത്തിന്റെ ബാഹ്യാവയവങ്ങളുടെ ചലനം, ക്രമമായ താളം ദേഹത്തിനൊപ്പം മനസ്സിലും സത്തയിലും മോഹനമായ, സ്വച്ഛമധുരമായ ചില ഈണങ്ങൾ, ഊർജ്ജങ്ങൾ ഉണർത്തുകയാണ്...

ലോകത്തിലുള്ള ഏതു ധ്യാനരീതികളായാലും അതിലേക്ക് സവിശേഷമായ അന്തർജ്ഞാനത്തോടെ, അന്തർമുഖതയോടെ, ഏകാന്തതയോടെ, ഏകാഗ്രതയോടെ, നിശ്ശബ്ദതയോടെ നിശ്ചലതയോടെ പ്രവേശിക്കുന്ന ഒരു സാധകൻ തന്റെ ദേഹത്തിലും മനസ്സിലും സൂക്ഷ്മസത്തയിലും അനുഭവിക്കുന്ന സ്വച്ഛതയും സമാധാനവും സ്നേഹവും ദെക്കാർത്തെയുടെ "ഞാൻ ചിന്തിക്കുന്നു, അതുകൊണ്ട് ഞാനുണ്ട്" എന്ന ദർശനത്തിന് ഒരിക്കലും എത്തിപ്പെടാനാവില്ല. ഞാൻ അനുഭവിക്കുന്നു എന്നതുകൊണ്ട് ഞാനുണ്ട് എന്ന ഇത്തരം വഴിയിലൂടെ കടന്നുപോയ ഏതൊരെളിയ സാധകനും അനുഭവപ്പെടുന്നു. അതേതെങ്കിലും ഒരാളോടു വിനിമയം ചെയ്യുന്നതുപോലും അതിന്റെ

ശുദ്ധിയെ ഹനിക്കുമെന്നതുകൊണ്ട് അത് വെളിപ്പെടുത്താതിരിക്കുന്നതിലാണയാൾ സന്തോഷം കണ്ടെത്തുക.

ബുദ്ധന്റെ ശ്വസന പാഠങ്ങൾ, പതഞ്ജലിയുടെ ശ്വാസരഹസ്യങ്ങൾ, ബുദ്ധന്റെ തന്നെ നടത്തധ്യാനം, സൂഫി നൃത്തപാഠം, ഗുർദിഷിന്റെ താളാത്മകമായ ചലനങ്ങളുടെ പാഠം - ഇവയൊക്കെയും ദേഹത്തെ, ഇന്ദ്രിയങ്ങളെ അവധാനതയോടെ ഒരു വീഞ്ഞുപോലെ ഉപയോഗിക്കാൻ, പരിശീലിക്കാൻ, അനുഭവിക്കാൻ പറഞ്ഞിരിക്കുന്നു. ലാവോത്സു, ബുദ്ധൻ, പതഞ്ജലി എന്നിവർ ശ്വാസത്തെപ്പറ്റിയുള്ള സൂക്ഷ്മസത്യങ്ങൾ വെളിപ്പെടുത്തിയ ശ്വാസത്തിന്റെ ശാസ്ത്രജ്ഞന്മാരാകുന്നു.

സാധനയിലൂടെ ദേഹം ഒരു തളിരിലപോലെ മൃദുലവും സംവേദനപരവുമാകുന്നതുപോലെ നമ്മുടെ മനസ്സിനെ ശുദ്ധതയിലേക്ക്, സ്വച്ഛതയിലേക്ക്, നിർഭയതയിലേക്ക്, പൂർണ്ണമായ അനുഭൂതിപരതയിലേക്ക് നയിക്കുന്ന പല സാധനകളും ലോകത്തിലുണ്ടായിട്ടുണ്ട്. 'അമൃത് സമാധി' ധ്യാനക്രമത്തിൽ ഞാനൊരു മനുഷ്യന്റെ പുത്രൻ എന്നതിനു പകരം 'ഞാനാത്മാവ് നാശമില്ലാത്തത്' എന്നാണനുഭവപ്പെടുക. ഇതിൽ മൃതിഭയം പോകുന്നു. ആനന്ദം വളരുന്നു. 'മണിപൂരചക്ര'ത്തിനു താഴെയുള്ള 'ഹരചക്രത്തിൽ' ശ്വസനത്തെ കേന്ദ്രീകരിക്കുന്ന തരത്തിലുള്ള ശ്വസനസമ്പ്രദായങ്ങൾ, ദേഹത്തിലും മനസ്സിലും വല്ലാത്ത ഒരു നിർഭയതയുണർത്തുന്നു. 'തഥാതയോഗ'യെന്ന സാധന ചെയ്യുമ്പോൾ ജീവിതത്തിലും മൃതിയിലും എന്തുവന്നാലും അത് അതുപോലെ കൈക്കൊള്ളുക, വിധിനിർണ്ണയമില്ലാതെ, താരതമ്യമില്ലാതെ, ദുഃഖമോ, സുഖമോ എന്നുനോക്കാതെ, പരാതിയില്ലാതെ, സ്തുതിക്കാതെ, നിന്ദിക്കാതെ എന്താണോ വരുന്നത് അതങ്ങനെത്തന്നെ സ്വീകരിക്കുക... ജീവിതത്തിൽ "തഥാത" പരിശീലിച്ചാൽ മരണത്തിലും അത് നടക്കും. മൃതി അപ്പോൾ അമൃതായി മാറും.

മൂന്ന്

ബുദ്ധൻ ഒരവസരത്തിൽ പറഞ്ഞു.

"നിർത്ത്, നിർത്ത്, മിണ്ടരുത്!

പരമസത്യം ചിന്തിക്കാൻ പോലുമാകാത്തതാണ്!"

ആകാശം തെളിഞ്ഞിരിക്കുമ്പോൾ സൂര്യൻ പ്രത്യക്ഷമാവുന്നു. ഭൂമി വരണ്ടിരിക്കുമ്പോൾ മഴ വീഴുന്നു...

അദ്ദേഹം ഹൃദയം മലർക്കെ തുറക്കുകയും സംസാരിക്കുകയും ചെയ്തു...

"കാതുകൾ കൂടാതെ നിശ്ശബ്ദതയിലൂടെ കേൾക്കുക.

കണ്ണുകൾ കൂടാതെ ഇരുളിലൂടെ കാണുക.

വാക്കുകൾ കൂടാതെ പറയാത്തത് അറിയുക" എന്നും. കാതുകൾ വിശാലമായി തുറന്ന് ചിന്തയില്ലാതെ ശ്രവിക്കുക. കണ്ണുകൾ വിശാലമായി തുറന്ന് ചിന്തയില്ലാതെ കാണുക എന്നൊക്കെയുള്ളത് സ്വയം അനുഭവിക്കുന്ന ഒരു സാധകന്റെ അനുഭവസത്യം, പക്ഷേ പന്നികളോടും മീനുകളോടും പറയുന്നതു വ്യർത്ഥമെന്ന് ചില മഹായോഗികൾ പറയുന്നത് താഴ്ന്ന ബോധാവസ്ഥയിൽ കെട്ടിയിടപ്പെട്ടു കഴിയുന്ന ചിലരെ ഉദ്ദേശിച്ചാണെങ്കിലും ഇതൊന്നുമറിയാത്ത അവരുടെ ഭൗതികശുഷ്ക ജീവിതം, ഹാ, കഷ്ടം.'

ശരിയായ സമയം മഴ അരുവിയായി മാറുന്നു, അരുവി പുഴയായും പുഴ കടലായും മാറുന്നു. നാമോരോരുത്തരും നമ്മുടെ താഴേക്കുള്ള വഴിക്ക് ഒഴുകുന്നു. നാം മഴയോ അരുവിയോ പുഴയോ കടലോ ആണെങ്കിൽ ഇതെങ്ങനെ ഒരു പ്രശ്നമാകും. എന്നാൽ അരുവിയെ പുഴയിൽനിന്നും മഴയെ കടലിൽനിന്നും വേർതിരിക്കുമ്പോൾ പ്രശ്നം ആരംഭിക്കുന്നു. വാക്കുകൾ കൂടാതെ ഓരോന്നും കാണുക....

"യുക്തിക്കപ്പുറത്ത്, അഞ്ചിന്ദ്രിയങ്ങൾകൊണ്ട് കാണാനാവാത്ത തെന്തോ ചിലത് സ്ത്രീക്കും പുരുഷനും തമ്മിലുണ്ട്. അതറിയുവാനായി കേൾക്കൂ, അവിടെ നിശ്ശബ്ദതയുണ്ട്. മണക്കുകയും രുചിക്കുകയും ചെയ്യുക, ഒന്നുമില്ല. ശൂന്യതയെ സ്പർശിക്കുക. കണ്ണുകൾക്കൊരിക്കലും അത് കാണാനാവില്ല" എന്ന് Tao of Relationshipൽ റെഗ്രിഫ് പറയുന്നു.

"നമ്മുടെ മാതാപിതാക്കൾ പിറക്കും മുമ്പുതന്നെ നമ്മുടെ ശരിയായ മുഖം രൂപമെടുത്തിരിക്കും" എന്ന് സെൻ പൈതൃകത്തിൽ പറയുന്നത്.

ഒരു കുഞ്ഞ് ജനിക്കുന്നതോടെയല്ല അവന്റെ അസ്തിത്വം ആരംഭിക്കുന്നത്. അവനവിടെ സദാ ഉണ്ട്. ഇപ്പോൾ മാത്രമാണവൻ ഈ രൂപത്തിൽ വന്നത്.

അതുപോലെ ഒരു കഷണം കടലാസുണ്ടാകുന്നതിനുമുമ്പ് മേഘങ്ങളിലും മരങ്ങളിലും അതുണ്ടായിരുന്നു.

"ഞാൻ എന്റെ അച്ഛനാണ്.
എന്റെ പൂർവപിതാക്കൾ എന്നിലുണ്ട്" എന്ന് വസുബന്ധു.

സത്യത്തിൽ നിങ്ങൾ നിങ്ങളുടെ അച്ഛന്റെ തുടർച്ചയാണ്. നാം പുഞ്ചിരിക്കുമ്പോൾ, സംസാരിക്കുമ്പോൾ, പ്രവർത്തിക്കുമ്പോൾ ഇവരെല്ലാമാണതു ചെയ്യുന്നത്.

ഒരു പൂവ് പൂവിന്റേതല്ലാത്ത നിരവധി ഘടകങ്ങളാൽ നിർമ്മിതമായതുപോലെ മനുഷ്യന്റെ ദേഹവും സൂക്ഷ്മസത്തയും മനുഷ്യന്റേതല്ലാത്ത ഘടകങ്ങളാൽ നിർമ്മിക്കപ്പെട്ടിരിക്കുന്നു. എന്നാൽ, യുക്തിവാദപരമായ ചിന്ത പുലർത്തുന്ന ഒരാളുടെ ചിന്തകൾ വിശകലനവും അപഗ്രഥനവും

തീർത്തും സങ്കുചിതവും പരിമിതവുമായിരിക്കും. ബോധോദയത്തിലെത്തിയവരുടെ ബോധനിറവിൽ നിന്നുവരുന്ന ചിന്തകളും സങ്കല്പങ്ങളും ഒരു 'യുക്തിവാദി' മനസ്സിന് ഒരിക്കലും അറിയില്ല. കാരണം ഒരു യുക്തിവാദിയുടെ മനസ്സ് ഒരു പാത്രത്തിന്റെ ഉള്ളിലുള്ള സ്ഥലത്ത് മാത്രം അനുഭവിക്കുന്ന ഒരു മീനിനെപോലെയാണ്. യുക്തിവാദിയല്ലാത്ത മനസ്സ പാത്രത്തിന്റെ അകത്തും പുറത്തുമുള്ള സ്ഥലരാശിയിലെ ജലത്തിലേക്കൊക്കെ വ്യാപിച്ചുപോകുന്ന അതിരറ്റ ബോധമാണ്.

ലാവോത്സു, ബുദ്ധൻ, യേശു, നബി, ഗുരുനാനാക്, സെൻ, സൂഫി, വേദാന്തപാതയിലെ യോഗികൾ - അവരുടെ അതീതമനസ്സിൽ വരുന്ന ഉൾക്കാഴ്ചകളെ അറിയാൻ മുൻവിധികളില്ലാത്ത ഒരു മനസ്സോടെ അതിലേക്ക് ഇറങ്ങിച്ചെല്ലുകയേ വേണ്ടൂ! ■

യുദ്ധവും സമാധാനവും*

സർ,

സ്വയമൊന്നു പരിചയപ്പെടുത്താം. 70-കളിൽ ഹിംസാത്മക രാഷ്ട്രീയ ത്തിന്റെ പാതയോട് അനുഭാവം തോന്നിയിരുന്ന, അതിന്റെ ഭാഗമായി ഒരു വർഷം ജയിൽ ശിക്ഷയനുഭവിച്ച ഒരാളാണ് ഞാൻ. ഇപ്പോൾ ഗൗതമ ബുദ്ധനിലും ധ്യാനത്തിലും ജീവിതത്തിന്റെ സത്യമെന്തെന്ന് മനസ്സിലാ ക്കുന്ന ഒരാൾ.

ചരിത്രത്തിൽ മറ്റൊരു ഭരണാധികാരിക്കും നേരിട്ടിട്ടില്ലാത്ത ഒരു പുതിയ പ്രതിസന്ധിയാണ് അങ്ങേക്ക് മുന്നിൽ 2001 സെപ്തംബർ പതിനൊന്നോടെ അവതീർണ്ണമായിരിക്കുന്നത്. ഒരു പുസ്തകവും ഒരു വെളിച്ചവും അങ്ങയുടെ മുന്നിൽ ഇതാ ഇവിടേക്ക് വരൂ എന്ന് പറഞ്ഞ് തരാനില്ല. ലോകത്തിലെ ഒരാത്മീയ ആചാര്യനും അങ്ങയുമായി സമാധാനം പുനഃസ്ഥാപിക്കാനായി ഗൗരവമായൊരു സംഭാഷണം നടത്തി യതായി അറിയില്ല. ഈ സാഹചര്യത്തിൽ മനുഷ്യവംശത്തിലെ എളിയ ഒരംഗം, ഒരു സാധാരണ മനുഷ്യൻ, ഹിംസയ്ക്കിനി ഭാവിയില്ല എന്ന് ബോധ്യപ്പെട്ട ഒരെളിയ വ്യക്തി, അങ്ങേക്കെഴുതുകയാണ്.

ഇന്ന് കാലത്ത് ധ്യാനത്തിൽ, നിശ്ശബ്ദതയിൽ ഏറെ നേരം ലയിച്ചി രുന്നതിനു ശേഷം ഉണർന്നപ്പോഴാണ് ഇങ്ങനെയൊരെഴുത്തയയ്ക്കണ മെന്ന് തോന്നിയത്. ഈ കത്ത് അങ്ങയെ സ്വാധീനിക്കുമെന്നും സ്പർശി ക്കുമെന്നുമുള്ള ശുഭഭാവനയോടെയാണ് അയയ്ക്കുന്നത്.

ഒരാളുമായി നന്നായി പെരുമാറുന്നവരുമായി നന്നായി പെരുമാറാൻ ആർക്കും കഴിയും. എന്നാൽ നിങ്ങളുടെ മനോഭാവത്തെ മുറിപ്പെടുത്തുന്ന മനോഭാവമുള്ള ഒരാൾക്ക് നേട്ടമുണ്ടാക്കിക്കൊണ്ട്, അയാളെ മാറ്റുക യെന്നാൽ അയാളുടെ തെറ്റ് ക്ഷമിക്കുകയെന്നാണ്. ഒരു വേള നിങ്ങൾ ക്കയാളെ പരിവർത്തിപ്പിക്കാനായില്ലെന്ന് വരാം. പക്ഷേ നിങ്ങൾക്ക യാളുടെ നേരെ പൊറുക്കാൻ കഴിയും. ഈയൊരൊറ്റ പെരുമാറ്റത്തിലൂടെ

---

* അമേരിക്കൻ പ്രസിഡണ്ട് ജോർജ് ബുഷിന് 2001 സെപ്തംബർ 11ന് വേൾഡ് ട്രേഡ് സെന്റർ ആക്രമിക്കപ്പെട്ടതിനെ തുടർന്ന് എഴുതിയ കത്താണിത്

ബാക്കിയുള്ള അമേരിക്കൻ ജനതയെ മാത്രമല്ല, അഫ്ഘാനികളെ മാത്രമല്ല, ഭൂമിയിലെ മുഴുവൻ മനുഷ്യരേയും, പക്ഷികളേയും മൃഗങ്ങളേയും എണ്ണമറ്റ ചെറുപ്രാണികളേയും ഭൂമിയെത്തന്നെയും രക്ഷിക്കാൻ അങ്ങേക്ക് കഴിയും. നേരെ മറിച്ച് ഇപ്പോൾ നിങ്ങൾ തുടങ്ങാനിരിക്കുന്ന യുദ്ധം മനുഷ്യവംശത്തിന്റെ ഏറ്റവും ഇരുണ്ട ഒരു ചരിത്രത്തിന്റെ ആരംഭമായിരിക്കും.

യുദ്ധസന്നദ്ധതയിലൂടെ ദേശീയ സുരക്ഷിതത്വമുണ്ടാക്കുകയെന്ന, ആയിരക്കണക്കിന് വർഷങ്ങൾക്ക് മുമ്പെയുള്ള, കാലഹരണപ്പെട്ട വിശ്വാസത്തെ മുറുകെ പിടിക്കുന്ന ഒരധാർമ്മികമായ ദേശസ്നേഹമാണ് ലോകത്ത് മുഴുവൻ രാജ്യങ്ങളിലും ഇന്ന് നിലനിൽക്കുന്നത്. ഇത് യുദ്ധത്തെ പാവനമാക്കുന്നു. കൊല, സംഹാരം ഒരു നിലയ്ക്കും പാവനമല്ല. അതേതെങ്കിലും നിലയ്ക്ക് സ്വീകാര്യമാണെന്ന് വിചാരിക്കുന്ന ഒരു സമുദായത്തിന്, ഒരു മനുഷ്യന് ഇന്ന് ലോകത്ത് നടമാടുന്ന ഹിംസാത്മകതയെ, ഭീകരവാദത്തെ വിമർശിക്കാനുള്ള ധാർമ്മികതയില്ല. പൊക്രാനിൽ ആണവ പരീക്ഷണം നടത്തിയ ഒരു ഭരണാധികാരിക്ക് ലോകത്തിൽ മറ്റൊരിടത്ത് നടക്കുന്ന ഹിംസാത്മകമായ ഇടപെടലുകളെ വിമർശിക്കാനുള്ള അർഹതയില്ല,

2500 വർഷങ്ങൾക്ക് മുൻപ് ചൈനയിൽനിന്ന് ലാവോത്സു എന്നു പേരുള്ള ഒരു ലോകഗുരു പറഞ്ഞ വാക്കുകൾ അമേരിക്കൻ ജനത മുഴുവനും ഒരു നിമിഷം കണ്ണടച്ചിരുന്ന് ഉരുവിടണമെന്ന് പറയാൻ തോന്നുന്നു. അദ്ദേഹം പറഞ്ഞു, "ഹിംസാത്മകനായ ഒരു മനുഷ്യന് ഒരു നല്ല ഭാവിയുണ്ടായിരുന്നതായി കാണിച്ചാൽ ഞാനയാളെ എന്റെ ഗുരുവാക്കാം."

സർ, നിങ്ങളീ പ്രതിസന്ധിവേളയിൽ ലാവോത്സുവിന്റെ താവോതേ ചിങ്ങ് എന്ന കൃതി ഒന്നു വായിച്ചു നോക്കണമെന്ന് അപേക്ഷിക്കുകയാണ്. ഇതോടൊപ്പം ഗൗതമബുദ്ധന്റെ വാക്കുകളും ഒന്ന് ചേർത്ത് വായിക്കുക. "മനുഷ്യവംശാരംഭം മുതൽ കരയുന്ന കണ്ണുകളിൽനിന്നുമുള്ള കണ്ണുനീർ ശേഖരിക്കുകയാണെങ്കിൽ അത് ഭൂമിയിലെ മുഴുവൻ സമുദ്രങ്ങളിലേയും ജലാശയങ്ങളിലേയും വെള്ളത്തേക്കാളധികമായിരിക്കും."

സർ, ഭൂമിയെ ഒരു ഹിരോഷിമയാക്കാനുള്ള, ഭൂമിയാകെ പത്തുതവണ ചുട്ടെരിക്കാനുള്ള ആണവായുധങ്ങളുമായിട്ടാണ് ലോകത്തെ വൻരാഷ്ട്രങ്ങളെല്ലാം പുലർന്ന് പോരുന്നത് എന്നതിനേക്കാൾ ലജ്ജാകരമായ ഒന്ന് വേറെന്താണുള്ളത് ? സെപ്തംബർ 11ന് ആ പാതകം ഏതാനും വ്യക്തികൾക്കെതിരെയുള്ള നമ്മുടെ വികാരം പ്രകടിപ്പിക്കാൻ നിരപരാധികളായ കോടിക്കണക്കിനുള്ള മാനവരോട് നാം തെറ്റ് ചെയ്യേണ്ടതുണ്ടോ? "ലോകത്തിൽ ഒരു കുട്ടിയെങ്കിലും ദുഃഖിതനായിരിക്കുന്ന കാലത്തോളം യാതൊരു കണ്ടുപിടുത്തങ്ങളും മഹത്തായതല്ല, യാതൊരു

പുരോഗതിയും പ്രാധാന്യമർഹിക്കുന്നില്ല എന്ന് ആർബർട്ട് ഐൻസ്റ്റീൻ പറഞ്ഞത് അങ്ങയെ ഓർമ്മിപ്പിക്കുകയാണ്. ആൽബർട്ട് ഐൻസ്റ്റീൻ മനുഷ്യചരിത്രത്തിലെ മഹത്തായ മനസ്സുകളിലൊന്നായിരുന്നു. ആപേക്ഷികസിദ്ധാന്തത്തിന്റെ കാര്യത്തിൽ അദ്ദേഹം ശരിയായിരുന്നു. പക്ഷേ അദ്ദേഹം പ്രസിഡണ്ട് റൂസ്‌വെൽട്ടിന് ആറ്റംബോംബുണ്ടാക്കാൻ നിർദ്ദേശം നൽകിക്കൊണ്ട് അങ്ങേയറ്റത്തെ വിഡ്ഢിയായിരുന്നുവെന്ന് സ്വയം തെളിയിച്ചു. ഹിരോഷിമയും നാഗസാക്കിയും - ആയിരക്കണക്കിനാളുകൾ അവിടെ മരിച്ചു വീണു. ജിവനോടെ ചുട്ടുകരിക്കപ്പെട്ടു. ഇതൊക്കെയും ഐൻസ്റ്റീന് നേരെ വിരൽ ചൂണ്ടുന്നു. അദ്ദേഹത്തിന്റെ കത്താണ് അമേരിക്കയിൽ ആറ്റംബോംബുണ്ടാക്കാനുള്ള പ്രക്രിയയ്ക്ക് തുടക്കമിട്ടത്. അദ്ദേഹത്തിന് തന്നോട് തന്നെയും ക്ഷമിക്കാനായില്ല. തനിക്ക് ചെയ്യാവുന്നതിൽവച്ച് ഏറ്റവും വലിയ പാപമാണ് താൻ ചെയ്തതെന്ന് വിലപിച്ചുകൊണ്ടാണ് അദ്ദേഹം മരിച്ചത്. മരിക്കുംമുമ്പ് അദ്ദേഹം പറഞ്ഞു. 'ഞാനൊരിക്കലും ഒരു ഫിസിസ്റ്റായി പിറക്കാനാഗ്രഹിക്കുന്നില്ല. എനിക്കൊരു പ്ലംബറായാൽ മതി,'

നാം വേണ്ടത്ര നശിപ്പിച്ചു കഴിഞ്ഞു. കൊന്നുകഴിഞ്ഞു. പതിനായിരം കൊല്ലങ്ങളോ അതിലധികമോ ആയിട്ടും കൊല്ലുന്നത് നിർത്താൻ നാം പഠിച്ചിട്ടില്ല. പതിനായിരം വർഷങ്ങൾക്ക് ശേഷവും മനുഷ്യൻ വളരെ ലളിതമായ ഒരു കാര്യം പോലും - ഇതരനെ കൊല്ലരുത് - പഠിക്കുകയുണ്ടായില്ല. ജീവിതത്തിന്റെ മൂഢമായ ഈ വഴി ഉപേക്ഷിക്കാൻ സമയമായി. നമുക്കീ ഇരുട്ടിൽനിന്ന് വെളിച്ചത്തിലേക്ക് വരേണ്ടതുണ്ട്. കൊല, അതെന്തുപയോഗിച്ചായാലും മൃഗീയമത്രെ. പ്രതികാരം പ്രതികാരത്തെയല്ലാതെ ഒന്നുമുണ്ടാക്കുകയില്ല. വെറുപ്പ് കൂടുതൽ വെറുപ്പാണുണ്ടാക്കുക. ഭീകരവാദം ഒരു കുറ്റകൃത്യമാകുന്നു. അത് മതത്തിന്റെ പേരു പറഞ്ഞായാലും മറ്റേതു പ്രത്യയശാസ്ത്രത്തിന്റേതായാലും. പക്ഷേ ഇതിന്റെ പേരിൽ ഈ പാതകം ചെയ്തവനുനേരെ കാണിക്കുന്ന ശിക്ഷാക്രമം നിരപരാധികളായ വ്യക്തികളെ ബാധിക്കുമ്പോൾ അത് ഹീനമായ പാതകമായിരിക്കും.

ഹിംസാത്മകതയിൽനിന്ന് മുക്തരാവാൻ ഒന്നാമതായി ഇതിന്റെ മനഃശാസ്ത്രപരമായ കാരണങ്ങളിൽനിന്ന് നാം മുക്തരാവണം. മനുഷ്യരാശി ഇന്നഭിമുഖീകരിക്കുന്ന ഹിംസാപരതയുടെ പരമപ്രധാനമായ വസ്തുതകളിലൊന്ന്, സാങ്കേതിക ഉപകരണങ്ങൾ - മനുഷ്യവംശത്തെ മാത്രമല്ല ജീവന്റെ മുഴുവൻ തുടിപ്പുകളെയും കൊന്നൊടുക്കാൻ പറ്റുന്നത് - ഇവിടെയുണ്ടെന്നതത്രെ. ഭാവിമനുഷ്യനിൽ ഇത് വമ്പിച്ചൊരു പ്രത്യാഘാതം വരുത്താൻ പോവുകയാണ്. നമ്മുടെ മനസ്സിന്റെ ബോധതലത്തിൽ മാത്രം നാം പരിഷ്കൃതരും അബോധതലത്തിൽ കാടന്മാരുമാകുന്നുവെന്ന് തെളിയിക്കുന്ന ഒരു ലോകമാണ് നമുക്ക് മുന്നിൽ.

സംശയം, ഭയം, വെറുപ്പ്, യുദ്ധം എന്നിവയ്ക്ക് പ്രാമുഖ്യമുള്ളൊരു തത്ത്വശാസ്ത്രം, മത,രാഷ്ട്രീയ, ശാസ്ത്രദർശനങ്ങളുടെ തെറ്റായ ഉപയോഗത്തിലൂടെ സമകാലീന ലോകസാഹചര്യത്തിൽ പ്രബലമായി വരുകയാണ്. രണ്ടായിരാമാണ്ടിന്റെ അന്ത്യദശകത്തിൽ ലോകത്ത് ഏകദേശം അഞ്ചുലക്ഷം പ്രമുഖ പ്രതിരോധശാസ്ത്രജ്ഞന്മാർ ഏറ്റവും കാര്യക്ഷമതയുള്ള 'കില്ലിംഗ് മെഷീൻ' നിർമ്മാണത്തിൽ മാത്രം മുഴുകി കഴിയുന്നവരാണ്!

ഇതിനുപകരം സാഹോദര്യം, ശുഭപ്രതീക്ഷ, സഹകരണം, സ്നേഹം എന്നിവയാധാരമായുള്ള ഒരു സമീപനം മത-രാഷ്ട്രീയ-ശാസ്ത്രദർശനത്തിൽ തന്നെയുള്ള മൂല്യാധിഷ്ഠിതമായ സങ്കല്പനത്തെ മുൻനിർത്തി മനുഷ്യരാശിയുടെ അവബോധത്തിൽ ഒരു നവപരിവർത്തനം ഉണ്ടാക്കേണ്ടതുണ്ട്. അപ്പോൾ രാജ്യരക്ഷയ്ക്കായി, ആയുധങ്ങൾക്കായി ചെലവഴിക്കപ്പെടുന്ന കോടികൾ ദാരിദ്ര്യം, രോഗം, നിരക്ഷരത എന്നിവയ്ക്കെതിരായി ചെലവഴിക്കാനാകുന്നു.

ഭൂമിയിലിന്നു നിലനിൽക്കുന്ന സംഘർഷത്തിന്റെ, വിഭജനത്തിന്റെ, തർക്കത്തിന്റെ, മാത്സര്യത്തിന്റെ, മാർഗ്ഗം വെടിഞ്ഞുകൊണ്ട് ഹിംസയ്ക്കു കാരണമായ എല്ലാവിധ ചേരിതിരിവുകളെയും ഇല്ലാതാക്കണം. പുതിയ സഹസ്രാബ്ദത്തിലെ മാനവരാശിക്കു പ്രത്യാശയേകുന്ന ഒരു പുതിയ സ്ഥലം നമ്മുടെയുള്ളിലും പുറത്തും നാം സൃഷ്ടിക്കണം. അതിന് മാനവരാശിയെ രക്ഷിക്കാനാവും. ഈ ഗോളത്തിലെ ജീവിതത്തെയും.

ഈ തീപിടിച്ച മണിക്കൂറുകൾക്കിടയ്ക്ക് ഉള്ളിലെ തീയൊന്നു തണുപ്പിക്കാനായി ഒന്നുരണ്ടുകാര്യങ്ങൾ അങ്ങയോട് നിർദ്ദേശിക്കാനാഗ്രഹിക്കുന്നു.

1. ചെറിയ കുട്ടികൾ എല്ലാം മറന്ന് കളിക്കുന്നതു കുറച്ചുനേരം നോക്കിയിരിക്കുക. അവരെ സ്പർശിക്കുക. അവരുമായി സംസാരിക്കുക.

2. ഇഷ്ടപ്പെട്ട ഒരു സംഗീതം ഏകാന്തതയിലിരുന്ന് മറ്റെല്ലാം മറന്ന് ശ്രദ്ധിക്കുക.

3. പാവനമായ ആകാശത്തിനുനേരെ നോക്കി കുറച്ചുനേരം കിടക്കുക.

ഏകാന്തത, മൗനം, സ്വാസ്ഥ്യം എന്നിവയ്ക്കായി ഏതെങ്കിലുമൊരു റിട്രീറ്റിൽ ഒരു ദിവസമെങ്കിലും അങ്ങ് കഴിയണം; അമേരിക്കൻ പ്രസിഡണ്ട് എന്ന നിലയ്ക്ക് ഒന്നുമായും ആരുമായും ബന്ധപ്പെടാതെ. ഒരു ടൺ ക്രോധത്തിന്റെ തീയണയ്ക്കാൻ ഒരൗൺസ് സ്നേഹം മതി എന്ന സത്യം കണ്ടെത്താൻ താങ്കൾക്ക് കഴിഞ്ഞെന്നു വരാം. ലോകത്തിലെ ഭീകരവാദത്തിന്റെ അന്ത്യം അവിടെയായിരിക്കും. നമുക്കിനിയും സേനകൾ വർദ്ധിപ്പിക്കണമെന്നും ന്യൂക്ലിയർ ആയുധങ്ങൾ കുന്നുകൂട്ടണമെന്നും വിചാരിക്കുന്നത് ജീവിതത്തിന് നേരെയുള്ള അനാദരവത്രെ. ഒരു

നല്ല മനുഷ്യകുലം, കൂടുതൽ അവബോധമുള്ള മനുഷ്യരുടെ ലോകം ഇത്തരം വങ്കത്തങ്ങളെയൊക്കെ തിരസ്കരിക്കുക തന്നെ ചെയ്യും.

മനുഷ്യമനസ്സ് എണ്ണമറ്റ സഹസ്രാബ്ദങ്ങളിലൂടെ ഭയത്തിൽ ജീവിച്ചു, ഇരുളിൽ. ഈ ഭൂഗോളത്തെ ജീവിക്കാനും അതിൽ മറ്റുള്ളവരെ ജീവിക്കാനനുവദിക്കാനും പറ്റിയ ഒരിടമാക്കാൻ മനുഷ്യന് കഴിയില്ലേ? ഒരു പ്രശ്നംപോലും അലട്ടാതെ, ശാന്തമായ ഒരു മനസ്സുമായി മനുഷ്യ നിനിയും ഭൂമിയിൽ ജീവിക്കാനാകുമോ?

ഒരെളിയ ചോദ്യംകൂടി ഉന്നയിച്ചുകൊണ്ട് ഈ കത്തവസാനിപ്പിക്കുക യാണ്. ഭയമുക്തമായ ഒരാകാശത്തിനു ചുവടെ ജീവിക്കാൻ മനുഷ്യന് അവകാശമില്ലേ?

∎

വെളിച്ചം, കൂടുതൽ വെളിച്ചം...

ഒന്ന്

അന്ധനായ ഒരാൾ രാത്രി സ്നേഹിതന്റെ വീട്ടിൽനിന്നു മടങ്ങുകയായിരുന്നു. സ്നേഹിതൻ അന്ധന്റെ നേരെ ഒരു ചെറിയ വിളക്ക് കത്തിച്ചുനീട്ടി. 'ഇതാ, ഈ വിളക്ക് കൊണ്ടുപൊയ്ക്കോളൂ' എന്നു പറഞ്ഞു. അപ്പോൾ അന്ധൻ ചോദിച്ചു: 'എനിക്കെന്തിനാണ് വിളക്ക്? ഇരുട്ടും വെളിച്ചവും എനിക്കൊരുപോലെയല്ലേ?" അപ്പോൾ സ്നേഹിതൻ പറഞ്ഞു: "ഇരുട്ടിൽ നടന്നുപോകുന്ന നിങ്ങളെ മറ്റാരും തട്ടി വീഴ്ത്താതിരിക്കാനിത് ഉപകരിക്കും'. ഇതുകേട്ട് അന്ധൻ ആ വിളക്കുമായി ഇരുട്ടിലേക്കിറങ്ങി. കുറച്ചുകഴിഞ്ഞപ്പോൾ ആരോ വന്ന് അയാളെ തട്ടിവീഴ്ത്തി. അപ്പോൾ അന്ധൻ കോപത്തോടെ ചോദിച്ചു: "ഹേ മനുഷ്യാ, എന്റെ കൈയിലുള്ള വിളക്ക് കാണുന്നില്ലേ?" എന്ന്. അപ്പോൾ വഴിപോക്കൻ ഇങ്ങനെ പറഞ്ഞു: "സ്നേഹിതാ, അതു കെട്ടുപോയിരിക്കുന്നു!..."

ഈ സെൻ കഥയിലെ അന്ധൻ നിങ്ങളും ഞാനുമാണെന്ന്, മുഴുവൻ മനുഷ്യരാശിയുമാണെന്ന് സങ്കല്പിച്ചുനോക്കൂ. സംസ്കാരത്തിന്റെ തുടക്കം മുതലുണ്ടായ എല്ലാ വെളിച്ചങ്ങളും - നൂറുകണക്കിനു മതങ്ങൾ, എണ്ണമറ്റ പ്രത്യയശാസ്ത്രങ്ങൾ - ഇവയൊക്കെയുണ്ടായിരുന്നിട്ടും ഇവയുടെയെല്ലാം ഒറ്റയ്ക്കുള്ള വെളിച്ചം നിങ്ങളുടെയും എന്റെയുമൊക്കെ കൈകളിലുണ്ടായിട്ടും നീണ്ട രാത്രി പിന്നിട്ടുപോകാൻ കഴിയാതെ വരുമ്പോൾ രാത്രിയിലെ ആ അജ്ഞാതനായ പഥികൾ ഇതാ പറയുന്നു: സ്നേഹിതാ, ആ വെളിച്ചം കെട്ടുപോയിരിക്കുന്നു!"

വഴി ദുർഗമവും രാത്രി നീണ്ടതുമായി നമുക്ക് മുന്നിൽ. അപ്പോഴും കെട്ടുപോയ കുറെ വിളക്കുകളുമായി തപ്പിത്തടയുന്ന ഒരു മനുഷ്യസഞ്ചയം.

'വെളിച്ചം അണഞ്ഞുപോയി' എന്നത് ഒരു വെളിപ്പെടലാണ്, വെളിച്ചമാണ്. ഇതുണ്ടാകുന്നതോടെ വേറെ വെളിച്ചത്തിനുവേണ്ടിയുള്ള ശ്രമം നടക്കുന്നു. മുഴുവനണഞ്ഞുപോയ തുരുമ്പിച്ച ഒട്ടനവധി വിളക്കുകൾ. മങ്ങിമങ്ങി കത്തികൊണ്ടിരിക്കുന്നവ, ഉടൻ കെട്ടുപോകുമെന്നു

തോന്നുന്നവ. ശ്രീശങ്കരൻ, ബുദ്ധൻ, ക്രിസ്തു, നബി, നീത്ഷെ, മാർക്സ്, ഫ്രോയ്ഡ്, ഗാന്ധി.... ഈ വിളക്കുകൾ ഇന്ന് ഏതൊക്കെ എത്രയൊക്കെ വെളിച്ചം തരുന്നുവെന്ന് ഈ വഴിപോക്കൻ വിളിച്ചുപറയുന്നത് കേൾക്കാൻ, അന്തശ്രദ്ധയോടെ മനസ്സും ഇന്ദ്രിയങ്ങളും തുറന്നിരിക്കാൻ നമുക്കിന്ന് കഴിയുന്നുണ്ടോ? ഒരു മാർഗത്തോട്, ഒരാശയത്തോട്, ഒരാളിനോട് പ്രത്യേകമായ ഒരു മമതയും വെക്കാതെ സത്യത്തോട് മാത്രം മമത പുലർത്താനും തുറന്നുകാണാനും ഉൾക്കൊള്ളാനും നമുക്ക് കഴിയുന്നുണ്ടോ? അതില്ലാത്തിടത്തോളം വിളക്കു കെട്ടുപോയതറിയാതെ അതു പിടിച്ചോടിക്കൊണ്ടിരിക്കുന്ന ആ അന്ധനെപ്പോലെ നാം പരിഹാസ്യരാകുന്നുവെന്ന് അറിയുന്നുണ്ടോ?

കേവല ലൗകിക ഭൗതിക ജീവിതം നയിക്കുന്ന ഏതൊരു മനുഷ്യനും ആന്തരികമായി ഇന്ന് ക്ഷീണിതനും ശൂന്യനുമാണ്. അയാൾ വേദനയുടെയും ദുഃഖത്തിന്റെയും പിടിയിലാണ്. അത്തരമൊരാൾക്ക് സ്വന്തം പ്രശ്നത്തെപോലും ആഴത്തിൽ കാണാനാവുന്നില്ല; അതിനെ പരിചരിക്കാനും അയാൾ ആന്തരികമായി ദുഃഖിതനായിരിക്കുന്നേടത്തോളം ഉള്ളിൽ സ്നേഹത്തിന്റെ നാളം തെളിയുന്നില്ല. ഇതിന്റെ അഭാവത്തിൽ അയാളുടെ ആലോചനയോ വാക്കോ എന്തു വെളിച്ചമാണുണ്ടാക്കുക?

ശാസ്ത്രത്തിൽ തെളിയിക്കപ്പെട്ട ഒരു സത്യം കുഴിച്ചുകഴിഞ്ഞ ഒരു കിണർ പോലെ. അതിലെ വെള്ളം പിന്നീട് എല്ലാവർക്കുമെടുക്കാം. രാഷ്ട്രമീമാംസ ഇപ്രകാരമല്ല. ഇന്നലെ കാറൽമാർക്സ് കണ്ടുപിടിച്ചത്, ലെനിൻ കണ്ടുപിടിച്ചത്, മാവോ, ഹോചിമിൻ കണ്ടുപിടിച്ചത് ഇന്ന് നമുക്ക് വീണ്ടും വീണ്ടും കണ്ടുപിടിക്കേണ്ടിയിരിക്കുന്നു. അതുകൊണ്ട് ഇന്നലെ കെ. വേണു പറഞ്ഞത് 'വർഗശത്രുവിന്റെ ചോരയിൽ കൈ നനയാത്തവൻ കമ്യൂണിസ്റ്റല്ല' എന്നത് നാളെ വേണുവിനുതന്നെ മാറ്റിപ്പറയേണ്ടിവരുന്നു. ചരിത്രത്തിന്റെ സ്ഥലകാലബന്ധിതമായ ഒരു സമൂർത്തസാഹചര്യത്തിലാണ് മാർക്സിസം പ്രയോഗിക്കുന്നത്. അതുകൊണ്ട് അത് പഴയ ബോധംകൊണ്ട്, മാർക്സിസത്തിന്റെ തന്നെ പഴയ അറിവുകൊണ്ട്, അനുഭവംകൊണ്ട് പ്രയോഗിക്കപ്പെടാവുന്നതല്ല. മാർക്സിസത്തെ കേവലവും ശുഷ്കവുമായ ഒരു പരിവർത്തനോപാധിയായി, അതിനുള്ള യാന്ത്രികമായ ഒരു ചട്ടക്കൂടായി കാണാതെ, അതിന്റെ മാർഗത്തിലുള്ളവരിലെല്ലാം മാർക്സിസത്തിന്റെ ആത്മനിഷ്ഠമായ മാനവികത നവ്യതയോടെ, സുഗന്ധത്തോടെ, വാടിപ്പോകാതെയിരിക്കുമ്പോൾ മാത്രമാണ് അത് ശരിയായിരിക്കുക. ഇത് ഒരു സംഘടനയിലും സാധ്യമല്ലെന്നാണ് എല്ലാ പ്രസ്ഥാനങ്ങളെപ്പോലെ കമ്യൂണിസ്റ്റ് പ്രസ്ഥാനങ്ങളും സൂചിപ്പിക്കുന്നത്.

രണ്ട്

കമ്യൂണിസം ആദ്യം ഉള്ളിലാണ് മാറ്റമുണ്ടാക്കുന്നത്, തുടർന്ന് പുറത്തും. എന്നാൽ ഇത് ഒരു ജ്ഞാനസിദ്ധാന്ത രീതിയായും പരിവർത്തനത്തിനുള്ള

യാന്ത്രികോപകരണമായും കാണുന്നവർ ഇതുപയോഗിക്കുമ്പോൾ, ഇതുകൊണ്ട് ആദ്യം സ്വയം മാറാതെ പുറത്ത് മാറ്റമുണ്ടാക്കാനാണ് നോക്കുന്നത്. മാർക്സിസത്തിന്റെ ഉയർന്ന മാനവികത, ചരിത്രബോധം, മർദ്ദിത ജനതയോടാകെയുള്ള സാഹോദര്യം ഇവയെല്ലാം ഒരു കമ്മ്യൂണിസ്റ്റുകാരനുണ്ടാകുമ്പോൾ അതിന്റെ വിശാല രൂപമായ പാർട്ടിയുടെ കേന്ദ്ര നേതൃത്വത്തിലും ഇത് ഉണ്ടാവുകയാണ്. കമ്യൂണിസം ജീവനുള്ള ഒരു സാമൂഹിക ഇച്ഛാബലമായി, മനുഷ്യന്റെ അപരാജിത ശക്തിയായി മാറുകയാണ്. ഇത് പക്ഷേ ഒരിക്കലും ലോകത്ത് നടന്നില്ല.

ഒരു കമ്യൂണിസ്റ്റ് പാർട്ടിയിൽ കുറച്ചുപേർക്ക് ഉള്ളിലും കമ്യൂണിസ്റ്റുകാരനാവാൻ കഴിയുന്നുണ്ടാവാം. ഭൂരിപക്ഷം പേർക്കും അതാവാൻ കഴിയുന്നില്ല, പുറത്ത് അവരതാണെങ്കിലും. ഇതിൽനിന്നത്രെ കൃത്യമായ ഒരു ചരിത്രസന്ദർഭത്തിൽ രാജ്യത്തിന്റെ 'മുഖ്യവൈരുധ്യ'ത്തെപ്പറ്റിയുള്ള ഭിന്നമായ കണ്ടെത്തലുകളും 'ലൈനു'കളും ഉണ്ടാവുന്നത്. എഴുപതുകളിലെ ഇന്ത്യയിൽ കമ്യൂണിസ്റ്റ് തീവ്രവാദം ചാരുമജുംദാറിന്റെ, നാഗിറെഡ്ഡിലൂടെ, സന്തോഷ്റാണയുടെ, കനുസന്യാലിന്റെ, കുന്നിക്കൽ നാരായണന്റെ, അതുപോലുള്ള ഇരുപതോളം വ്യക്തികളുടെ പേരിലറിയപ്പെടുന്ന ഗ്രൂപ്പുകളായി പ്രത്യക്ഷപ്പെട്ടതും അവയോരോന്നും അതുപോലെ തന്നെ കൊഴിഞ്ഞുപോയതും മാർക്സിസത്തിന്റെ പ്രയോഗത്തിൽ ഒരേ പാർട്ടിയിൽ പെട്ടവരാണെങ്കിൽപോലും പലതരം ബോധാവസ്ഥയിലും കാഴ്ചയിലും വർത്തിക്കുന്നത് എന്തുണ്ടാക്കും എന്നതിനെ ഉദാഹരിക്കുകയായിരുന്നു.

ഒന്നിനെപ്പറ്റി ഭൗതികവാദത്തിന്റെ രീതിവെച്ച് ഒരാൾ പഠിക്കുമ്പോൾ അതിന്റെ പുറംഭാഗമാണ് അയാൾ പഠിക്കുന്നത്, അകമല്ല. അയാൾക്ക് ചുറ്റോടുചുറ്റും പോകാനാകുന്നുണ്ട്. പക്ഷേ വൃത്തത്തിനകത്ത്, കേന്ദ്രബിന്ദുവിൽ എത്തിച്ചേരാനാവുന്നില്ല. ആധുനിക മനുഷ്യന്റെ ഭൗതികവാദ ദിശയിലുള്ള ഏതു വിഷയത്തെപ്പറ്റിയുള്ള പഠനങ്ങൾക്കും വിമർശനങ്ങൾക്കും ഉള്ള ഈയൊരു പരിമിതി നമ്മുടെ കാഴ്ചയെ സമഗ്രമാക്കുന്നതിൽ നിന്ന് തടയുകയാണ്.

നമ്മുടെ മനസ്സിൽ ഉപരിപ്ലവമായ, ബോധതലത്തിലെ പ്രതലം മാത്രം പരിഷ്കൃതമായതാകുന്നു. എന്നാൽ അബോധതലത്തിൽ ആഴത്തിൽ നാം കാടന്മാരാകുന്നു. കമ്യൂണിസം, സാഹോദര്യം, സമത്വം പോലുള്ള ഉദാത്താശയങ്ങൾ അതുകൊണ്ട് വ്യക്തികളുടെ ഉപരിതലത്തിലാണ് അടിയുറച്ചിരിക്കുന്നത്. ജീവിതത്തിന്റെ അടിസ്ഥാനതലങ്ങൾ, വ്യക്തിത്വത്തിന്റെ ആന്തരിക തലത്തിലെ സൂക്ഷ്മസ്പന്ദനങ്ങൾ ഇവയിലേക്കാണ്ടിറങ്ങാത്ത ഒരാശയവും വ്യക്തിത്വത്തെ അഗാധമായി സ്വാധീനിക്കുകയോ സ്പർശിക്കുകയോ ചെയ്യുന്നില്ല. അതുകൊണ്ടാണ് മതങ്ങളും മാർക്സിസവും അതുപോലുള്ള ചിന്താപ്രസ്ഥാനങ്ങളും മനുഷ്യരാശിയെ ആന്തരികമായ പരിവർത്തനത്തിന് സഹായിക്കാത്തത്. മതങ്ങളുടെ ശക്തമായ സ്വാധീനമുണ്ടായിരുന്ന മധ്യകാലചരിത്രത്തിന്റെ താളുകൾ

മൂന്നു നൂറ്റാണ്ടുകൾ നീണ്ടുനിന്ന മതയുദ്ധങ്ങളുടെ ഹീനമായ രക്തക്കറ പുരണ്ടതത്രെ. യുദ്ധം അടിസ്ഥാനതലത്തിൽ പ്രാകൃതമാകുന്നു. മതങ്ങളുടെ ആന്തരികസത്തയുടെ സ്പർശമേൽക്കാത്ത ബഹു ഭൂരിപക്ഷം ശരാശരി മനുഷ്യരാണിതെല്ലാം നടത്തുന്നത്. മാർക്സിസ ത്തിന്റെ ആന്തരിക സത്തയുടെ സ്പർശമേൽക്കാത്തവരാണ് അസമയത്ത് രക്തച്ചൊരിച്ചിലിന്റെ മാർഗത്തിലെത്തുന്നത്. ലോക ത്തെങ്ങും മതത്തിന്റെ, മാർക്സിസത്തിന്റെ പേരിൽ അരങ്ങേറുന്ന ഏത് ഹിംസയും ഇത്തരത്തിൽ കാണാൻ മതത്തിന്റെ, മാർക്സിസത്തിന്റെ ഭാഗത്തുള്ളവർക്ക് കഴിയുന്നതോടെ ലോകത്ത് അത് വമ്പിച്ച മാറ്റമാണു ണ്ടാക്കുക.

മതത്തിലും മാർക്സിസത്തിലും ഒരുപോലെ മനുഷ്യന്റെ ഉപരിപ്ലവ മായ ഭാഗത്തെയും അബോധതലത്തെയും ലാക്കാക്കുന്ന ഉപകരണ ങ്ങളുണ്ട്. മതത്തിലെ ബാഹ്യാനുഷ്ഠാനങ്ങൾ, ചര്യകൾ, ഉപവാസങ്ങൾ, പ്രാർത്ഥനകൾ എല്ലാം മനസ്സിന്റെ ഉപരിതലത്തെ മാത്രം സംബോധന ചെയ്യുന്നവയത്രെ, ധ്യാനം അബോധത്തെയും. മാർക്സിസത്തിലെ വർഗ സമര സിദ്ധാന്തം, പണിമുടക്ക്, നിയമനിഷേധം, രക്തപതാക, പ്രകടനം, ജാഥ - എല്ലാം മനസ്സിന്റെ ഉപരിതലത്തിലാണ്. സമത്വം, സാഹോദര്യം, നീതിബോധം, മാനവികത തുടങ്ങിയവ അബോധത്തിലാണ്. മത ത്തിന്റെയും മാർക്സിസത്തിന്റെയും സത്ത അതിന്റെ അബോധതലത്തെ സ്പർശിക്കുന്ന സൂക്ഷ്മഭാവങ്ങളത്രെ. എന്നാൽ അവയൊന്നും വ്യക്തി കളുടെ ആന്തരികതലത്തിൽ എത്തിക്കാനുള്ള ഉപകരണങ്ങളുടെ അഭാവ ത്തിൽ ഇവ ഫലത്തിൽ മരിച്ചുകഴിഞ്ഞതുപോലെയാണ്. മതത്തിലു ള്ളതും മാർക്സിസത്തിലില്ലാത്തതുമായ ധ്യാനം ഇവയുടെ അബോധ തലമായി വരുന്നതോടെ ലോകത്തുണ്ടാകുന്ന മാറ്റം ഇന്നുവരെ മനുഷ്യ രാശി കാണാത്ത ഒരു നവമായ വിപ്ലവമായിരിക്കും.

മൂന്ന്

ശാസ്ത്രീയജ്ഞാനവും മാർക്സിസത്തിന്റെ ജ്ഞാനവും തമ്മിലുള്ള അന്തരം ചർച്ചചെയ്യപ്പെട്ടു തുടങ്ങിയിട്ടില്ല. ഒരിക്കൽ ആരോ ഗുരുത്വാ കർഷണം കണ്ടുപിടിച്ചത് ഓരോരുത്തരും വീണ്ടും വീണ്ടും കണ്ടുപിടി ക്കേണ്ടതില്ല. 'ഒരാപ്പിൾ വീഴുന്നതു ഞാൻ കണ്ടു. ആകർഷണ നിയമം ഞാൻ വീണ്ടും കണ്ടുപിടിച്ചു' എന്നാരെങ്കിലും പറഞ്ഞാൽ ജനം ചിരിക്കും. ശാസ്ത്രം വസ്തുക്കളെപ്പറ്റിയുള്ള അറിവാണ്. ഒരാളൊന്നു കണ്ടുപിടിച്ചാൽ അതെല്ലാവരിലും മാറ്റം വരുത്തും. ശാസ്ത്രത്തിന്റെ അറിവ് പുറത്തു നിന്നുള്ളതാണ്. പക്ഷേ മാർക്സിസം വീണ്ടും വീണ്ടും കണ്ടുപിടിക്കേണ്ടിയിരിക്കുന്നു. ഇത് സ്നേഹത്തെപ്പോലെയാണ്. നിങ്ങൾക്ക് മുമ്പ് ലക്ഷക്കണക്കിനാളുകൾ സ്നേഹിച്ചു. അതുകൊണ്ട് ഞാൻ വീണ്ടും സ്നേഹിക്കേണ്ടതിന്റെ ആവശ്യമെന്ത് എന്ന് നിങ്ങൾക്ക്

പറയാനാവില്ല. സ്നേഹത്തെ അറിയണമെങ്കിൽ ഒരാൾ സ്നേഹിക്കുക തന്നെ വേണം. അയാളത് സ്വയം കണ്ടുപിടിക്കുക തന്നെ വേണം.

മാർക്സിസം സ്നേഹത്തെപ്പോലെയാണ്, അത് ശാസ്ത്രത്തെപ്പോലെയല്ല. ഐൻസ്റ്റീൻ ആപേക്ഷികസിദ്ധാന്തം കണ്ടുപിടിച്ചു. അതു വേറൊരാൾ കണ്ടുപിടിക്കേണ്ടതില്ല. ഒന്നു കണ്ടുപിടിക്കാൻ ശാസ്ത്രജ്ഞൻ അമ്പതുവർഷം പ്രയത്നിച്ചു, ഒരു സ്കൂൾ വിദ്യാർത്ഥിക്ക് അഞ്ചു മിനിറ്റുകൊണ്ട് അത് പഠിക്കാൻ കഴിയുന്നു.

മാർക്സിസത്തിന്റെ സ്ഥിതി അതാണോ? കമ്യൂണിസമെന്നത് ഓരോ പാർട്ടി അനുഭാവിയും തന്റെയുള്ളിൽ ആഴത്തിൽ അറിയേണ്ടതും അനുഭവിക്കേണ്ടതുമാകുന്നു. സയൻസിന്റെ കാര്യം അങ്ങനെയല്ല. നേരത്തെ കണ്ടുപിടിച്ച വൈദ്യുതി സ്വന്തം ഉപയോഗത്തിന് വേറൊരാൾ വീണ്ടും കണ്ടുപിടിക്കേണ്ടതില്ല. അയാളത് ഉപയോഗിച്ചാൽ മതി. രോഗശമനത്തിനുള്ള ഒരു മരുന്നു കണ്ടുപിടിച്ചത് എടുത്തുകഴിച്ചാൽ മാത്രം മതി. സയൻസിനുള്ള ഇത്തരമൊരു സാധ്യത മനുഷ്യൻ യാന്ത്രികമായി സ്വീകരിക്കുകയോ അനുകരിക്കുകയോ ചെയ്യുമ്പോഴുള്ള ഗുരുതരമായ തെറ്റുകളാണ് ലോകത്ത് ഇന്ന് നിലനിൽക്കുന്ന മുഴുവൻ ആശയ പ്രസ്ഥാനങ്ങളെയും ഗ്രസിച്ചിരിക്കുന്നത്. ലോകത്തിലെ എല്ലാ കമ്യൂണിസ്റ്റ് പാർട്ടികളും ഈ ദുരന്തത്തെ ഉദാഹരിക്കുകയാണ്. കാറൽ മാർക്സ് ഒരിക്കൽ കണ്ടുപിടിച്ചത് വീണ്ടും വീണ്ടും കണ്ടുപിടിക്കാതിരിക്കെ, ലോകത്തുള്ള മുഴുവൻ മാർക്സിസ്റ്റ് പാർട്ടികളും അതിന്റെ സത്തയിൽ, അസ്തിത്വത്തിൽ മരിച്ചു കഴിഞ്ഞവയായിരിക്കുന്നു.

മാർക്സിസവും മതങ്ങളും ഇന്ന് നമുക്ക് മുന്നിൽ അപഹാസ്യമായ ഒരു സംസ്കാരപ്രകടനമായിരിക്കുകയാണ്. എന്തെന്നാൽ അവയോരോന്നും ജീവിതത്തിന്റെ മഹാദൂരത്തെ ഒറ്റക്കാലുകൊണ്ട് ഓടിത്തീർക്കുകയാണ്.

ഇവയ്ക്ക് രണ്ടുകാലുകൾ നൽകുക; ഇവ ഒരറിവെന്ന നിലയ്ക്ക് ഉപയോഗിക്കുന്നവർ സ്വയം ഇതിന്റെ പൊരുൾ അവനവന്റെ ഉള്ളിൽ കണ്ടുപിടിക്കുക മാത്രം ചെയ്താൽ മതി. ധ്യാനിക്കുന്ന ഒരു കമ്മ്യൂണിസ്റ്റും ധ്യാനിക്കാത്ത ഒരു കമ്മ്യൂണിസ്റ്റും തമ്മിൽ വളരെ അകലമുണ്ട്. മതാനുഷ്ഠാനങ്ങളിൽ സഞ്ചരിക്കുന്ന ഒരാളെക്കാളധികം ധ്യാനത്തിന്റെ സത്ത പ്രഫുല്ലമാകുക ഒരു കമ്യൂണിസ്റ്റുകാരനിലായിരിക്കും. കാരണം, മതാത്മക വ്യക്തികളെക്കാളധികം മൂല്യങ്ങളുള്ളതാണ് ഒരു കമ്യൂണിസ്റ്റിന്റെ ബോധം. അയാൾക്ക് സമുദായസേവനം ധ്യാനത്തിന്റെ ആന്തരിക ശാന്തിയേക്കാൾ ശാന്തിയുണ്ടാക്കുന്നതാണ്. ധ്യാനിക്കുന്ന ഓരോ വ്യക്തിയും ലോകസേവനത്തിനുള്ള ഉപകരണമായിരിക്കുന്നുവെന്നും സേവനം അയാൾക്ക് ശ്വാസോച്ഛ്വാസം പോലെയാണെന്നും നന്നായറിയുന്നത് ഒരു യഥാർത്ഥ കമ്മ്യൂണിസ്റ്റുകാരന് മാത്രമാണ്. മതത്തിന്റെ ചട്ടക്കൂടുകളിൽ യാന്ത്രികമായി വളർത്തപ്പെടുന്ന മതാചാര്യന്മാരെക്കാളും ആത്മീയത പല കമ്യൂണിസ്റ്റ് തീവ്രവാദികളിലും കണ്ടിട്ടുണ്ട്.

ധ്യാനം വ്യക്തിയിലുണ്ടാക്കുന്ന രൂപാന്തരണം അതിരറ്റതാവുന്നു. അഹന്തയുടെ അടിസ്ഥാനത്തിൽമാത്രം പ്രവർത്തിച്ചു ശീലിച്ച നമ്മെ സ്നേഹംകൊണ്ടുപ്രവർത്തിക്കാൻ ഇത് നമ്മെ ഉള്ളിൽ 'ട്യൂൺ' ചെയ്യുന്നു. ധ്യാനം ഒരു വ്യക്തിക്കുള്ളിൽ മറഞ്ഞുകിടക്കുന്ന വ്യക്തിയെ, തന്റെ ആന്തിരക സത്തയെ കാണിച്ചുകൊടുക്കുകയും ജീവിതത്തിലൊരിക്കലും ഒരു സംഭാഷണവും നടത്താതെ ഒഴിച്ചുനിർത്തിയ അയാളിലെ 'അയാളു'മായി സംഭാഷണം നടത്താൻ സഹായിക്കയും ചെയ്യുന്നു. ഇപ്രകാരം ഒരാൾ തന്നെ നന്നായറിയുമ്പോൾ അയാൾ ലോകത്തിലുള്ള മുഴുവൻ മനുഷ്യരെയും അറിയുന്നു. അങ്ങനെയറിയുമ്പോൾ, ഒരു പ്രസ്ഥാനം കെട്ടിപ്പടുക്കുന്നതിൽ ഒപ്പം നിന്ന ഒരാൾ ചിന്തയിലോ പ്രവൃത്തിയിലോ പിഴച്ചുപോയതിന്റെ പേരിൽ അയാളെ ഒരു സുപ്രഭാതത്തിൽ കൈവെടിയുന്നതിനുപകരം അയാളിൽ ആന്തരികമായ മാറ്റം ഉണ്ടാക്കാനുള്ള സംഭാഷണങ്ങൾ നടക്കുകയും അപ്രകാരം അയാളെ മാറ്റുകയും ചെയ്യുന്നു. ഇന്നു നിലനിൽക്കുന്ന തിരസ്കാരം, പാർട്ടിയിൽനിന്നു പുറത്താക്കൽ അതിനിരയാകുന്നവരെ ലോകത്തിനുമുന്നിൽ എത്ര ഹീനമായാണ് അപമാനപ്പെടുത്തുന്നതും വേദനിപ്പിക്കുകന്നതും. പാർട്ടിക്കുള്ളിൽ എന്തോ പ്രധാനപ്പെട്ടതൊന്ന് ഒഴിഞ്ഞുകിടക്കുന്നുവെന്ന് ഇത് സൂചിപ്പിക്കുന്നില്ലേ?

മാർക്സിസത്തിന്റെ രീതിശാസ്ത്രമനുസരിച്ച് ലോകത്ത് ഇന്ന് പെരുകിവരുന്ന ആയുധപ്പന്തയം, തെറ്റായ വികസനത്തിന്റെ ഫലമായുളവായ പാരിസ്ഥിതിക പാതകങ്ങൾ, പരിസരമലിനീകരണം, വംശീയത, തൊഴിലാളികൾക്കിടയിൽപോലും വ്യാപകമായി മാറിയ മയക്കുമരുന്നിനോടുള്ള അടിപ്പെടൽ, അഴിമതി, കുറ്റകൃത്യം, നവകൊളോണിയലിസം, മതപരമായ ദിശയിൽ ശക്തിപ്പെടുന്ന ഹിംസാപരത, തീവ്രവാദം, മാധ്യമങ്ങളുടെ ദുരുപയോഗം, സ്ത്രീപീഡനം, ഊർജത്തിന്റെ അമിതോപഭോഗം, ശാസ്ത്രത്തിന്റെയും സാങ്കേതിക വിദ്യയുടെയും തെറ്റായ ഉപയോഗം, മനുഷ്യാവകാശ ലംഘനം ഇവയ്ക്കെല്ലാം കാരണം കണ്ടെത്താനും വിലയിരുത്താനും കഴിയുമെന്നത് നേര്. എന്നാൽ, ഇവയെല്ലാം ഒരൊറ്റ രോഗത്തിന്റെ ഭിന്നലക്ഷണങ്ങളായിരിക്കെ, ഇവയ്ക്കൊക്കെ ബാധകമായ ഒരു പ്രതിവിധി നിർദ്ദേശിക്കാൻ മാർക്സിസത്തിന്റെ വെളിച്ചം പര്യാപ്തമല്ല എന്ന തിരിച്ചറിവ് ഒരു വെളിച്ചമായി സ്വീകരിക്കാൻ മാർക്സിസത്തിന്റെ സഹയാത്രികർക്ക് സാധിക്കുമോ?

മുല്ലാ നസ്റുദ്ദീനെപ്പറ്റി ഒരു കഥയുണ്ട്. ഉച്ചനേരത്ത് വീട്ടുമുറ്റത്ത് എന്തോ തിരയുന്ന അയാളോട് ഒരു വഴിപോക്കൻ ചോദിച്ചു: 'മുല്ലാ എന്താണ് തെരയുന്നത്?'

'ഒരു സൂചി വീണുപോയി. അതു നോക്കുകയാണ്.'

'അതെവിടെയാണ് വീണത്?' എന്നു ചോദിച്ച വഴിപോക്കനോട് മുല്ലയുടെ മറുപടി ഇതായിരുന്നു.

പി.എൻ. ദാസ്

'അത് അകത്തെവിടെയോ ആണ് വീണത്.'

അതുകേട്ട് പൊട്ടിച്ചിരിച്ചുകൊണ്ട് വഴിപോക്കൻ ചോദിച്ചു.

'അകത്തു വീണ സൂചിക്ക് നിങ്ങൾ പുറത്താണോ തിരയുന്നത്?"
"ഇവിടെയാണ് വെളിച്ചം. അതുകൊണ്ട് ഇവിടെ തിരയുകയാണ്." എന്നായിരുന്നു മുല്ലയുടെ മറുപടി.

ഇതുപോലെ നാം, മനുഷ്യരാശി, ഇരുട്ടിൽ എവിടെയോ വീണുപോയത്, പുറത്ത് വെളിച്ചത്തിൽ തിരഞ്ഞാൽ കണ്ടെത്താനാവുമോ?

മാർക്സിസം എപ്പോഴും അകത്ത് ഇരുട്ടിൽ വീണുപോയ സൂചിക്ക് മുറ്റത്ത് വെളിച്ചത്തിൽ തിരയുകയാണെന്ന് പറയാൻ ഞാനാര്? എന്നാൽ, ചിലപ്പോഴെങ്കിലും മാർക്സിസം അകത്തുവീണത് പുറത്ത് തിരയുന്നുവെന്ന് നിങ്ങൾക്ക്, മാർക്സിസ്റ്റിന് തോന്നിയിട്ടുണ്ടോ?

ബുദ്ധൻ രണ്ടായിരത്തി അഞ്ഞൂറ് വർഷങ്ങൾക്ക് മുമ്പ് പറഞ്ഞത്, 'മനുഷ്യവംശാരംഭം മുതൽ കരയുന്ന കണ്ണുകളിൽനിന്നുള്ള അശ്രുക്കൾ ശേഖരിച്ചിരുന്നെങ്കിൽ അത് ഭൂമിയിലെ എല്ലാ സാഗരങ്ങളിലേയും ജലത്തേക്കാൾ അധികമായിരിക്കും' എന്ന അവസ്ഥ ഇന്നും മാറാതെ തുടരുകയാണ്. ഏതെങ്കിലുമൊരു ഒറ്റമൂലികൊണ്ട് പരിഹരിക്കാവുന്നതല്ല മനുഷ്യവംശത്തെ ഗ്രസിച്ച രോഗം. ഭൂമിയിൽ അസമത്വവും അനീതിയും നിലനിൽക്കുവോളം മാർക്സിസത്തിന് പ്രസക്തിയുണ്ടാവും. അതുപോലെ ഭൗതികതലത്തിൽ എത്രതന്നെ തുല്യതയും ഭൗതികമായ ജീവിതാവശ്യങ്ങളുടെ പ്രാപ്തിയും ഉണ്ടായാലും വ്യക്തികളുടെ ആന്തരിക സത്തയിൽ വിഷാദവും ശൂന്യതയും നിലനിൽക്കുവോളം ബുദ്ധന്, ക്രിസ്തുവിന്, നബിക്ക് പ്രസക്തിയുണ്ട്.

■

ജീവിതമോ മരണമോ?

പൂർണനിലാവുള്ള ഒരു രാത്രി ഏതാനും പേർ ചേർന്ന് നദിയിൽ ഉല്ലാസ യാത്രയ്ക്കിറങ്ങി. പാതിരാമുതൽ പുലരി വരെ അവർ മദ്യപിച്ചുകൊണ്ടി രുന്നു. തണുത്ത പ്രഭാതവായു തട്ടിയപ്പോൾ അവരുടെ ലഹരി താണു. തിരിച്ചുപോവാനുള്ള നേരമായെന്നവർ ഓർത്തു. എത്ര സഞ്ചരിച്ചുവെന്ന റിയാനായി അവർ കരയിലിറങ്ങി. പക്ഷേ, അവരുടെ ആശ്ചര്യത്തിന്നതി രില്ലായിരുന്നു. കഴിഞ്ഞ രാത്രി അവർ പുറപ്പെട്ടിടത്തുതന്നെ തോണി കൃത്യമായി നില്ക്കുന്നു! അപ്പോഴാണവർ ഒരു കാര്യം മനസ്സിലാക്കിയത്. തോണിയുടെ കെട്ടഴിച്ചുമാറ്റാതെയാണ് അവർ രാത്രി മുഴുവനും ഇരുന്നത് എന്ന്!

മനുഷ്യരാശി സഹസ്രാബ്ദങ്ങളായി ചരിത്രത്തിലൂടെ സഞ്ചരിച്ചത് ഇതുപോലെ കെട്ടിയിട്ട ഒരു തോണിയിലായിരുന്നുവെന്നാണോ നാം മനസ്സിലാക്കേണ്ടത്?

നാമിപ്പോൾ വളരെ അസാധാരണമായ തരത്തിൽ സാങ്കേതികമായി വികസിച്ചിരിക്കുന്നു. അത് നമുക്കെന്താണ് നല്കിയതെന്നും നമുക്കി ന്നറിയാം. എന്നാൽ മറുഭാഗത്ത് മനഃശാസ്ത്രരംഗത്ത് നാം വളരെ കുറച്ചേ വളർന്നിട്ടുള്ളൂ. കഴിഞ്ഞ സഹസ്രാബ്ദങ്ങളിൽ നാം എന്തായിരുന്നുവോ, അതുതന്നെയാണ് നാം ഇന്നും. ഒരല്പം പോലും നാം ആന്തരിക തലത്തിൽ പരിവർത്തിതരായിട്ടില്ല.

പഴയ മനുഷ്യൻ, പഴയ മനുഷ്യനെ വഴികാട്ടിയ മതങ്ങൾ, രാഷ്ട്രീയം, വൈദ്യം, വിദ്യാഭ്യാസം എല്ലാം കാലഹരണപ്പെട്ടുകഴിഞ്ഞുവെന്ന് തെളിയിക്കുന്നതാണ് മനുഷ്യൻ ഇന്ന് ഭൂമിയിൽ അരങ്ങേറിക്കൊണ്ടിരി ക്കുന്ന ജീവിത നാടകത്തിലെ ഓരോ രംഗവും. പഴയ വഴികളിലൂടെ മുടന്തി മുടന്തി നടക്കുന്ന മനുഷ്യന് പാതയുടെ അറ്റംവരെ പോകാനാ വില്ലെന്ന് സൂചിപ്പിക്കുന്നതാണ് അവർ പാതയിൽനിന്ന് നേരിട്ടുകൊണ്ടി രിക്കുന്നത്.

കാശ്മീരിലെ മനോഹരമായ ഒരു പ്രഭാതത്തിൽ ഭൂമിയും ആകാശവും പരിസരത്തിലെ ഹരിതമോഹനമായ ജീവസഞ്ചയവും പ്രപഞ്ചത്തിന്റെ

ദിവ്യതയെ, സൗന്ദര്യത്തെ ഘോഷിക്കുന്ന ആ വേളയിൽ അവയ്ക്കെല്ലാം നേരെ ഉദാസീനമായി മരിച്ചവരെപ്പോലെ നടന്നുപോയ സന്ന്യാസിമാരെ പ്പറ്റി ഒരാംഗ്ലോ ഇന്ത്യൻ എഴുത്തുകാരൻ എഴുതിയതോർക്കുന്നു. ഈ ഭൂമിയുടെ, പ്രകൃതിയുടെ സൗന്ദര്യത്തെ നവ്യതയെ നോക്കാതെ ജീവിതത്തെ ഒരു കയ്പുള്ള കഷായം പോലെ കരുതുന്ന ആ സന്ന്യാസി മാരെപോലെയാണ് ഇന്ന് ജീവിതത്തിനുനേരെ മുരടിച്ച ഒരു മനസ്സുമായി മൃതരെപ്പോലെ പുലരുന്ന നാം.

പ്രാചീനരായ ഇന്ത്യക്കാരിലും ഗ്രീക്കുകാരിലും ഈജിപ്തുകാരിലും ഒരു നല്ല സമൂഹത്തെപ്പറ്റിയുള്ള മനോഹരമായ സ്വപ്നങ്ങൾ ഉണ്ടായി രുന്നു. മഹത്തായ കലയെന്നത് ജീവിതകലയാണെന്ന് അവർ കരുതി യിരുന്നു.

ഒരാൾ തന്റെ സത്ത മുഴുവനായുപയോഗിച്ചുകൊണ്ട്, അതിന്റെ ഉണർവ് പൂർണ്ണമായും ഉപയോഗിച്ചുകൊണ്ട് മനസ്സും ഹൃദയവും ഇന്ദ്രിയങ്ങളും എല്ലാം ഉപയോഗിച്ചുകൊണ്ട്, നാം ജീവിക്കുന്ന കാലത്തിന്റെ, ലോകത്തിന്റെ ആന്തരികനാദത്തെ സൂക്ഷ്മതയോടെ, ശ്രദ്ധയോടെ അന്ത്യശ്വാസം വലിച്ചുകൊണ്ടിരിക്കുന്ന ഒരാൾക്ക് മുന്നിൽ അയാളെ കരുണയോടെ കാണുന്നതുപോലെ, മനുഷ്യകുലത്തിന്റെ വർത്തമാന കാലത്തെ അറിയാൻ ശ്രമിക്കുമ്പോൾ, ഒരാൾക്ക് ഒന്ന് ബോധ്യമാകും. ഈ ലോകം ഇന്നിങ്ങനെ ജീവിതയോഗ്യമല്ലാതാക്കിയത് രാഷ്ട്രീയക്കാർ ഒറ്റക്കൂട്ടർ മാത്രമല്ല, ജീവിതവൃക്ഷത്തെ മൊത്തം ഗ്രസിച്ച രോഗം അതിന്റെ കനികളിലൊന്നായ രാഷ്ട്രീയത്തെയും ആതുരമാക്കിയിരിക്കുക യാണ് എന്ന്.

ഇന്ന് ഇന്ത്യൻ മനസ്സിന്റെ യഥാർത്ഥ സത്തയെന്താണ്? അമേരിക്ക, ഫ്രാൻസ് ഇംഗ്ലണ്ട്, ചൈന, ഇറാൻ, ഇറാഖ് എന്നീ രാജ്യങ്ങളിലെ മനസ്സിൽനിന്ന് എന്തുതരത്തിലുള്ള ഭിന്നവ്യക്തിത്വമാണ് ഇന്ത്യൻ മനസ്സിന് ഇന്നുള്ളത്? പാശ്ചാത്യ രാജ്യങ്ങൾ മിക്കവയും ഒരുപക്ഷേ ലോക മാകെയും തീർത്തും ഭൗതികപരവും വ്യാപാരപരവുമായിരിക്കുന്നു. ഒരു ലളിതമായ വസ്തുതയിൽനിന്നും തുടങ്ങാനനുവദിക്കുക: ലോകത്ത് ജീവിതത്തിന്റെ ഒരു മേഖലയിലും നൈതികതയെന്നതേയില്ല. ഇവിടെ യെന്നല്ല, ഒരിടത്തും.

മനുഷ്യൻ കേവലം പദാർത്ഥം മാത്രമാണെന്ന ചിന്തയിൽനിന്നാണ് മനുഷ്യന്റെ എന്നെന്നേക്കുമുള്ള പതനം ആരംഭിക്കുന്നത്; ഹിരോഷിമയും നാഗസാക്കിയും വരെ ഉണ്ടാകുന്നത്. 'ഗുജറാത്ത്' ഉണ്ടാകുന്നത്. മനുഷ്യന് ശരീരം മാത്രമായി പുലരാനാവില്ല. പടിഞ്ഞാറൻ സംസ്കൃതി മനുഷ്യന്റെ ശരീരത്തെ മാത്രം കേട്ടു. അവബോധത്തിനുനേരെ അത് ബധിരമായിരുന്നു. ഇതിന്റെ ആത്യന്തികഫലങ്ങളെന്ന നിലയ്ക്ക്?

മഹത്തായ ശാസ്ത്രം, മഹത്തായ ടെക്നോളജി, വസ്തുക്കളുടെ സമ്പന്നത, സുഖം തേടുന്ന ഒരു സമൂഹം ഉണ്ടായി. ഇവയ്ക്കൊക്കെയും നടുവിൽ ഉള്ള് പൊള്ളയായ, ആത്മാവില്ലാത്ത 'ദരിദ്ര'നായ നരൻ പ്രകൃതിയിലെ യാദൃശ്ചികതപോലെ പിറവിയെടുത്തു.

രണ്ട്

എല്ലാതരം കുറ്റകൃത്യങ്ങളും രോഗങ്ങളത്രെ. ഇതിന് ഒരുതരം ശിക്ഷയുമല്ല വേണ്ടത്. ഇത് മനസ്സിലാക്കപ്പെടുകയാണ് വേണ്ടത്, ചികിത്സിക്കപ്പെടുകയും.

ഒരാളും ഒരു കുറ്റവാളിയായി പിറക്കുന്നില്ല. ഓരോരുത്തരും ഒരു പുണ്യവാളനായാണ്, കളങ്കമറ്റവനായാണ് പിറക്കുന്നത്. ഒരു പ്രത്യേകതരത്തിലുള്ള വളർത്തപ്പെടലാണ്, പ്രത്യേകതരം സമൂഹമാണ് അയാളെ ഒരു കുറ്റവാളിയാക്കുന്നത്.

ഒരിക്കൽ ദാരിദ്ര്യം ഇല്ലാതാക്കപ്പെടുന്നതോടെ ഏതാണ്ട് പകുതി കുറ്റകൃത്യങ്ങളും ശമിക്കും. ഒരു ദരിദ്രൻ കക്കുവാൻ പ്രേരിപ്പിക്കപ്പെടുകയത്രെ. നീതി നടപ്പാക്കപ്പെടണമെന്നാണാഗ്രഹിക്കുന്നത് എങ്കിൽ അയാളുടെ ദാരിദ്ര്യം ഇല്ലാതാവണം. എന്നലതിനു പകരം, ആ പാവത്തെ ഏതാനും വർഷങ്ങളിലേക്ക് ജയിലിലടക്കുകയാണ്, അങ്ങനെ സമൂഹത്തെ കൂടുതൽ അനീതിയുള്ളതാക്കുകയാണ്. കാരണം, അപ്പോഴയാളുടെ മക്കൾ യാചകരോ പോക്കറ്റടിക്കാരോ ആവുകയാണ്, ഭാര്യ വേശ്യയാവുകയാണ്. ഏതാനും വർഷങ്ങൾ ജയിലിൽ അടയ്ക്കുന്നതോടെ അയാളുടെ മനുഷ്യത്വം, ആത്മാഭിമാനം എല്ലാം നശിപ്പിക്കപ്പെടുകയാണ്. ഒരിക്കലൊരാൾ ഒരു ശിക്ഷയുമായി ജയിലിലിലടക്കപ്പെട്ടാൽ അയാൾ പിന്നെ യാന്ത്രികമായി വീണ്ടും വീണ്ടും ജയിലിലെത്തുന്നു. ഒടുവിൽ ജയിൽ അയാളുടെ വീടാകുന്നു.

ശാരീരിക കാരണങ്ങളാലും സ്വന്തമായ ഒരു പൈതൃകത്താലും ഒരാൾ കുറ്റവാളിയാകാം. അയാളത് ചെയ്യാൻ പ്രേരിതനാവുകയാണ്. അപ്പോഴയാളെ ചിത്തരോഗാശുപത്രിയിലെത്തിക്കുകയും ചികിത്സിക്കുകയുമാണ് വേണ്ടത്. അയാളുടെ കുറ്റവാസനകളെ ശിക്ഷയിലൂടെ ശമിപ്പിക്കാനാവില്ല. ഇത്തരമൊരു പരിചരണം, ശുശ്രൂഷ ലോകത്ത് ഇന്നുള്ള യുദ്ധങ്ങളാകുന്ന കുറ്റകൃത്യങ്ങൾക്ക് നേരെ വേണമെന്ന് പറയാനുള്ള മാനസികാരോഗ്യം ലോകത്തിലെ വലിയ ചിന്തകർക്ക് പോലും ഇല്ലാതായിരിക്കുകയാണ്.

കുറ്റകൃത്യങ്ങളിലൂടെ, അഴിമതിയിലൂടെ അധികാരം നേടിയാൽ അത് ഹിംസാപരരായ വ്യക്തികളുടെ കൈകളിലാണെത്തുക. സ്വാഭാവികമായും അവരത് കൂടുതൽ ഹിംസയ്ക്കായുപയോഗിക്കുന്നു. അഴിമതിക്കായുപയോഗിക്കുന്നു.

സോവിയറ്റ് യൂണിയനിൽ സ്റ്റാലിൻ ചുരുങ്ങിയത് ഒരു ലക്ഷം പേരെ കൊല ചെയ്തു. മുഴുവൻ തന്റെ പ്രതിയോഗികളായ ധനികരായിരുന്നില്ല. ഒരു നല്ല നാളെയെ പ്രതീക്ഷയോടെ ഉറ്റുനോക്കുന്ന പാവങ്ങളായിരുന്നു ഇവരിലധികവും. ഇവരെന്തുകൊണ്ട് കൊല ചെയ്യപ്പെട്ടു? ഈ ചോദ്യമേ രാഷ്ട്രീയത്തിൽ, വിപ്ലവത്തിന്റെ മനഃശാസ്ത്രത്തിൽ വങ്കത്തരമാകുന്നു.

സ്ഥലകാലങ്ങൾ വ്യക്തികളെ അഗാധമായി സ്പർശിക്കുന്നു. പ്രഭാതത്തിൽ ലോകം സായാഹ്നത്തെയപേക്ഷിച്ച് മോഹനമാകുന്നു. പ്രഭാതത്തിലൊരാൾ പുതുമയാർന്നവനാണ്, ആഴമേറിയ ഒരു നിശ്ശബ്ദതയിൽനിന്ന്, നിദ്രയിൽനിന്ന് വന്നവനാണ്, അതീന്ദ്രിയമായതെന്തോ രുചിച്ചവനാണ്. അതുകൊണ്ട് രാവിലെ ലോകത്തെന്തും നല്ലതായി തോന്നുന്നു. കൂടുതൽ സ്നേഹധനരായി കാണപ്പെടുന്നു. എല്ലാം അധികം സുന്ദരമായി കാണപ്പെടുന്നു. വൈകുന്നേരത്തോടെ ഇതേയാളുകൾ ശുഷ്കമായ, ഭൗതികമായ ഒരു തലത്തിൽ അധികം ഇടപ്പെട്ട് അവർ അവിടെ കേന്ദ്രീകരിക്കുകയാണ്, അങ്ങനെ അവർ കൂടുതൽ അഴിമതിയുള്ളവരാകുന്നു. കൂടുതൽ സാമർത്ഥ്യമുള്ളവരാകുന്നു. വൃത്തികെട്ടവരും വഞ്ചകരും ഹിംസാപരരുമാകുന്നു, ക്രിമിനലുകളാകുന്നു.

സാമർത്ഥ്യത്തിന്, മാത്സര്യത്തിന്, കുതികാൽവെട്ടിന്, ധനത്തിന്, സ്ഥാനമാനങ്ങൾക്ക് പ്രാധാന്യമുള്ള ഒരു സമൂഹത്തിൽ രാഷ്ട്രീയക്കാർ മാത്രമല്ല പുരോഹിതനും അധ്യാപകനും എഴുത്തുകാരനും വൈദ്യനും എല്ലാം ക്രിമിനലുകളാകുന്നു.

രാഷ്ട്രീയത്തിന് വിവേകത്തിന്റെ കണ്ണുകൾ വേണമെന്ന് ഗ്രഹിച്ച ഒരു ഭരണാധികാരി ലോവോത്സുവിന്റെ കാലത്ത് ചൈനയിലുണ്ടായിരുന്നു. ജനങ്ങളുടെ ആരോഗ്യനിലവാരം തീർത്തും താണുകൊണ്ടിരുന്നതായി തോന്നിയ അദ്ദേഹം ലാവോത്സുവിന്റെ ഉപദേശം തേടിയെത്തി. ലാവോത്സു മൊഴിഞ്ഞു: "അതത് പ്രവിശ്യയിലെ ഡോക്ടർമാർക്ക് അവിടത്തെ ജനങ്ങളുടെ ആരോഗ്യത്തിന്റെ മീതെ വമ്പിച്ച ഉത്തരവാദിത്വമാണുള്ളത്. ഒരു ദേശത്തെ ജനങ്ങൾക്കിടയിൽ ഗുരുതരമായ രോഗം പടർന്നുപിടിച്ചാൽ, അവിടെ രോഗബാധ കൊണ്ടുള്ള മരണനിരക്ക് കൂടിയാൽ അവിടെ പ്രവർത്തിക്കുന്ന വൈദ്യന്മാരുടെ ശമ്പളം പകുതിയായി വെട്ടിക്കുറക്കണം. അവിടെ ജനങ്ങൾ മുഴുവൻ രോഗമറ്റവരായി, ഒരു മരുന്നും വേണ്ടാത്തവരായി പുലരുമ്പോൾ അവിടെയുള്ള ഡോക്ടർമാർക്ക് ഇരട്ടി വേതനം നല്കണം." "ഒരു മോഷ്ടാവിനെ ശിക്ഷിക്കുമ്പോൾ, അയാൾ ആരുടെ മുതലാണോ മോഷ്ടിച്ചത്, അയാൾ കണക്കിലധികം പണം കുന്നുകൂട്ടിവെച്ച ആളാണെങ്കിൽ അയാളെയും ശിക്ഷിക്കണം. കാരണം, അയാൾ അന്യായമായി പണം സംഭരിച്ചു

വെച്ചതുകൊണ്ടാണ് ഇതരൻ ഒരു മോഷ്ടാവായത്" എന്നും ലാവോത്സു മറ്റൊരവസരത്തിൽ മൊഴിഞ്ഞു. രാഷ്ട്രീയക്കാരനും കുറ്റവാളിയും വളരെ ദൂരത്തല്ല. അവർ ഒരമ്മ പെറ്റ മക്കളാകുന്നു. കുറ്റവാളിക്ക് ശരിയായ ഒരവസരം നല്കുകയാണെങ്കിൽ അയാളൊരു രാഷ്ട്രീയക്കാരനാകുന്നു. രാഷ്ട്രീയക്കാരന് ഒരവസരം കൊടുക്കാതിരിക്കുകയാണെങ്കിൽ അയാളൊരു കുറ്റവാളിയാകുന്നു. ഏതു നിമിഷവും രാഷട്രീയക്കാരൻ ഒരു ക്രിമിനലാകാം, ക്രിമിനലിന് ഒരു രാഷ്ട്രീയക്കാരനും!

ഒരു രാഷ്ട്രീയ പ്രവർത്തകന് തനിച്ചുനില്ക്കാനാവില്ല. അയാൾക്കൊരാൾക്കൂട്ടം വേണം. സുശക്തമായ ഒരു രാഷ്ട്രീയപ്പാർട്ടി, ഒരു ഭരണകൂടം. അയാൾക്കധികാരം വേണം, അതയാളെ അഴിമതിയിലെത്തിക്കുന്നു. സമ്പൂർണ്ണാധികാരം അയാളെ സമ്പൂർണമായ അഴിമതിയിലെത്തിക്കുകയാണ്.

ശരിയായ ലക്ഷ്യം ശരിയായ മാർഗം വഴി മാത്രമേ നേടാനാവൂ. ഹിംസവഴി ഒരാൾക്ക് സമാധാനമുള്ള, ശാന്തമായ, സ്നേഹമയമായ ഒരു മാനവികതയിലെത്താനാവില്ല. ഹിംസ വേരുകളിലുണ്ടാവും.

വിപ്ലവകാരികൾ സദാ പാവങ്ങൾക്കു വേണ്ടിയാണോ പോരാടിയത്? അതോ അവരുടെ അസൂയ, കോപം, ഹിംസവാസന എന്നിവ കാരണമോ? എങ്കിലവർ അധികാരത്തിൽ വന്നാൽ അവർ കൂടുതൽ ആപത്കാരികളാകുന്നു. കാരണം അവർക്കാകാവുന്നത്ര പ്രതികാരം ചെയ്യാൻ അതവസരം നല്കുന്നു.

ജയിലിലായിരുന്ന കാലത്ത് എ. വാസുവേട്ടനെപ്പോലുള്ള ഉന്നത മൂല്യങ്ങളുള്ള പല വിപ്ലവകാരികളെയും കണ്ടിട്ടുണ്ട്; അങ്ങനെയല്ലാത്തവരെയും. അവർക്കിടയിൽ ജീവപര്യന്തം ശിക്ഷയനുഭവിക്കുന്ന ഒരു വിപ്ലവകാരിയെ ഓർമ വരുന്നു, 'മിസ' പ്രകാരം വിചാരണ ചെയ്യപ്പെടാതെ അനിശ്ചിതമായ നിലയിൽ ജയിലിൽ കഴിയുന്ന ഞങ്ങളെപ്പോലുള്ളവരുമായി സംസാരിക്കാനിട കിട്ടിയാൽ അദ്ദേഹം ഒരു കാര്യം അടിവരയിട്ടു പറയാൻ മറന്നിരുന്നില്ല. "നിങ്ങളാരും ജയിലിന് പുറത്തിറങ്ങുമെന്ന് സ്വപ്നം കണ്ടിരിക്കേണ്ട, ഒരു കുടുംബജീവിതം നമുക്ക് പറഞ്ഞതല്ല."

ആ മനുഷ്യന്റെ 'സാഡിസം' അയാളുടെ വിപ്ലവചിന്തയുടെ ആഴം എത്രത്തോളമാണെന്നറിയിക്കുന്നതായിരുന്നു. ഇതോടൊപ്പം വയനാട്ടിൽ നിന്നുള്ള കർഷകനായ ഒരു സഖാവിനെയുമോർക്കുന്നു. മത്തായിച്ചേട്ടൻ. ചാരുമജുംദാരെ ചുമലിലേറ്റിയാണ് പല രഹസ്യകേന്ദ്രങ്ങളിലും അദ്ദേഹം എത്തിച്ചത്; അട്ട കടിക്കാതിരിക്കാൻ. അദ്ദേഹം പക്ഷേ, ജയിലിൽവെച്ച് വിപ്ലവപ്രസ്ഥാനത്തെ തള്ളിപ്പറയുകയായിരുന്നു. "തെറ്റിദ്ധരിക്കേണ്ട, ഞാനൊരു കൃഷിക്കാരനാണ്. കൃഷിരീതിയിൽ എന്തൊരു പുതുമ

കേട്ടാലും ഞാനത് പരീക്ഷിച്ചുനോക്കും. അതുപോലെ കമ്യൂണിസത്തിൽ വിശ്വസിക്കുന്ന എനിക്ക് ചാരുമജുംദാർ പറയുന്നത് ശരിയായിരിക്കുമെന്ന തോന്നലാണാദ്യമുണ്ടായത്, അതറിയാൻ അവരുടെ കൂടെ ചേർന്നു. അതു തെറ്റാണെന്ന് ഇപ്പോൾ ബോധ്യമായി, ഞാനത് വിട്ടു." രാഷ്ട്രീയത്തിൽ ഈയൊരു സത്യസന്ധത അപൂർവമായ ഒരനുഭവമാണ്.

വർത്തമാനകാലത്തെ യുവജനങ്ങളെ ക്രിമിനലിസത്തിലേക്ക് വലിച്ചിഴക്കുന്നതിൽ നമ്മുടെ മാധ്യമങ്ങൾക്കുള്ള പങ്ക് ഏറെയാണ്. കാൽനൂറ്റാണ്ട് മുമ്പ് ടി.വി.യുടെ സ്വാധീനത്തെപ്പറ്റിയുള്ള ഒരമേരിക്കൻ സർവെ പറയുന്നു: ടി.വി. കണ്ടുകൊണ്ട് ഓരോ അമേരിക്കക്കാരനും ഏഴര മണിക്കൂർ വീതം ദിനം തോറും പാഴാക്കുന്നു. ജീവിതത്തിന്റെ മുന്നിലൊരുഭാഗം കസേരയിൽ കൂനിക്കൂടിയിരുന്ന് എല്ലാ തരത്തിലുമുള്ള 'നോൺസെൻസു'കളും നോക്കി അവർ ജീവിതം പാഴാക്കുന്നു. സിഗററ്റ് വലിക്കുന്നവർ എത്രനേരമാണതിൽ പാഴാക്കുന്നത്? പത്രങ്ങൾ വായിക്കുന്നവരും ഏറെ സമയം പാഴാക്കുന്നു. രോഗം, കൊലപാതകങ്ങൾ, ബലാത്സംഗങ്ങൾ ആത്മഹത്യ, യുദ്ധങ്ങൾ ഇതാണ് ജീവിതമെന്നും ലോകമെങ്ങും ഇവയിലൂടെ കടന്നുപോകുന്ന ഓരോ മനസ്സിനെയും ഇവ വിശ്വസിപ്പിക്കുന്നു. ലോകമാകെ ഇതുപോലെയാണെന്ന് ഇവ ബോധ്യമാക്കുന്നു: "ഒന്നും തെറ്റല്ല. എല്ലാവരുമിത് ചെയ്യുന്നു."

മൂന്ന്

ജയിലിൽ കഴിഞ്ഞിരുന്ന ഒരു വർഷം ലോകത്ത് നിലനില്ക്കുന്ന നീതിന്യായ വ്യവസ്ഥ, കോടതികൾ, ജയിലുകൾ മനുഷ്യസംസ്കൃതിക്ക് നേരെയുള്ള ഏറ്റവും ഹീനമായ ഒരു കുറ്റകൃത്യമായി തോന്നിയിരുന്നു.

ജയിലിനുള്ളിൽനിന്ന് പനി അധികമായി ജയിലാശുപത്രിയിലെത്തിയ ആദ്യത്തെ രാത്രി മറക്കാനാവില്ല. തൊട്ടടുത്ത സെല്ലിൽ അമ്മയെ കൊന്നതിന് വിധി കാത്തുകിടക്കുന്ന ഒരു തടവുകാരൻ പാതിര കഴിയും വരെ അമ്മയെ വിളിച്ചുകരഞ്ഞുകൊണ്ടിരുന്നു. സഹോദരിയുടെ ചാരിത്ര്യം കവരാൻ ശ്രമിച്ച ഒരാൾക്കെതിരെ ഉപയോഗിച്ച കൊടുവാൾ ആ സമയം അവിടെ ഓടിയെത്തിയ അമ്മയുടെ കഴുത്തിലാണേറ്റത്. തുടർന്ന് ചിത്തരോഗിയായ ആ തടവുകാരനെ ഒരു നല്ല മനോരോഗ ചികിത്സാലയത്തിൽ ചികിത്സിക്കുന്നതിനു പകരം അയാളെ ഇരുമ്പഴിക്കുള്ളിൽ കിടത്തുന്നതിൽപരം ഒരു കുറ്റകൃത്യം മറ്റെന്താണ്?

ലോകത്തിലെ ഏതു കൊടുംപാതകങ്ങളെക്കാളും വലിയ പാതകം, കുറ്റകൃത്യം നമ്മുടെ ലോകം നിലനിർത്തിപ്പോരുന്ന ശിക്ഷാവിധികളും ജയിലുകളുമല്ലേ? ഏതൊരു ജയിലും കുറ്റകൃത്യങ്ങൾക്കുള്ള ഒരു സർവ കലാശാലയാകുന്നു. കുറ്റത്തിനല്ല, അത് കണ്ടുപിടിക്കപ്പെട്ടതുകൊണ്ടാണ് താൻ ശിക്ഷിക്കപ്പെട്ടതെന്നും അയാൾ അവിടെവെച്ച് പഠിപ്പിക്കപ്പെടുന്നു! ജയിലിലെ മുതിർന്ന വിദഗ്ദ്ധരിൽനിന്ന് അവർ സൂക്ഷ്മവിദ്യകൾ ഏതും പരിശീലിക്കുന്നു. ഓരോ തവണ ജയിലിൽനിന്ന് പുറത്തുപോകുമ്പോഴും അവർ കൂടുതൽ പക്വതയാർജിക്കുന്നു.

"ആർത്തി, കോപം, മതിഭ്രമം - ഇവ മനസ്സിലെ മൂന്നു വിഷങ്ങളാകുന്നു" ഗൗതമബുദ്ധൻ മൊഴിഞ്ഞു. ഈ 'മനോവിഷങ്ങളാ'ണ് മനുഷ്യനെ ആത്യന്തികമായി ക്രിമിനലുകളാക്കുന്നത്. ലോകമിന്ന് ഹിപ്പോക്രസി, സങ്കടം, ഉത്കണ്ഠ എന്നിവയിൽ പുലരുന്നത് അതിശയമല്ല. മനുഷ്യൻ സംഘട്ടനത്തിൽ, കൊലയിൽ, ഒരാഗോള വിനാശത്തിനായി ഒരുങ്ങിക്കൊണ്ടിരിക്കുന്നത് ഒരതിശയമല്ല. മനസ്സിന് ഒന്നും ചെയ്യാനാവില്ല. അത് എല്ലാം വിഷമയമാക്കുന്നു. പരമമായ വെളിച്ചം മനസ്സിന്റെ അപ്പുറത്തുന്നത്രെ.

ഭയം, അസൂയ, ഉദ്വേഗം, കോപം എന്നീ വികാരങ്ങളെ അതിന്റെ പേരുകൂടാതെ നിരീക്ഷിച്ചാൽ ഇവയെല്ലാം ഒരൊറ്റ വികാരമായി മനസ്സിലാക്കാം. കുറ്റങ്ങൾ പിറക്കുന്നത്, ഹിംസയുണ്ടാകുന്നത് ആ വികാരത്തിൽ നിന്നല്ലേ? ആ വികാരത്തെ ശമിപ്പിക്കാൻ ഒരു ശിക്ഷാവിധി കൊണ്ടും സാധ്യമല്ല. അതിനുള്ള ഒരേയൊരു മരുന്ന് 'സ്വയം തിരിച്ചറിയുക' എന്നതത്രെ. ഇന്ന് ഭൂമിയിൽ പുലരുന്ന ഓരോ മനുഷ്യനും തന്റെയുള്ളിൽ എന്തു നടക്കുന്നുവെന്ന് അറിയുകയാണെങ്കിൽ, തന്റെ സത്തയുടെ അഗാധതയ്ക്ക് നേരെ, അതിന്റെ നിശ്ചലതയ്ക്ക് നേരെ ഒരു നോട്ടം കിട്ടുകയാണെങ്കിൽ, സ്നേഹത്തിൽ അയാൾ തന്നെയും ലോകത്തെയും നിരീക്ഷിക്കുകയാണെങ്കിൽ പിന്നെ ഈ ഭൂമിയിൽ ഒരാളും മറ്റൊരാളും തമ്മിൽ അകലമില്ല. അഭിപ്രായഭേദമില്ല. സംഘർഷമില്ല.

ഇരുട്ടിനെ നിവാരണം ചെയ്യേണ്ടതിനെപ്പറ്റിയുള്ള ഒരു ലക്ഷം പ്രഭാഷണങ്ങളേക്കാൾ വില ഒരു നിമിഷനേരത്തേക്കാണെങ്കിലും ഇരുട്ടിലൊരു തീപ്പെട്ടിക്കമ്പുരച്ചു വെളിച്ചം കാട്ടുകയെന്നതിലത്രെ.

ഇന്ന് ഭൂമിയിൽ പുലരുന്ന ഒരാളും ഒരിക്കലും സമാധാനമുള്ളവരല്ല, അയാൾക്കതിനാവില്ല. എന്തെന്നാൽ സമാധാനത്തിന്റെ പൂക്കൾ വിരിയാനുള്ള ഭൂതലം അയാൾ ഇനിയും ഉണ്ടാക്കിയിട്ടില്ല. ലോകത്ത് ഇന്നേവരെയുണ്ടായ ഒരു മതത്തിനും അധികാര വ്യവസ്ഥയ്ക്കും ശാസ്ത്രത്തിനും ഇത് കഴിഞ്ഞിട്ടില്ല.

നമുക്കിനിയും സേനകൾ വേണമെന്ന്, ന്യൂക്ലിയറായുധങ്ങൾ വേണമെന്ന് പറയുന്നത് ജീവിതത്തിനു നേരെയുള്ള അനാദരവാകുന്നു. പൊലീസുകാരും കോടതികളും ജയിലുകളും വേണമെന്ന ചിന്ത മനുഷ്യരാശിക്ക് നേരെയുള്ള നിന്ദയത്രെ. ഒരു നല്ല മനുഷ്യകുലം, കൂടുതൽ അവബോധമുള്ള നരൻ ഇത്തരം വങ്കത്തരങ്ങളെയൊക്കെ വെടിഞ്ഞേക്കാം.

പഴയ മനുഷ്യന്റെ നാളുകൾ കഴിഞ്ഞു. അവൻ ഒന്നുകിൽ ഒരു പുത്തൻ മനുഷ്യനായി പരിവർത്തിതനാകണം. അല്ലെങ്കിൽ ഒരാഗോള ആത്മഹത്യയ്ക്ക് ഒരുങ്ങിയിരിക്കണം.

ഇനി മനുഷ്യകുലം ഒരു ചോദ്യത്തിനുകൂടി ഉത്തരം പറയേണ്ടിവരും. ജീവിതമോ, മരണമോ വേണ്ടത്? യുദ്ധമോ സമാധാനമോ വേണ്ടത്? ജീവിതത്തെയാണ് തെരഞ്ഞെടുക്കുന്നതെങ്കിൽ അവർ ജീവിതമൂല്യങ്ങളെ തെരഞ്ഞെടുക്കണം. സമാധാനത്തെയാണ് തെരഞ്ഞെടുക്കുന്നതെങ്കിൽ സ്നേഹത്തെയും.

∎

പുതിയ ആകാശം
പുതിയ ഭൂമി

ലോകത്തെങ്ങും മനുഷ്യരാശി പഴയ സഹസ്രാബ്ദത്തിനു വിടപറയുകയാണ്. പുതിയ നൂറ്റാണ്ടിനു സ്വാഗതമോതുകയാണ്. ലോകജീവിതനാടകത്തിന്റെ ഒരു മഹാകാലം, 20-ാം നൂറ്റാണ്ട് ചരിത്രത്തിന്റെ ഭാഗമാകുകയാണ്, ഇന്നലെയുടെ ഭാഗമാകുകയാണ്, പുതിയ സഹസ്രാബ്ദം ജനിക്കുകയാണ്.

ഭൂഗർഭശാസ്ത്രജ്ഞന്മാർ ഫോസ്സിലുകളെപ്പറ്റി നടത്തിയ ഒരു പഠനത്തിൽ ഭൂമിയുടെ ജീവിതചരിത്രത്തെ സംബന്ധിച്ച് 600 ദശലക്ഷം വർഷങ്ങൾക്കിടയിൽ ജീവിവർഗ്ഗത്തിൽ അഞ്ചു പ്രമുഖ വ്യതിയാനങ്ങൾ ഉണ്ടായതായി നിരീക്ഷിക്കപ്പെട്ടു. ഇനി ആറാമത്തെ മുഖ്യവ്യതിയാനം തുടങ്ങാൻ പോകുന്നതായും അവർ ചൂണ്ടിക്കാട്ടി. അതോടെ ഭൂമിയിലിപ്പോഴുള്ള സസ്യങ്ങളും മൃഗങ്ങളും അടുത്ത നൂറ്റാണ്ടിൽ പകുതിയായി കുറയുമെന്നും അവർ പറയുന്നു. ഇക്കഴിഞ്ഞ രണ്ടു പതിറ്റാണ്ടുകൾകൊണ്ട് മുൻ കാലചരിത്രത്തിലൊന്നും പ്രകടമാകാത്തത്ര പ്രത്യക്ഷമായ മാറ്റങ്ങളാണ് ഭൂമിയിലുണ്ടായത്. മനുഷ്യൻ 'ഉണ്ടാക്കിയ' ഈ മാറ്റങ്ങളാണ് ഭൂമിയുടെ അതിജീവനത്തെപ്പോലും അസാധ്യമാക്കുന്ന വർത്തമാനകാല കഠിനസാഹചര്യങ്ങൾക്ക് ഇടയാക്കിയത്.

മനുഷ്യവർഗ്ഗം ഏറ്റവും ഇളയതത്രെ. ഒരു ലക്ഷം വർഷത്തിൽ കവിയാത്ത പ്രായമേ അതിനുള്ളൂ. ഈ ഹ്രസ്വകാലംകൊണ്ട് ഇത് ഏറ്റവും മേധാവിത്വമുള്ള വർഗ്ഗമായി വളർന്നു. ഈ പരമവിജയം, പക്ഷേ, ഇപ്പോൾ ഭൂമിയുടെ ഭാവിയെയും ഭൂമിയെ ആശ്രയിക്കുന്ന ഇതര ജീവികളെയും ബാധിക്കുന്നിടത്തോളമെത്തി. ഈ പ്രക്രിയയെ മനുഷ്യന്റെ വിവേകമുപയോഗിച്ചുകൊണ്ട് പരിഹരിക്കാനാവുമോ എന്നു നോക്കുക. ഇതത്രെ മനുഷ്യരാശി ഇന്നു നേരിടുന്ന ഏറ്റവും വലിയ വെല്ലുവിളിക്കുള്ള ഏകപ്രതിവിധി. ഭൂമിയെ നശിപ്പിച്ചുകൊണ്ടിരിക്കുന്ന മനുഷ്യന്റെ പരിഷ്കൃതിയെ ഈ സവിശേഷ സന്ദർഭവുമായി ബന്ധിപ്പിച്ച് സംസ്കാരത്തെപ്പറ്റിയുള്ള ഒരു സമഗ്രമായ ഡയലോഗ് ഉണ്ടായി വരേണ്ടതുണ്ട്.

മനുഷ്യരാശിയുടെ നേട്ടങ്ങളുടെ ആകെത്തുക - മഹത്തായ മതങ്ങൾ, ഭൗതികശാസ്ത്രങ്ങൾ, നാം പണിത നഗരങ്ങൾ, നാം രചിച്ച മനോഹരമായ ചിത്രങ്ങളും സംഗീതവും, സാങ്കേതിക ശാസ്ത്രത്തിലെ ശ്രദ്ധേയങ്ങളായ നേട്ടങ്ങൾ. ഇവയൊക്കെയും തരുന്ന വെളിച്ചം കൊണ്ടൊന്നും വർത്തമാനകാലത്ത് നാം നേരിടുന്ന പ്രതിസന്ധിയെ പരിഹരിക്കാനാവില്ല. മനുഷ്യസംസ്കാരത്തിന്റെ വേരുകളെ വരെ ഒരു മൂല്യവിചാരണയ്ക്കു വിധേയമാക്കാൻ ഈ പ്രതിസന്ധി നമ്മോടാവശ്യപ്പെടുകയാണ്.

മനുഷ്യന്റെ അവബോധത്തെ പൂർണ്ണമായി പുതുക്കിപ്പണിയാനാവുമോ? ഈ അവബോധത്തെ മനുഷ്യൻ വിപ്ലവാത്മകമായി മാറ്റുന്നില്ലെങ്കിൽ നാം 'രക്തരൂഷിതമല്ലാത്ത' യുദ്ധങ്ങളിൽ അവസാനിക്കാൻ പോവുകയാണ്. പുതിയ ഒരു മനസ്സോടെ ഭൂമിയെ, ഇവിടെ നാം കഴിച്ചുകൂട്ടുന്ന ജീവിതത്തെ കാണാനാവുമോ? മനസ്സിന്റെ ഉപകരണങ്ങളെയാകെ അഴിച്ചുപണിയാനാവുമോ? മനുഷ്യമനസ്സ് എണ്ണമറ്റ സഹസ്രാബ്ദങ്ങളിലൂടെ ഭയത്തിൽ ജീവിച്ചു. ആ ഭയത്തിന് ഒരറുതി വരുത്താനാവുമോ? പതിനായിരം വർഷങ്ങളോ അതിലധികമോ ആയി നമുക്കിടയിൽ യുദ്ധമുണ്ട്. പഴയ നാളുകളിൽ അമ്പുപയോഗിച്ചായിരുന്നു കൊന്നത്. രണ്ടോ മൂന്നോ അല്ലെങ്കിൽ നൂറുകണക്കിനാളുകളെ, ഇപ്പോൾ ലക്ഷങ്ങളാണ് കൊലചെയ്യപ്പെടുന്നത്, വളരെ കാര്യക്ഷമമായി. പതിനായിരം വർഷങ്ങളിലെ യുദ്ധം 'മനുഷ്യനെ കൊല്ലരുത്' എന്ന ലളിതമായ കാര്യം പോലും പഠിപ്പിക്കപ്പെടുകയുണ്ടായില്ല.

ഈ സഹസ്രാബ്ദത്തിന്റെ സന്ധ്യയ്ക്ക്, 20-ാം നൂറ്റാണ്ടിന്റെ ജീവിത നാടകം ഒരു സാക്ഷിയായി നിരീക്ഷിക്കുന്ന ഒരു പഥികന് തന്റെ ചുറ്റിലുള്ള ഓരോ മനുഷ്യജീവിയും വേദനപ്പെടുന്നു, ഓരോ മനുഷ്യനും നരകത്തിലൂടെ കടന്നുപോകുന്നു എന്നു കാണാതിരിക്കാനാവില്ല. ഓരോ വ്യക്തിയും കിഴക്കായാലും പടിഞ്ഞാറായാലും തെക്കായാലും വടക്കായാലും ഇതിലൂടെ കടന്നുപോകുന്നുവെന്നു കാണാം.

പുതിയ സഹസ്രാബ്ദത്തിൽ നാമീ പഴയ ജീവിതം തന്നെ തുടരാനാണോ പോകുന്നത്? മനുഷ്യൻ ഇരുപത്തയ്യായിരം വർഷങ്ങളായി ജീവിച്ചുവരുന്നു. ആ ഇരുന്നൂറ്റമ്പതു നൂറ്റാണ്ടുകളിൽ അവൻ വിപ്ലവകരമായി മാറിയിട്ടില്ല. മനുഷ്യൻ ഉത്ക്കണ്ഠയിലാണ്, ഭീതിയിലാണ്, നിരാശയിലാണ്. അക്രമാസക്തനും അസന്തുഷ്ടനും ഏകാകിയുമാണ്.

മനുഷ്യൻ അവബോധതലത്തിൽ പുതുക്കിപ്പണിയേണ്ടതുണ്ട്. മനുഷ്യന്റെ അവബോധവും അറിവിന്റെ പ്രകൃതിയും ലോകത്തിനുമീതെ പ്രകടമായി മേൽക്കോയ്മ നടത്തുകയാണ്. അനുഭവം, അറിവ്, ഓർമ്മ, ചിന്ത, പ്രവൃത്തി - ഇരുപത്തയ്യായിരം വർഷങ്ങളായി മനുഷ്യർ ആ ഒറ്റ ചക്രത്തിൽ തിരിയുകയത്രെ. അറിവുനേടലും അതുവച്ചു പ്രവർത്തിക്കലും ഒരു പ്രക്രിയയായി തുടരുന്നു. ഇതു തലച്ചോറിൽ ഓർമ്മയായി

സംഭരിക്കപ്പെടുന്നു; തുടർന്ന് ഓർമ്മ പ്രവൃത്തിയിൽ പ്രകടിതമാവുന്നു. നാമെപ്പോഴും ഓർമ്മയിൽനിന്നാണ് പ്രവർത്തിക്കുന്നത്. ആ ഓർമ്മ നമ്മുടെ തലച്ചോറിലെ സെല്ലുകളിൽനിന്നാണ്. അത് പാരമ്പര്യം, വിദ്യാഭ്യാസം, അനുഭവം, കാണൽ, കേൾക്കൽ എന്നിവയിലൂടെ രൂപ മെടുത്തതാണ്.

ഇരുപത്തയ്യായിരം വർഷങ്ങളുടെ അന്ത്യത്തിൽ 'ഞാനെന്താകുന്നു?' എന്ന ചോദ്യത്തിനു മുന്നിൽ ഞാൻ നില്ക്കുകയാണ്. നാമെല്ലാം അതു കണ്ടു. ഹിറ്റ്ലർ തന്റെ മുദ്ര നമ്മളിൽ പതിപ്പിച്ചു. ബുദ്ധനും അതു ചെയ്തു; യേശുക്രിസ്തുവും മാർക്സും മാവോയും ഇതിന്റെയെല്ലാം ഫലമാണ് എന്റെ അവബോധം. അതിന്റെ 'വ്യവസ്ഥ ചെയ്യപ്പെടൽ' (conditioning). ഈ വ്യവസ്ഥ ചെയ്യപ്പെടലിൽനിന്നു മുക്തനാകാനെനിക്കാവുമോ? 'ഉവ്വ്'. ഒരു നിമിഷം ഉള്ളിലേക്ക് നോക്കൂ. നാമൊക്കെയും മത ആശ്രയ പ്രത്യയ ശാസ്ത്രങ്ങളുടെ പേരും പറഞ്ഞുള്ള സംഘം ചേരലുകളെ, ഹിംസാത്മ കതയെ ഉള്ളിൽ പേറുന്നുണ്ടോ? ഇല്ല, നമ്മുടെ ബോധവികാസത്തിന്റെ ഫലമായി നാമിവിടെയെത്തി. ഇതു ലോകത്തുള്ള മറ്റേതു മനുഷ്യനും അവിടെയെത്താനാവുമെന്നു സൂചിപ്പിക്കുന്നില്ലേ?

സഹസ്രാബ്ദങ്ങളായി മനുഷ്യൻ ജീവിച്ചുതീർന്ന ജീവിതത്തെ, അതിന്റെ സത്തയെ, അർത്ഥത്തെ സ്വന്തം മേശപ്പുറത്തുള്ള ഒരു വസ്തു വിനെപ്പോലെ വസ്തുനിഷ്ഠമായി, യാതൊരുവിധ താരതമ്യമോ വിധി നിർണ്ണയമോ കൂടാതെ ഒന്നു നോക്കാൻ കഴിയുമോ എന്നു നോക്കൂ! നമ്മുടെ മുതുമുത്തച്ഛന്മാർ നമുക്കീ സംസ്കാരം, മനുഷ്യാസ്തിത്വത്തിന്റെ ഈ മുഴുവൻ ഘടനയും അതിന്റെ മുഴുവൻ സംഘർഷങ്ങളോടെ, ദുഃഖ ത്തോടെ കൈമാറി. ഇതുൾക്കൊള്ളുന്ന ശൈഥില്യം, ഒറ്റനോട്ടത്തിൽ നമുക്കതു വ്യക്തമായി വെളിപ്പെട്ടു കിട്ടുന്ന തരത്തിൽ പ്രകടമല്ലെങ്കിലും ഈ ശൈഥില്യമാണ് നമ്മെ സുരക്ഷിതരായി ജീവിക്കുന്നതിൽനിന്നു തടയുന്നത്. ഇതുണ്ടായിരുന്നില്ലെങ്കിൽ ഭൂമിയിലെ ജീവിതം മറ്റൊന്നാ കുമായിരുന്നു. നമുക്കെല്ലാം ഭക്ഷണം കിട്ടും. എല്ലാവർക്കും വീടുണ്ടാകും. യുദ്ധങ്ങളുണ്ടാവില്ല. നാമെല്ലാം ഒന്നായിരിക്കും. അദ്ദേഹം എന്റെ സോദരൻ, ഞാൻ അദ്ദേഹത്തിന്റേയും. എന്നാൽ ഈ ശിഥിലീകരണം അതു സംഭവിക്കുന്നതിനെ തടഞ്ഞു. ഒരു ദേശീയതയുമില്ലെങ്കിൽ, ആശയ ങ്ങളുടെ വ്യവസ്ഥ ചെയ്യപ്പെടൽ ഇല്ലെങ്കിൽ നമുക്കെല്ലാം ഉണ്ടാവുമായി രുന്നു. നാം ചിലത് ആവശ്യപ്പെടുന്നു, എന്നാലത് തടയപ്പെടുന്നു. കാരണം, ഞാനൊരു ക്രൈസ്തവനാണ്, നിങ്ങളൊരു ഹിന്ദുവും. അദ്ദേഹമൊരു മുസ്ലീമും, മറ്റെയാൾ ഒരു കമ്മ്യൂണിസ്റ്റും. നാം ചോദിക്കുകയാണ്; ഈ ശിഥിലീകരണം എപ്രകാരമുണ്ടായി? എന്താണിതിന്റെ ഉറവിടം?

സുരക്ഷിതത്വത്തിനു വേണ്ടിയുള്ള ആഗ്രഹത്തിൽനിന്നത്രെ ശിഥിലീ കരണം ഉണ്ടാകുന്നത്. മാനസികതലത്തിലുള്ള സുരക്ഷിതത്വം

ശാരീരിക സുരക്ഷിതത്വത്തെ തടയുന്നു. അതുകൊണ്ട് മനുഷ്യൻ ശാരീരികമായ സുരക്ഷിതത്വത്തെക്കാൾ മാനസികമായ സുരക്ഷിതത്വത്തിനു പ്രാധാന്യം നൽകുന്നു. എന്റെ രാജ്യം, എന്റെ ഈശ്വരൻ, എന്റെ വീട്. പൊഖ്റാനിൽ വാജ്പേയ് അണുബോംബു പൊട്ടിച്ചപ്പോൾ ഇന്ത്യൻ ജനമനസ്സിന്റെ മാനസികമായ സുരക്ഷിതത്വത്തെയാണ് സ്പർശിച്ചത്. മറിച്ച്, ഇത്തരം അണുബോംബുകളും മത്സരങ്ങളും യുദ്ധങ്ങളും ആത്യന്തികതലത്തിൽ തന്റെ ശാരീരികസുരക്ഷിതത്വത്തിനുതന്നെ ഏറ്റവും വലിയ ഭീഷണിയാണെന്നു ഓർക്കുന്നതേയില്ല.

മോഡേൺ സയൻസെന്നു പറയുന്നതിനു മുന്നൂറോ നാനൂറോ വർഷങ്ങളുടെ പഴക്കമാണുള്ളത്. 17-ാം നൂറ്റാണ്ടിനുശേഷമാണ് മനുഷ്യന്റെ ലോകം ദ്രുതഗതിയിൽ മാറുന്നത്. ഗലീലിയോ, ന്യൂട്ടൺ എന്നിവരുടെ വരവോടെ ആധുനികശാസ്ത്രവും അതിന്റെ സമീപനവും നമ്മുടെ ജീവിതത്തെ മുഴുവനായി കീഴ്മേൽ മറിക്കാൻ തുടങ്ങി. രണ്ടാം സഹസ്രാബ്ദത്തിന്റെ അന്ത്യദശകത്തിൽ ടെക്നോളജിയുടെയും ശാസ്ത്രവാദപരമായ ദർശനങ്ങളുടേയും ഒടുവിലിതാ ക്ലോണിംഗിന്റെയുമെല്ലാം സംസ്കാരത്തിന്നിടയിൽ ഏകദേശം 5 ലക്ഷം പ്രമുഖ പ്രതിരോധശാസ്ത്രജ്ഞന്മാർ ഏറ്റവും കാര്യക്ഷമതയുള്ള 'കില്ലിംഗ് മെഷീൻ' (കൊലപാതക യന്ത്രം) നിർമ്മാണത്തിൽ മുഴുകിക്കഴിയുന്നവരാണെന്നത് എന്താണ് സൂചിപ്പിക്കുന്നത്?

ശാസ്ത്രത്തെ പുതിയ ലോകത്തിന്റെ വേദമായി സ്വീകരിച്ച മനുഷ്യരാശിക്കു കിട്ടിയതെന്തൊക്കെയായിരുന്നു? പരിസ്ഥിതി മലിനീകരണം, റേഡിയേഷൻ, തെർമ്മോ ന്യൂക്ലിയർ യുദ്ധം, മനുഷ്യന് ചന്ദ്രനിലിറങ്ങാനുള്ള റോക്കറ്റുകൾ മനുഷ്യൻ ഉണ്ടാക്കി. എന്നാൽ മനസ്സിനെ നിയന്ത്രിക്കാനും ശാന്തിയും സ്വസ്ഥതയും അനുഭവിക്കാനുമുള്ള ഒരുപകരണം തിരിച്ചറിയാനോ ഉപയോഗിക്കാനോ മനുഷ്യനു കഴിയുന്നില്ല. ആധുനിക ശാസ്ത്രത്തിന്റെ എല്ലാ ഉപകരണങ്ങളുമുണ്ടായിട്ടും സ്വന്തം സമാധാനവും സുഖവും കൈവരിക്കാൻ ഇതുകൊണ്ടു കഴിയുന്നില്ല.

പുനർനവീകരിക്കപ്പെടാനാകാത്ത ഉപഭോഗവസ്തുക്കൾ എത്രയധികം കരുതലോടെ, ആത്മാർത്ഥതയോടെ സംരക്ഷിക്കുകയും ഉപയോഗിക്കുകയും ചെയ്യണമെന്നു പറഞ്ഞുതരാൻ ശാസ്ത്രത്തിനു കഴിയുകയുണ്ടായില്ല. വൈദ്യുതി, പെട്രോളിയം ഉല്പന്നങ്ങൾ, പേപ്പർ, ജലം എല്ലാം ആവശ്യത്തിലധികം ഉപയോഗിച്ചുകൊണ്ടിരിക്കുന്നവനാണ് പുതിയ മനുഷ്യൻ. ഇവയെല്ലാം മിതമായി, കരുതലോടെ ഉപയോഗിക്കണമെന്നു പറഞ്ഞുതരേണ്ടത് മനുഷ്യന്റെ വിവേകമാണ്. 'വിശപ്പടക്കാനുള്ള ഭക്ഷണവും ദാഹം തീർക്കാനുള്ള വെള്ളവും കുടിക്കുക. ചിത്രശലഭം ഒരു പൂവിന്റെ ദലങ്ങളെയോ കേസരങ്ങളെയോ രൂപത്തെയോ

നശിപ്പിക്കാതെ തേൻ നുകരുന്നതുപോലെ ജീവിതാവശ്യങ്ങൾ നിറവേറ്റുക' – ഗൗതമബുദ്ധൻ പറഞ്ഞു.

ശാസ്ത്രം വളർന്നപ്പോൾ നന്മ തളർന്നത് മനുഷ്യന്റെ ആന്തരിക ശാസ്ത്രത്തിന്റെ ഗുരുനാഥന്മാരിൽനിന്നു നാം അകന്നുപോയതുകൊണ്ടത്രെ.

19–ാം നൂറ്റാണ്ടിൽ സാങ്കേതികശാസ്ത്രത്തിന്റെ അപക്വതയോടു കൂടിയ സംസ്കാരത്തിൽ 'വലുതെത്ര മനോഹരം' എന്ന വീക്ഷണം സ്വാഭാവികമായിരുന്നു. വലിയ സംഘടനകൾ, വലിയ പാർട്ടികൾ, വലിയ പ്രകടനങ്ങൾ, വലിയ വീടുകൾ, ഇവ അത്തരം ഒരു ബോധത്തിന്റെ ഉല്പന്നങ്ങളായിരുന്നു. എന്നാൽ, അത്തരമൊരു ശാസ്ത്ര–സാങ്കേതിക നാഗരികതയുടെ രാക്ഷസരൂപങ്ങൾക്കു മുന്നിൽ താരതമ്യേന ചെറുതും മൂലധനം കുറഞ്ഞതും ലളിതവും പാരിസ്ഥിതികമായി അഹിംസാത്മകവുമായ ബദൽ ജീവിതായോധനരീതികൾ സ്വസ്ഥജീവിതത്തിനുള്ള ഉപാധികളായി നാം തിരിച്ചറിഞ്ഞുതുടങ്ങിയിരിക്കുന്നു. ഇത്തരമൊരു തിരിച്ചറിവിന്റെ വെളിച്ചം പകർന്ന ജീവിതകലാശാസ്ത്രജ്ഞന്മാരാകുന്നു ബുദ്ധൻ മുതൽ യേശു വരെയുള്ളവർ.

സയൻസിന്റെ ടെക്നോളജിയെ മാത്രം ആശ്രയിച്ച രണ്ടാം സഹസ്രാബ്ദത്തിന്റെ അന്ത്യശതകങ്ങളിലെ മനുഷ്യാനുഭവത്തിനുമുന്നിൽ, പുതിയ സഹസ്രാബ്ദത്തിൽ പുതിയൊരു ടെക്നോളജിയെപ്പറ്റി പറയാനനുവദിക്കുക. പെരുമാറ്റ ശാസ്ത്രത്തിന്റെ ടെക്നോളജി, ഊർജ്ജതന്ത്രത്തിന്റെ, ജീവശാസ്ത്രത്തിന്റെ ടെക്നോളജിക്കു തുല്യമായ ഒരു ടെക്നോളജി പെരുമാറ്റ ശാസ്ത്രത്തിൽ ഉണ്ടാവണം. പെരുമാറ്റ ശാസ്ത്രത്തെപ്പറ്റിയുള്ള നാട്ടറിവുകൾ, സഹസ്രാബ്ദങ്ങളായി ജീവിച്ച് മൺമറഞ്ഞവരുടെ പെരുമാറ്റാനുഭവങ്ങൾ, ഇവ ഇന്നത്തെ ലോകത്തിന്റെ സ്ഥിതി പരിഹരിക്കാൻ പരീക്ഷിച്ചുനോക്കാവുന്നതാണ്. ഇന്ത്യൻ യോഗ, ചൈനീസ് യോഗ, സെൻ–താവോ ചര്യകൾ, ബുദ്ധൻ, ക്രിസ്തു, മുഹമ്മദ് നബി, ഗുർദിഷ്, ജെ. കൃഷ്ണമൂർത്തി എന്നിവർ ഭിന്ന സാഹചര്യങ്ങളിൽ പറഞ്ഞവയിൽ പൊതുവായുള്ള ഒരു വെളിച്ചം പെരുമാറ്റശാസ്ത്രവുമായി ബന്ധപ്പെട്ട് പരിശീലിച്ചുനോക്കേണ്ടതാണ്. ഉദാഹരണമായി നമ്മുടെ ജീവിതത്തിൽ പെരുകിവരുന്ന ഹിംസാത്മകതയെപ്പറ്റി ലാവോത്സു രണ്ടായിരം വർഷങ്ങൾക്കുമുമ്പ് പറഞ്ഞത്, 'ഹിംസാപരനായ ഒരു മനുഷ്യന് ഒരു നല്ല അന്ത്യമുണ്ടായിരുന്നതായി കാണിച്ചാൽ ഞാനയാളെ ഗുരുവാക്കാം" എന്നതു മനുഷ്യന്റെ പെരുമാറ്റശാസ്ത്രവും ജീവിത സൗഖ്യവും എന്ന വിഷയത്തെ കൃത്യമായി നിർവ്വചിച്ചത് ചെവിക്കൊള്ളാൻ മനുഷ്യന് കഴിഞ്ഞില്ല എന്ന് രണ്ടായിരം വർഷങ്ങൾക്കിടയ്ക്ക് അരങ്ങേറിയ രണ്ടായിരത്തിലധികം യുദ്ധങ്ങൾ, രക്തച്ചൊരിച്ചിലുകൾ

സൂചിപ്പിക്കുകയാണ്. ഇത് വിവേകത്തോടെ മനസ്സിലാക്കുന്ന ഒരു മനുഷ്യ രാശിക്ക് മുവായിരാമാണ്ടിന്റെ അന്ത്യത്തിൽ ഇതുപോലെ ദുഃഖം പുരണ്ട ഒരു കുറിപ്പ് എഴുതാനിടയാവില്ല.

മനുഷ്യാവസ്ഥയുടെ ഏറ്റവും വലിയ സവിശേഷത പഠിക്കലും പരിവർത്തിക്കലുമത്രെ. ഇത്തരത്തിൽ നമ്മുടെ വർത്തമാനകാലജീവിതത്തിന്റെ ആതുരാവസ്ഥയെ, ഹിംസാത്മകതയെ, മതവിരുദ്ധതയെ, ശുഷ്കമായ ഭൗതികമാത്രചിന്തയെ അത്യന്തം ഉണർന്ന ഒരു ബോധാവസ്ഥയോടെ നോക്കുമ്പോൾ മാത്രമേ നമ്മുടെ ജീവിതത്തിന്റെ സമസ്ത മേഖലകളെയും പൊതിഞ്ഞുനില്ക്കുന്ന ഇരുട്ട്, വേദന, ഭീതി എത്ര ദാരുണമാണെന്നു നമുക്ക് തിരിച്ചറിയാനാവൂ.

നാം ഇന്നു വിതയ്ക്കുന്നതേ നാളെ നമുക്ക് കൊയ്യാനാവൂ. ∎

സ്വാതന്ത്ര്യത്തിന്റെ കടൽ

ഒരു കല്ലുപ്പിനെപ്പറ്റി സുന്ദരമായൊരു കഥയുണ്ട്. ഈ കടൽ എത്രത്തോളം ഉപ്പുരസമുള്ളതാണെന്ന് ഒന്നറിയണം. അതിനായി ആ കല്ലുപ്പ് കടലിലേക്കെടുത്ത് ചാടുകയും കടലുമായി ഒന്നായിമാറുകയും ചെയ്തു. ഇപ്രകാരം ആ കല്ലുപ്പ് പൂർണ്ണമായ ജ്ഞാനം നേടിയത്രെ. എന്തിനെ പ്പറ്റിയും മുഴുവനായി അറിയണമെങ്കിൽ ഒരാൾ ആ വിഷയത്തിന്റെ കടലിൽ എല്ലാം മറന്ന് ആണ്ടിറങ്ങണം. സ്നേഹം, സത്യം, സമത്വം നമുക്ക് എത്രപേർക്ക് അതിന്റെ പൂർണമായ അർത്ഥം അനുഭവത്തിലറിയാം? സ്നേഹത്തിന്റെ, സത്യത്തിന്റെ, സ്വാതന്ത്ര്യത്തിന്റെ കടലിന്റെ കരയിലിരുന്ന് അതിന്റെ പുറമെയുള്ള തിരകൾ നോക്കി, അതിന്റെ ജലത്തിൽ കാലുനനച്ച് മാത്രം നില്ക്കുന്നൊരാൾക്ക് ഇതിന്റെയൊന്നും അനുഭവം പൂർണജ്ഞാനം കിട്ടുന്നില്ല. ഇതിന്റെയെല്ലാം യഥാർത്ഥ മൂല്യം ഒരാൾക്കറിയണമെങ്കിൽ അയാൾക്കതു നിഷേധിക്കപ്പെടണം.

അടിയന്തരാവസ്ഥക്കാലത്ത് വിപ്ലവരാഷ്ട്രീയവുമായുള്ള ബന്ധത്തിന്റെ പേരിൽ ഞാൻ ഒരു വർഷത്തോളം കണ്ണൂർ സെൻട്രൽ ജയിലിലായിരുന്നു. അക്കാലത്തൊരിക്കൽ കടുത്ത പനിബാധിച്ച എന്നെ ജയിൽ വാഹനത്തിൽ രണ്ടു പാറാവുകാരുടെ അകമ്പടിയോടെ കൊണ്ടുപോയി. അന്നത്തെ ആ യാത്രയിൽ ജീവിതത്തിലൊരിക്കലും മറക്കാനാവാത്ത ഒരു കാഴ്ച ഞാൻ കണ്ടു. അതൊന്നുമാത്രമാണ് അന്നു കണ്ടതിൽ ഇന്നും ബാക്കിനില്ക്കുന്ന ഒരനുഭവം.

ജയിലിലായതുകൊണ്ട് വളരെയായി പുറംലോകത്ത് മനുഷ്യരെ ങ്ങനെ കഴിഞ്ഞുകൂടുന്നു, അടിയന്തിരാവസ്ഥയുടെ ഇരുണ്ട ദിവസങ്ങളിൽ ജനങ്ങളെങ്ങനെ ജീവിക്കുന്നു എന്നൊന്നും അറിയാത്തതുകൊണ്ട്, ഒരു ചെറിയ കുട്ടി ആദ്യമായി അപരിചിതമായ ഒരിടത്തേക്ക് പോകുമ്പോൾ ഉള്ള അതേ മനസ്സോടെ, താത്‌പര്യത്തോടെ, നോക്കിയതോർക്കുന്നു. പുറമെ, സാധാരണ മനുഷ്യർ, സ്വതന്ത്രരായി പാതി ഉറക്കത്തിലെന്നപോലെ നടന്നുപോകുന്നത്, സംസാരിക്കുന്നത്, ലോകത്തെവിടെയും എന്നപോലെ കണ്ണൂരിലെ നിരത്തുകളിൽ ഇതാ അവൻ സ്വതന്ത്രനാണെന്നറിയാതെ സഞ്ചരിക്കുന്നു. സ്വാതന്ത്ര്യം ഇല്ലാതാകുമ്പോൾ മാത്രമേ അതിന്റെ വില മനസ്സിലാവൂ എന്നോർമിപ്പിക്കുന്നു.

തൊഴിൽരഹിതമായി വൃത്തികെട്ട ചാളകളിലും ചേരികളിലും കഴിഞ്ഞുകൂടുന്ന മനുഷ്യക്കോലങ്ങൾക്ക് സ്വാതന്ത്ര്യം എന്ന വാക്കിന് എന്തു വിലയാണുള്ളത്? പുരുഷമേധാവിത്വത്തിന്റെ, പുരുഷന്റെ ക്രൂരതയുടെ ഇരകളായി മാറുന്ന നിസ്സഹായരായ സ്ത്രീകൾക്കും സ്വാതന്ത്ര്യമെന്ന വാക്ക് തീർത്തും പരിഹാസ്യമത്രെ. യഥാർത്ഥത്തിൽ നിയമമില്ലാത്തിടത്ത്, നിയന്ത്രണമില്ലാത്തിടത്ത്, നീതി നടപ്പാക്കാത്തിടത്ത് സ്വാതന്ത്ര്യമില്ല.

പരിഷ്കൃത മനുഷ്യന് സാധ്യമായിട്ടുള്ള സ്വാതന്ത്ര്യം വ്യവസ്ഥാപിതവും നിയന്ത്രിതവുമായ സ്വാതന്ത്ര്യം മാത്രമാണെന്ന് ഓർക്കുക. ഒരാൾ സ്വാതന്ത്ര്യം എത്രയേറെ അഭിലഷിക്കുന്നുവോ അത്രയധികം അയാൾ അധികാരത്തിന് വഴങ്ങിക്കൊടുക്കണം എന്ന് ഹോക്കിങ്ങ് പറഞ്ഞത് സത്യം തന്നെ.

രണ്ട്

മനസ്സ്, ബുദ്ധി ഉൾപ്പെടെയുള്ള എട്ട് ഇന്ദ്രിയങ്ങളിൽനിന്നും മുക്തനാകുമ്പോഴാണ് ഒരു വ്യക്തി ജീവിതമുണ്ടാക്കുന്ന എണ്ണമറ്റ തടവുകളിൽനിന്നും സ്വാതന്ത്ര്യം നേടുന്നത്. ഒരു ചിത്രശലഭം ഒരു പൂവിൽ ചെന്നിരുന്ന് അതിന്റെ ഇതളുകളെ അല്പം പോലും നോവിക്കാതെ തേൻ നുകരുന്നതുപോലെ, ജീവിതത്തിന്റെ ഓരോ ആവശ്യങ്ങളും നിറവേറ്റുവാൻ ശ്രമിക്കുന്ന മനുഷ്യനെപ്പറ്റി ബുദ്ധൻ പറയുന്നുണ്ട്. പൂർണ്ണ സ്വതന്ത്രനായ മനുഷ്യൻ അയാളത്രെ. ബുദ്ധൻ, ലാവോത്സു, യേശു, നബി, ഗുരു നാനാക്ക് എന്നിവർ, ജെ. കൃഷ്ണമൂർത്തി, ദാദാലേഖരാജ്, എക്ഹാർട് ടോളി എന്നിവർ ഇത്തരം ഒരു സ്വാതന്ത്ര്യ സമരം ഉള്ളിൽ നടത്തിയവരത്രെ. ഇവരൊക്കെയും പറയുന്നതിന്റെ സംഗ്രഹം ഇതാ ഇങ്ങനെയാണ്. ശരീരത്തെയല്ല, അതിനുള്ളിലെ അഹം ബോധത്തെ ഉന്മൂലനം ചെയ്യുക, ഇതത്രെ യഥാർത്ഥ സ്വാതന്ത്ര്യം. ഈ സ്വാതന്ത്ര്യത്തിലെത്താത്തതുകൊണ്ട് ഓരോ ശിശുവും വിശുദ്ധനായി ജനിക്കുകയും ഭ്രാന്തനായി മരിക്കുകയുമാണ്. അസൂയ, കോപം, മത്സരം, അധികാരക്കൊതി ഇവയൊന്നും ഇല്ലാത്ത ഒരാളാണ് യഥാർത്ഥ സ്വതന്ത്രൻ.

ഒരു രാജ്യത്തെ മറ്റൊരു രാജ്യം അടക്കി ഭരിക്കുന്നതിൽനിന്ന് സ്വാതന്ത്ര്യം നേടുകയെന്നതാണ് സ്ഥൂലമായ സ്വാതന്ത്ര്യം. പരമപ്രധാനമാണ് ഇത്. എന്നാൽ ഇത്തരത്തിൽ സ്വതന്ത്രരായാലും ഉള്ളിന്റെയുള്ളിൽ ഒരാൾ സ്വതന്ത്രനല്ലെങ്കിൽ ജീവിതത്തിന്റെ പരമമായ രഹസ്യം അയാളൊരിക്കലും അറിയുന്നില്ല.

ഒരു തടവുകാരൻ തന്റെ ചങ്ങലകളെ, ജയിലിന്റെ മതിലുകളെ തിരിച്ചറിയാതിരിക്കുകയാണെങ്കിൽ അവനിലെ സ്വാതന്ത്ര്യേച്ഛയുടെ ഉറവിടം എവിടെയാവും? നാം മനുഷ്യരാശിയിൽ ബഹുഭൂരിപക്ഷവും സ്വയം ചോദിക്കേണ്ട ഒന്നാണിത്.

ഒരു കുഞ്ഞു താറാവിനെ ഒരാൾ കുപ്പിയിലാക്കി. പുറത്തേക്ക് വരാനാവാത്തവിധം അതിൽ അതു വളർന്നു വലുതായി, കുപ്പി പൊട്ടിക്കാതെ, താറാവിനെ നോവിക്കാതെ അതിനെ എങ്ങനെ സ്വതന്ത്രനാക്കാനാവും? മനോഹരമായ ഒരു സെൻ ഗൂഢപ്രശ്നമാണിത്. കുഞ്ഞുതാറാവ്, മനുഷ്യന്റെ സ്വാതന്ത്രമായ ആത്മാവിനെ, കുപ്പി മനുഷ്യന്റെ മനസ്സിനെ പ്രതീകവത്കരിക്കുന്നു.

സെന്നിൽ ഈ പഴക്കമേറിയ ഗൂഢപ്രശ്നം റിക്കോ എന്ന ഗുരു ഹാൻസെനോട് ഉന്നയിക്കുന്നു. ഹാൻസെൻ പ്രതികരിക്കുന്നു. അദ്ദേഹം ഉച്ചത്തിൽ കയ്യടിച്ചുകൊണ്ട് ഉറക്കെ പറയുന്നു. "റിക്കോ കണ്ടോളൂ."

"അതേ ഗുരോ."

"കാണൂ, താറാവ് വരും പുറത്ത്." ഹാൻസെൻ മൊഴിഞ്ഞു.

മനുഷ്യന്റെ അവബോധം അവന്റെ മനസ്സിന്റെ പെട്ടിക്കകത്ത് അടച്ചുപൂട്ടിവെച്ചിരിക്കുകയാണ്. ഒരാളുടെ മനസ്സിന്റെ ഘടന, മതമൗലിക വാദത്തിന്റെയും അന്യമത വിരോധത്തിന്റെയും ശിലകൾകൊണ്ടാണെങ്കിൽ കുഞ്ഞുതാറാവ്, അയാളുടെ സ്വതന്ത്രമായ ആത്മാവ് അതിനകത്ത് നിന്നുതന്നെ മരിക്കുകയാണ്. താറാവ് പുറത്ത് എന്ന് പറയണമെങ്കിൽ മനസ്സിന്റെ ഘടന അത്രയേറെ ഉദാരമായിരിക്കണം. സ്വതന്ത്രമായിരിക്കണം!

അറിഞ്ഞതിൽനിന്നുള്ള സ്വാതന്ത്ര്യം എന്നത് ജെ. കൃഷ്ണമൂർത്തിയുടെ ഉദാത്തമായ ഒരു കണ്ടെത്തലായിരുനനു. മനസ്സിനെ പൂർണ്ണമായും തുറന്നിട്ടുകൊണ്ട് ഒരു തരത്തിലുള്ള കണ്ണടകളും വയ്ക്കാതെ ജീവിതത്തെ കാണുവാനും സംവദിക്കാനും ഒരാൾക്ക് കഴിയണം. വായിച്ച പുസ്തകങ്ങൾ, മതങ്ങൾ, അനുഷ്ഠാനങ്ങൾ, അനുഭവങ്ങൾ ഇതൊക്കെയും വ്യക്തികളെ പ്രത്യേക തരത്തിൽ വ്യവസ്ഥ (condition) ചെയ്യുന്നു. അത്തരത്തിലുള്ള മനസ്സിൽ അറിവുകളൊക്കെയും അടിമത്തമായി മാറുന്നു.

ഓരോ മതത്തിലുമുള്ളവൻ അവരുടെ മതമാണ് ഏറ്റവും നല്ലത്, മറ്റെല്ലാം മോശമെന്നു വിചാരിക്കുമ്പോൾ ഉണ്ടാകുന്ന സംഘർഷമാണ് ഇന്ന് ലോകത്തെങ്ങും ഉയർന്നുവരുന്ന ചെറുതും വലുതുമായ യുദ്ധങ്ങളായി പ്രത്യക്ഷപ്പെടുന്നത്. ഇതില്ലാതാകണമെങ്കിൽ അറിഞ്ഞതിൽ നിന്നൊക്കെയും നാം സ്വതന്ത്രരാവണം. യഥാർത്ഥമായ സ്നേഹം, സർവരുടെയും നേരെയുള്ള മൈത്രി ഉദിച്ചുവരുന്നത് ഇത്തരമൊരു മനസ്സിൽ നിന്നത്രെ.

■

ജെ. കൃഷ്ണമൂർത്തി: ജീവിതവും ദർശനവും

മനുഷ്യാവബോധത്തിന്റെ ചരിത്രത്തിലെ ശ്രദ്ധേയമായ ഒരു സംഭവമായിരുന്നു ജെ. കൃഷ്ണമൂർത്തിയുടെ ജീവിതവും ചിന്തകളും. കൃഷ്ണമൂർത്തിയെ, അദ്ദേഹത്തിന്റെ ചിന്തയെ വിവരിക്കുക എളുപ്പമല്ല. തിയോസഫിക് സൊസൈറ്റിയിൽ ലോക ഗുരുവായി ഒരു അഭിനവ ബുദ്ധനെപ്പോലെ ജീവിച്ച ആദ്യകാലം. തുടർന്ന് താൻ നേതൃത്വം നൽകിയ 'ഓർഡർ ഓഫ് സ്റ്റാർ' പിരിച്ചുവിടുകയും താൻ ആരുടേയും ഗുരുവല്ലെന്നും തന്റെ ഗുരുവിനെ ഓരോരുത്തരും തന്നിൽ തന്നെ കണ്ടെത്തുകയാണ് വേണ്ടതെന്നും എല്ലാ സങ്കുചിത മതങ്ങളും പ്രസ്ഥാനങ്ങളും മനുഷ്യരാശിയുടെ സത്യാന്വേഷണത്തിനുമുന്നിൽ വൻമതിലുകൾ ഉയർത്തുകയാണെന്നും പറഞ്ഞുകൊണ്ട് 'താൻ ഇനി മുതൽ ആരുമല്ല വെറുമൊരു വഴിപോക്കൻ' എന്നുരച്ചുകൊണ്ട് ഏകാകിയായി ലോകത്തിന് മുന്നിൽ വന്നു നിന്നത് വിപ്ലവകാരിയുടെ, ഒരു സ്പിരിചൽ റിബലിന്റെ ഭാവത്തിലായിരുന്നു. പിന്നെയും കുറേ കഴിഞ്ഞപ്പോൾ ഇദ്ദേഹത്തെ പല പേരിലും ലോകം വിശേഷിപ്പിച്ചു. നൂതനമായ ഒരു വിദ്യാഭ്യാസ ചിന്തയുടെ ദാർശനികൻ, ഒരു യഥാർത്ഥ മനഃശാസ്ത്രജ്ഞൻ, മതാത്മകമായ പദാവലികളും ചിഹ്നങ്ങളും പ്രയോഗിക്കാത്ത ഒരു പുത്തൻ മിസ്റ്റിക്ക്. യഥാർത്ഥത്തിൽ ഏതെങ്കിലും ചില കേവലമായ വിശേഷണങ്ങളിൽ ഒതുങ്ങുന്നതല്ല ജെ.കെ.യുടെ ആന്തരികസത്തയും ദർശനവും. അക്കാദമികമായ ഒരു ഘടനയ്ക്കോ സ്പെഷലൈസ് ചെയ്യപ്പെടുന്ന തരത്തിലുള്ള ഒരു പഠനത്തിലോ ഒതുങ്ങുന്നതല്ല അദ്ദേഹത്തിന്റെ വിചാരലോകം.

തത്ത്വചിന്തയെ ജെ.കെ. പലപ്പോഴും 'ജീവിതപ്രേമ'മെന്ന് വിശേഷിപ്പിച്ചിട്ടുണ്ട്. തത്ത്വചിന്തകൻ എന്നതിന് 'സുഹൃത്ത്', 'ജ്ഞാനത്തിന്റെ കാമുകൻ' എന്നൊക്കെയാണ് പദാർത്ഥം. അദ്ദേഹം ഒരിക്കലും മതാത്മക ദാർശനിക ഗ്രന്ഥങ്ങളൊന്നും വായിച്ചിട്ടില്ലെന്നു വ്യക്തമാക്കിയിട്ടുണ്ട്.

ജെ.കെ.യെപ്പറ്റി സുന്ദരങ്ങളായ പല രചനകളും ഉണ്ടായിട്ടുണ്ട്. അവയുമായി തോളുരുമ്മി നിൽക്കുന്ന 'കിച്ചൺ ക്രോണിക്കിൾ' ഒരു ദശക്കാലത്തോളം ജെ.കെ.യുടെ വെപ്പുകാരനായിരുന്ന മിഷേൽ ക്രോഹന്റെ ജെ.കെ.യുടെ കൂടെ ജീവിച്ച കാലത്തെക്കുറിച്ചുള്ള ഓർമ്മകളാണ്. ജർമ്മനിയിലെ ഫ്രാങ്ക്ഫർട്ട് നഗരത്തിനടുത്തുള്ള ഒരു ചെറു പട്ടണത്തിൽ 1943 ൽ ജനിച്ച മിഷേൽ ക്രോഹൻ ലോക യുദ്ധം ഭൂഗോളത്തിലേല്പിച്ച ആഴമുള്ള മുറിവുകളുടെ വേദന കണ്ടുകൊണ്ടാണ് വളർന്നത്. യുദ്ധാനന്തര ദുരിതങ്ങൾക്കു നടുവിൽ വളർന്നതുകൊണ്ട് പ്രകൃതിയും സൗന്ദര്യവും അദ്ദേഹത്തിന് മഹത്തായ സാന്ത്വനമായാണ് ഇളംപ്രായത്തിൽതന്നെ തോന്നിയത്. സൂര്യവെളിച്ചത്തിൽ നൃത്തം വെയ്ക്കുന്ന നീണ്ട സ്വർണ്ണപ്പുല്ലുകൾ, നീലാകാശത്ത് കുറുകെ സഞ്ചരിക്കുന്ന വെള്ളമേഘങ്ങൾ, മരങ്ങൾക്കിടയിലെ കാറ്റ്, കാറ്റിൽ തിളങ്ങുന്ന നക്ഷത്രങ്ങൾ ഇവയെല്ലാം പുതിയതെന്തോ കണ്ടെത്തിയതുപോലെയാണ് ക്രോഹന് അനുഭവപ്പെട്ടത്. ബാഹ്യപ്രത്യക്ഷങ്ങൾക്കപ്പുറം ജീവിതത്തിന്റെ പാവനതയെന്തെന്ന് അറിയണമെന്നത് ഇദ്ദേഹത്തിന്റെ ഉള്ളിലാളിയ ഒരന്വേഷണമായിരുന്നു. അജ്ഞരായ ആളുകൾക്ക് നരകത്തിൽനിന്ന് മുക്തിനേടിക്കൊടുക്കാൻ സഹായിക്കുന്ന ഒരു മിഷിനറി ആകണമെന്നായിരുന്നു ആദ്യകാലത്തെ അദ്ദേഹത്തിന്റെ മോഹം.

'സമൂഹവും സംസ്കാരവും മതവും നിർവഹിക്കുന്ന ലക്ഷ്യങ്ങളും ആദർശങ്ങളും പെട്ടെന്ന് അർത്ഥരഹിതമായി എനിക്ക് അനുഭവപ്പെടാൻ തുടങ്ങി.' പുസ്തകം വായിക്കൽ, കവിതയെഴുതൽ, ചിത്രം വരയ്ക്കൽ, ഓടക്കുഴൽ ഊതൽ, വിദേശരാജ്യങ്ങളിൽ സഞ്ചരിക്കൽ, പുത്തൻ സംസ്കാരം കണ്ടെത്തൽ ഇവയിലാണ് ജീവിതത്തിന്റെ അർത്ഥം എന്നത് ഇദ്ദേഹത്തിന് വെളിവായി.

മനുഷ്യരാശിയിലെ ഭിന്നമതാത്മക അനുഭവങ്ങളെപ്പറ്റി അറിയാനുള്ള ശ്രമങ്ങൾക്കിടയിലാണ് ഇദ്ദേഹം സെൻ ദർശനത്തിന്റെ ഒഴിഞ്ഞയിടം, പൊടുന്നനെയുള്ള ബോധോദയം എന്നീ ആശയങ്ങൾ കണ്ടെത്തിയത്. യത്നരഹിതമായ പ്രവൃത്തി, വിധി നിർണ്ണയമില്ലാത്ത നിരീക്ഷണം, സംഭവപ്രവാഹങ്ങൾക്കിടയിൽ അവിഭാജ്യമായ അസ്തിത്വത്തോടെ പുലരൽ ഇവയൊക്കെ പ്രപഞ്ചത്തിന്റെ ഒളിഞ്ഞു കിടക്കുന്ന മഹാരഹസ്യങ്ങളുമായി സ്വരൈക്യത്തോടെ ജീവിക്കുന്നതിനെക്കുറിച്ച് അദ്ദേഹത്തെ ഓർമ്മിപ്പിച്ചുകൊണ്ടിരുന്നു.

1966-ൽ കാലിഫോർണിയയിൽവെച്ച് ജെ.കെയെക്കുറിച്ചുള്ള ഒരു പുസ്തകം നിശ്ശബ്ദമായ മനസ്സിനേയും ദർശനത്തെയുംപറ്റി കാണാനിടയായി. 'അദ്ദേഹത്തിന്റെ വാക്കുകൾ എന്നിൽ ആഴത്തിൽ പതിഞ്ഞു. പിന്നീട് അദ്ദേഹത്തിന്റെ രചനകൾ പലതും വായിച്ചപ്പോൾ യുക്തിയും ആഴത്തിലുള്ള ഉൾക്കാഴ്ചയും ഒന്നിക്കുന്ന

മനുഷ്യാവസ്ഥയെപ്പറ്റിയുള്ള മൗലികമായ വിചിന്തനങ്ങൾ, മുമ്പൊരിക്കലും കേൾക്കാത്തത് കേൾക്കാൻ കഴിഞ്ഞു. മതങ്ങളും ദേശീയ രാഷ്ട്രതലത്തിലുള്ള മനുഷ്യന്റെ സങ്കുചിതമായ അധിവാസവും അതുണ്ടാക്കുന്ന രോഗങ്ങളും ജെ.കെ. ചൂണ്ടിക്കാട്ടി സ്വന്തം മതം ഉൾപ്പെടെയുള്ള ഒരു മതങ്ങളുടെയും ആധികാരികത അംഗീകരിക്കാതെ സ്വന്തം മനസ്സിനെ, സ്വന്തം ജീവിതത്തെ അഗാധമായ അന്തഃശ്രദ്ധയോടെ നോക്കാനും സ്വന്തം ഉള്ളിന്റെയുള്ളിൽ നിരവധി ചോദ്യങ്ങൾ ചോദിക്കാനും സത്യത്തിന്റെ നേരെ ധീരമായി ചുവടുറപ്പിക്കാനും ജെ.കെയുടെ രചനകൾ പറഞ്ഞിരുന്നു. ഇതു തീർത്തും മൗലികമായി മിഷേൽ ക്രോഹനു തോന്നി. വിലമതിക്കാനാവാത്ത ഒരു രത്നം കണ്ടെത്തിയതുപോലെയായിരുന്നു ഇദ്ദേഹത്തിന് ജെ.കെ. ഇത് തിരിച്ചറിയുന്നതോടെ ജെ.കെ.യെ കാണാനും ബന്ധം സ്ഥാപിക്കാനും ഇദ്ദേഹം ശ്രമിക്കുകയാണ്. ഹിമാലയത്തിലെ ഗിരിശൃംഗങ്ങളിൽ കഴിയുന്ന ഒരു സുഹൃത്തിനെ തേടി ഇദ്ദേഹം 1970ൽ ഇന്ത്യയിൽ വരികയുണ്ടായി. ഇദ്ദേഹത്തിന്റെ അടുത്തുനിന്നാണ് ജെ.കെ.യെപ്പറ്റി അധികം അറിഞ്ഞത്. അങ്ങനെ 1971 ജനുവരി 14ന് മദ്രാസിൽവെച്ചാണ് ജെ.കെ.യെ ആദ്യമായി കണ്ടുമുട്ടിയത്.

1972 സെപ്തംബറിൽ ഒജായിൽ കൃഷ്ണമൂർത്തി സ്ക്കൂൾ തുറക്കുന്നതുകൊണ്ട് ഒരു തോട്ടക്കാരൻ, വെപ്പുകാരൻ തുടങ്ങിയവരുടെ ഒഴിവുണ്ടെന്ന് ക്രോഹൻ അറിഞ്ഞു. ഇത് സ്വർഗ്ഗത്തിൽനിന്നുള്ള ഒരു സന്ദേശം പോലെയാണ് അദ്ദേഹത്തിന് തോന്നിയത്. അങ്ങനെയാണ് ക്രോഹൻ കൃഷ്ണമൂർത്തിയുടെ വെപ്പുകാരനും ചങ്ങാതിയുമായി മാറിയത്.

പുസ്തകങ്ങളിലെ, ചിന്തകളിലെ, പ്രിയങ്കരനായ കൃഷ്ണമൂർത്തിയെ അടുത്തറിയാൻ, അദ്ദേഹത്തിന് അന്നം വെച്ചുവിളമ്പാൻ ക്രോഹന് കിട്ടിയ അവസരം ഒരപൂർവ സൗഭാഗ്യമായിരുന്നു.

'അന്ന ദത്തു സുഖീഭവ' (അന്നം നൽകുന്നവനാരോ, അവന് സുഖം വരട്ടെ) എന്ന് കൃഷ്ണമൂർത്തി ഒരിക്കൽ തന്റെ ഉള്ളിന്റെയുള്ളിൽനിന്ന് അനുഗ്രഹദായകമായ ശബ്ദത്തിൽ ക്രോഹനോട് മൊഴിയുകയുണ്ടായതിലെ സ്നേഹം, കൃതജ്ഞത അതിരറ്റതായിരുന്നു.

കൃഷ്ണമൂർത്തിയിലെ സ്വകാര്യവ്യക്തിയെ അറിയാൻ ക്രോഹന് പ്രത്യേകമായ താത്പര്യം തന്നെയുണ്ടായിരുന്നു. 'അദ്ദേഹത്തെ സാധാരണമായ ദൈനംദിന സാഹചര്യങ്ങളിൽ നിരീക്ഷിക്കുന്നതിൽ എനിക്ക് ഏറെ താത്പര്യമുണ്ടായിരുന്നു. അദ്ദേഹത്തിന്റെ സമ്പ്രദായങ്ങൾ, ആംഗ്യങ്ങൾ, അദ്ദേഹം തന്നിൽത്തന്നെ എങ്ങനെയിരിക്കുന്നു എന്നതൊക്കെ. അദ്ദേഹം തിന്നുന്നത് ഞാൻ രഹസ്യമായി നിരീക്ഷിക്കുമായിരുന്നു. അയൽക്കാരുമായി അദ്ദേഹം സംസാരിക്കുന്നത്, ചിരിക്കുന്നത്,

തീൻമേശയ്ക്ക് ചുറ്റുമിരിക്കുന്നവരുടെ നേരെ ശാന്തമായി നോക്കുന്നത് എനിക്ക് വല്ലാത്ത വിസ്മയവും കൃതജ്ഞതയുമുണ്ടാക്കി. ഞാൻ നന്മയുമായി കണ്ടുമുട്ടിയിരിക്കുന്നുവെന്ന് ചിന്തിച്ചു.'

'അദ്ദേഹത്തിന്റെ തലോടുന്ന തരത്തിലുള്ള ആംഗ്യങ്ങൾ, പ്രഭാതത്തിലെ ഒരു തടാകം പോലെ ശാന്തമായ ശബ്ദം' ലോകത്തെവിടെയും കാണാത്ത ഒരാളെ ക്രോഹന് കാട്ടിക്കൊടുത്തു. ജെ.കെ.യോട് ചോദിക്കാൻ ഗ്രന്ഥകാരൻ ആശിച്ചത്, 'കൃഷ്ണമൂർത്തിയെന്ന മനുഷ്യനെപ്പറ്റി, അദ്ദേഹത്തിന്റെ ദൈനംദിന ജീവിതത്തെപ്പറ്റി. വാക്കുകൾകൊണ്ടുള്ള ഉത്തരമല്ല, മറിച്ച് അദ്ദേഹത്തെ 'ഫസ്റ്റ്ഹാന്റായി' കാണാനും ശ്രദ്ധിക്കാനും അനുഭവിക്കാനും യഥാർത്ഥവസ്തുവിന്റെ രുചിയറിയാനും' ക്രോഹൻ ആഗ്രഹിച്ചു.

ഗഹനമായ എന്തിനെപ്പറ്റിയും ജെ.കെ. പറഞ്ഞതിനെ ഒരാൾക്ക് ചോദ്യം ചെയ്യാം, നിശിതമായി വിമർശിക്കാം. അദ്ദേഹം ഒരു മന്ദഹാസത്തോടെ പൂർണ്ണശ്രദ്ധയോടെ അതൊക്കെയും കേട്ടശേഷം ലാളിത്യത്തോടെ, 'കണ്ടുപിടിക്കൂ സാർ' എന്നു മൊഴിയുമ്പോൾ ജെ.കെയുടെ അഹന്താമുക്തമായ വിനിമയ രീതി ചോദ്യകർത്താവിനെ സംവാദത്തിന്റെ യഥാർത്ഥ ലക്ഷ്യത്തിന്റെ മുന്നിൽ നിർത്തുന്നു. 'ഇതരനെ ആദ്യം പരിഗണിക്കുക'യെന്നത് അദ്ദേഹത്തിന്റെ സ്വഭാവമായിരുന്നു.

ഇംഗ്ലീഷ് നോവലിസ്റ്റ് ആൾഡസ് ഹക്സിലിയുമായി ജെ.കെയ്ക്കുണ്ടായിരുന്ന സൗഹൃദത്തെപ്പറ്റി അദ്ദേഹം ഓർക്കുന്നു. 'ഞാൻ ആയിടെ എന്റെ ചില നിരീക്ഷണങ്ങൾ എഴുതാൻ തുടങ്ങിയത് അദ്ദേഹത്തെ കാണിക്കുകയുണ്ടായി. എനിക്ക് അപ്പോൾ വല്ലാതെ ലജ്ജ തോന്നിയിരുന്നു. എന്നാൽ അദ്ദേഹമാകട്ടെ അതിൽ വളരെ താത്പര്യം കാട്ടുകയും അതു തീർത്തും മൗലികമാണെന്ന് പറയുകയും ഇനിയും എഴുതണമെന്ന് ഓർമ്മിപ്പിക്കുകയും ചെയ്തു. ലോകസാഹിത്യത്തിൽ ഇതിനുമുമ്പ് ഈ ശൈലിയിലുള്ള എഴുത്ത് താൻ ഒരിക്കലും വായിച്ചിട്ടില്ലെന്ന് അദ്ദേഹം സൂചിപ്പിക്കുകയും ചെയ്തു. പതിവായി എഴുതുവാൻ അദ്ദേഹം എന്നെ ഉപദേശിച്ചു. ഞങ്ങൾ കുന്നിൻപുറങ്ങളിൽ നീണ്ട നടത്തങ്ങൾക്ക് പോകും. വഴിവക്കിലെ പൂക്കളെപ്പറ്റിയും മരങ്ങളെപ്പറ്റിയും കണ്ടുമുട്ടുന്ന മൃഗങ്ങളെപ്പറ്റിയും ഒക്കെ ദീർഘമായ വിവരണങ്ങൾ നൽകും. ചിലപ്പോൾ ഞങ്ങൾ നീണ്ട നടത്തങ്ങൾക്കിടയ്ക്ക് ഒറ്റവാക്കുപോലും മിണ്ടില്ല. നിശ്ശബ്ദമായി ഞങ്ങൾ അങ്ങനെയിരിക്കും.

1930-കളുടെ തുടക്കത്തിൽ ജെ.കെ. ഏതൻസിൽ സംസാരിക്കാൻ എത്തിയപ്പോൾ ബുക്കാറസ്റ്റിൽവെച്ച് അവിടുത്തെ ദേശീയ കാത്തലിക് വിദ്യാർത്ഥികൾ അദ്ദേഹത്തിന്റെ ജീവന് നേരെ ഭീഷണിയുയർത്തുകയും അവിടം വിട്ടുപോകുമ്പോൾ വണ്ടിയിൽവെച്ച് ഭയങ്കരമായ തരത്തിൽ രോഗ

ബാധിതനാവുകയും ചെയ്തു. ജെ.കെ. ഓർക്കുന്നു: 'എനിക്കുള്ള ഭക്ഷണത്തിൽ അവർ രഹസ്യമായി കുറച്ചുവിഷം കലർത്തിയിരിക്കണം. ഇത് അദ്ഭുതമാണ്. ഞാൻ ഒരാൾ മാത്രമാണ് രോഗത്തിന് ഇരയായത്. എന്തുകൊണ്ട് ഇപ്രകാരം അവർ ചെയ്തുവെന്ന് എനിക്കറിയില്ല. ആ അസുഖം, ആ വിഷം നീണ്ടൊരുകാലം വരെ എന്നിൽ നിലനിന്നു.

ഒരു കുട്ടിയെപ്പോലെ ഭയവും അവിശ്വാസവും ഇല്ലാതെ ജെ.കെ. ആരുടെയും സുഹൃത്താവാൻ സന്നദ്ധനായിരുന്നു. അത്തരമൊരു സംഭവം ജെ.കെ. പറയുന്നു: 'വൈകുന്നേരം പസഫിക് കടൽത്തീരത്ത് ഞാൻ നടക്കാനിറങ്ങും. ഒരു ദിവസം മുമ്പൊരിക്കലും കാണാത്ത ഒരാൾ എന്നെ സമീപിച്ച് 'ഞാനും ഒപ്പം വരട്ടെ' എന്നു ചോദിക്കുകയും 'ശരി വന്നോളൂ' എന്നു പറയുകയും ചെയ്തു. ഞങ്ങളൊന്നിച്ച് കടൽത്തീരത്തിലൂടെ അധികമൊന്നും സംസാരിക്കാതെ നടന്നുപോയി, തിരകളെയും മനോഹരമായ പ്രകൃതിദൃശ്യങ്ങളെയും നോക്കുകമാത്രം ചെയ്തുകൊണ്ട്. അപ്പോൾ അദ്ദേഹം 'കുറച്ചുനേരത്തേക്ക് നമുക്കല്പം ഇരിക്കാമോ?' എന്നു ചോദിക്കുകയും ഞാൻ ശരിയെന്ന് പറയുകയും ചെയ്തു. പിന്നീട് ഞങ്ങൾ അവിടെയുള്ള വീണുകിടക്കുന്ന ഒരു വൃക്ഷത്തിന്റെ തടിയിൽ ഇരുന്നു. മുന്നിലുള്ള നീല വൈപുല്യത്തിന്റെ അനന്തതയ്ക്ക് നേരെ നോക്കിക്കൊണ്ട് ഞങ്ങൾ തെല്ലിട മൂകരായി ഇരുന്നു. അപ്പോൾ അദ്ദേഹം 'അങ്ങയുടെ കൈ ഒന്നുപിടിക്കട്ടെ' എന്നു ചോദിക്കുകയും ഞാൻ അപ്പോൾ എന്റെ കരം അദ്ദേഹത്തിനുനേരെ നീട്ടുകയും കൈകൾ പരസ്പരം പിടിച്ചുകൊണ്ട് കുറച്ചുനിമിഷങ്ങൾ അങ്ങനെ ഇരിക്കുകയും ചെയ്തു... തെല്ലിടകഴിഞ്ഞ് അദ്ദേഹം 'അങ്ങയെ ഒന്നു ചുംബിക്കട്ടെ? എന്നു ചോദിക്കുകയും 'ശരി'യെന്ന് ഞാൻ പറയുകയും അദ്ദേഹം എന്റെ കവിളത്ത് ഒരുമ്മ തരുകയും ചെയ്തു...'

മൃഗങ്ങളുമായും കിളികളുമായും വൃക്ഷങ്ങളുമായും നല്ല ചങ്ങാത്തമുള്ള ഒരാളായിരുന്നു ജെ. കെ. ഒരു ദിവസം അടുക്കളയ്ക്കടുത്ത് ഒരു മരത്തിൽ കാണപ്പെട്ട കൂമനെ കാട്ടാൻ ക്രോഹൻ ക്ഷണിക്കുകയും ഒരു കൊച്ചുകുഞ്ഞിനെപോലെ, കൂമനെ ഒന്നാമത് കാണുന്ന ഒരാളെപ്പോലെ അദ്ദേഹം അതിന്റെ നേരെ ചാഞ്ഞും ചെരിഞ്ഞും നോക്കുകയും ചെയ്തത് ക്രോഹൻ രേഖപ്പെടുത്തുന്നു. തന്റെ ജീവിതകാലം മുഴുവൻ അദ്ദേഹം ഭൂമിയുമായി, ജീവനുള്ള എല്ലാ വസ്തുക്കളുമായി സ്നേഹത്തിലായിരുന്നു. വൃക്ഷങ്ങൾക്കു നേരെ സവിശേഷമായ ഒരടുപ്പം അദ്ദേഹത്തിനുണ്ടായിരുന്നു. അവയുടെ വികാരങ്ങൾ അദ്ദേഹം അറിഞ്ഞിരുന്നു. 'നിങ്ങളൊരു വൃക്ഷവുമായി ബന്ധമുണ്ടാക്കുമ്പോൾ നിങ്ങൾ മനുഷ്യരാശിയുമായി ബന്ധമുണ്ടാക്കുകയാണ്' വേരുകൾ മണ്ണിനടിയിലൂടെ

ആണ്ടിറങ്ങുമ്പോൾ ഉണ്ടാകുന്ന വേരുകളുടെ 'നിശ്ശബ്ദമായ ശബ്ദം' കേൾക്കേണ്ടതിനെപ്പറ്റി മറ്റൊരിക്കൽ അദ്ദേഹം പറയുന്നുണ്ട്.

അദ്ദേഹത്തിന്റെ പതിവുള്ള തിരക്കേറിയ യാത്രകളെപ്പറ്റി ഒരിക്കൽ ക്രോഹൻ ചോദിച്ചപ്പോൾ ദയ നിറഞ്ഞ കണ്ണുകളോടെ നോക്കിക്കൊണ്ട് അദ്ദേഹം മൊഴിഞ്ഞു. "നിങ്ങൾക്കറിയില്ല സാർ. വിമാനത്തിലും കപ്പലിലും കാറിലുമായുള്ള ഈ യാത്ര ശരീരയന്ത്രത്തിന് അത്ര നല്ലതല്ല. എഴുപതോ, അതിലധികമോ കൊല്ലങ്ങളായി ഈ ശരീരം ഇത്തരം യാത്രകളിലാണ്. ഇത്തരം ചലനങ്ങളുടെ അഭാവത്തിൽ ഈ ശരീരം വളരെക്കാലം നൂറോ നൂറ്റിയിരുപതോ വർഷങ്ങളോളം ഒക്കെ നിലനിന്നേക്കാം. യാത്രകൾ കുറച്ച് ശാന്തമായ ഒരു ജീവിതം നയിക്കുക."

ജെ.കെ. തന്റെ ജീവിതത്തിൽ ലോകമെമ്പാടുമായി എത്ര നാഴികകൾ സഞ്ചരിച്ചിരിക്കും? സാധാരണനിലയിൽ ഒരു വർഷത്തിൽ ചുരുങ്ങിയത് ഒരിക്കൽ അദ്ദേഹം ഭൂഗോളത്തെ ചുറ്റിസഞ്ചരിച്ചു. കപ്പലിലുള്ള ആദ്യകാല യാത്രയുൾപ്പെടെ സുമാർ പത്തുലക്ഷം നാഴികകൾ അദ്ദേഹം സഞ്ചരിച്ചിരിക്കും. അദ്ദേഹം ഒരിക്കലും സഞ്ചരിക്കാത്ത രണ്ടു രാജ്യങ്ങളുണ്ട്: ഇറാനും അഫ്ഗാനിസ്ഥാനും.

നടത്തം ജെ.കെ.യുടെ ജീവിതത്തിൽ ഒഴിച്ചുകൂടാനാവാത്ത ഒരു ക്രമമായിരുന്നു. സൂര്യാസ്തമയത്തിന് ഒന്നോ രണ്ടോ മണിക്കൂർ മുമ്പായി അദ്ദേഹം നടക്കാനിറങ്ങുമായിരുന്നു.

ജെ.കെ.യുടെ ശുചിത്വബോധം വല്ലാത്തതായിരുന്നു. ഒരിക്കൽ ക്രോഹൻ കൊടുത്ത ഒരു സെക്കൻഹാന്റായ പുസ്തകം വാങ്ങുമ്പോൾ 'താങ്കളിത് കഴുകിയോ'യെന്ന് ജെ.കെ. ചോദിക്കുന്നു. 'ഇത് പലരും ഉപയോഗിച്ച ഒരു പുസ്തകമാകുന്നു. ധാരാളം പേരിത് സ്പർശിച്ചതാണ്. ഇത് വൃത്തികെട്ടിരിക്കുന്നു. ഇതിന്റെ കവറും ഉള്ളും വെറുതെയൊന്നു കഴുകുക. എന്നിട്ട് എനിക്ക് തരൂ. വൃത്തികേടുകളൊന്നും സ്പർശിക്കപ്പെടാതിരിക്കാനായി അദ്ദേഹം കാറുകളിൽ, വിമാനങ്ങളിൽ, വണ്ടികളിൽ സഞ്ചരിക്കുമ്പോൾ നല്ല ലതർ കയ്യുറകൾ ധരിച്ചിരുന്നത് ക്രോഹൻ സ്മരിക്കുന്നു.

ശുദ്ധാവബോധത്തിന്റെ സ്വച്ഛവും സരളവുമായ ഒരു തലത്തിലിരുന്ന് നാം കഴിച്ചുകൂട്ടുന്ന ഈ ജീവിതത്തെ തെളിഞ്ഞ കണ്ണുകളോടെ നോക്കുന്ന ഒരു രീതിയത്രെ ജെ.കെ.യുടേത്. അതുകൊണ്ട് അദ്ദേഹത്തിന്റെ അവബോധം ഒന്നും പുരളാത്ത ഒരു കണ്ണാടി പോലെ, കാട്ടിലെ നീരൊഴുക്കുപോലെ തെളിമയേറിയതായിരുന്നു. കഥയോ കാല്പനികതയോ ഒന്നും തന്റെ മൗലികമായ വിചിന്തനങ്ങൾക്ക് ഒരനുബന്ധമായോ വ്യാഖ്യാനമായോ അദ്ദേഹം ഉപയോഗിക്കാറില്ല. എന്നാൽ തീൻമേശയ്ക്കരികിലിരുന്ന് ജെ.കെ. നിരവധി

സെൻസ്പർശമുള്ള കഥകളും സമകാലീന മനുഷ്യാവസ്ഥയെക്കുറിച്ചുള്ള നർമ്മം നിറഞ്ഞ ഉപാഖ്യാനങ്ങളും നടത്തിയത് ക്രോഹൻ ഈ ഗ്രന്ഥത്തിൽ രേഖപ്പെടുത്തിയിട്ടുണ്ട്.

കവിതകളോട് അദ്ദേഹത്തിന് പ്രത്യേകമായൊരു സ്നേഹം തന്നെയുണ്ടായിരുന്നു. കീറ്റ്സ്, ഷെല്ലി, ബൈറൺ, കോളറിഡ്ജ് എന്നിവരുടെ കവിതകൾ അദ്ദേഹം ഇഷ്ടപ്പെട്ടു. പാവനമെന്നു പറയപ്പെടുന്ന പുസ്തകങ്ങളൊന്നും അദ്ദേഹം വായിച്ചിട്ടില്ല. വീക്കിലി മാഗസിനുകളും ഡിറ്റക്ടീവ് കഥകളുമാണ് അദ്ദേഹം വായിച്ചിരുന്നത്. പാവന മതഗ്രന്ഥങ്ങളുടെ പാരായണത്തിൽനിന്നാണ് ബോധോദയമുണ്ടാകുന്നത് എന്ന കാഴ്ചപ്പാട് ഇതോടെ തകരുകയായിരുന്നു. ഇതറിഞ്ഞതോടെയാണ് കൃഷ്ണമൂർത്തിയെ അദ്ദേഹത്തിന്റെ ദൈനംദിന ജീവിതത്തെ അറിയാനുള്ള ദാഹം എന്നിൽ അധികമായത്.'

■

ജീവിത സാക്ഷരത

ജനനംപോലെ മരണവും യൗവനംപോലെ വാർദ്ധക്യവും ആരോഗ്യം പോലെ രോഗവും സുഖം പോലെ വേദനയും ജീവിതത്തിന്റെ അനിവാര്യതയായി അറിയാനുള്ള ഒരുൾക്കാഴ്ച ജീവിതത്തിൽ ഉണ്ടാകുമ്പോൾ മാത്രമാണ് ജീവിതത്തിന്റെ ആഴം, അനന്തത ഒരാളറിയുന്നത്.

"അന്യരെ വേദനിപ്പിക്കാതെ ജീവിതം പുലർത്താനുള്ളത് സമ്പാദിക്കാൻ കഴിയുന്നവൻ അനുഗ്രഹിക്കപ്പെട്ടവനാണ്." – ഗൗതമബുദ്ധൻ.

വലിയ വലിയ തത്ത്വങ്ങൾ, ഉപദേശങ്ങൾ പ്രസംഗത്തിലൂടെ കൊടുക്കുവാൻ ആർക്കും കഴിയും. പക്ഷേ, മറ്റുള്ളവർക്കു കണ്ടുപഠിക്കത്തക്ക രീതിയിൽ എത്രപേർ ജീവിക്കുന്നു! ... മനുഷ്യനെ ഉയർത്തുന്നത്, മഹാനാക്കുന്നത് പരീക്ഷണഘട്ടങ്ങളാണ്, മറിച്ച് വിജയവേളകളല്ല.

ജീവിതത്തിലെ ഓരോ സന്ദർഭങ്ങളും നേരിടേണ്ടതുതന്നെയാണ്. എങ്കിൽ, എന്തുകൊണ്ട് സ്നേഹത്തോടെ അതിനെ നേരിട്ടുകൂടാ? സ്നേഹമില്ലെങ്കിൽ ജീവിതത്തിന്റെ മുഴുവൻ നിധികളും നമ്മുടെ ദൃഷ്ടിയിൽനിന്നും പൂട്ടിവയ്ക്കപ്പെടുന്നു. കാരണം, യഥാർത്ഥ സ്നേഹമത്രെ സുഖജീവിതത്തിന്റെ വാതിൽ തുറക്കാനുള്ള താക്കോൽ. ജീവിതം ഉള്ളിൽനിന്നു തുടങ്ങുന്നു. ഓരോ മനുഷ്യനും ആർക്കുമറിയാത്ത ഒരു കഥ പറയാനുണ്ട്.

നാമെത്രയധികം ജീവിക്കുന്നു എന്നതല്ല, നാമെങ്ങനെ ജീവിക്കുന്നു എന്നതത്രെ പ്രധാനം. വായുവിൽ പക്ഷികളെപ്പോലെ പറക്കുന്നത്, കടലിൽ മത്സ്യങ്ങളെപ്പോലെ നീന്തുന്നത് എപ്രകാരമെന്ന് നാം പഠിച്ചു കഴിഞ്ഞു. എന്നാൽ, ഈ ഭൂമിയിൽ എങ്ങനെ ജീവിക്കണമെന്ന് നാമിനിയും പഠിച്ചിട്ടില്ല!...

കുട്ടിക്കാലം, യൗവനകാലം ആർക്കും സുന്ദരമായേക്കാം. മധ്യവയസ്സ്, വാർദ്ധക്യം – ഇത് അസുന്ദരമാകുന്നത് മനോഘടനയുടെ ഒരു പോരായ്മയാണ്. മാധുര്യമേറിയ നല്ല ഇന്നലെകൾ മനുഷ്യ ജീവിതത്തിന്റെ സ്വർഗ്ഗരാജ്യമായി, നഷ്ടപ്പെട്ട വാഗ്ദത്തഭൂമിയായി എല്ലാ മനുഷ്യരുടെയും ഉള്ളിൽ ജീവിക്കുകയാണ്. ഇതോർത്തുകൊണ്ട് കീറ്റ്സ് എഴുതുന്നു.

"ഞാനിതിനകം മരിച്ചുകഴിഞ്ഞതായി എനിക്ക് തോന്നുന്നു. ഇപ്പോൾ ഞാൻ ഒരു മരണാനന്തര ജീവിതം ജീവിച്ചുതീർക്കുകയാണ്!...."

കുട്ടിയായിരിക്കെ, തരുണനായിരിക്കെ ഒരാൾ മുഴുവൻ ഇന്ദ്രിയങ്ങളെ ക്കൊണ്ടു കൂടുതൽ ആഴത്തിൽ, കൂടുതൽ അളവിൽ ജീവിതത്തിന്റെ സുഖം, ആനന്ദം, ഇന്ദ്രിയങ്ങൾ പകർന്നു നൽകുന്ന ലഹരി അനുഭവി ക്കുന്നു.

ഭൂതകാലത്തിൽ മാത്രം ജീവിക്കൽ മനുഷ്യനെ ഒരു അയഥാർത്ഥ ലോകത്തിൽ ജീവിക്കുന്നവനാക്കുകയാണ്. ഭൂതകാലത്തിൽ ജീവിക്കുന്ന ഒരാൾ ഒരിക്കലും ജീവിതത്തോടു നീതി കാട്ടുന്നില്ല. എന്തെന്നാൽ കഴിഞ്ഞുപോയ കാലം, അത് ഒരു നിമിഷം മുൻപായാലും ഒരു മണിക്കൂർ മുൻപായാലും, ഒരു വർഷം മുൻപായാലും അതൊരുപോലെയാണ്. കഴിഞ്ഞുപോയതാണ്. ഭൂതകാല ചിന്തകളുടെ ഭാരവും ഭാവികാലത്തെ പ്പറ്റിയുള്ള ഉത്കണ്ഠയും കാരണം നമ്മുടെ മനസ്സ് ഒരിക്കലും വർത്ത മാനകാലത്ത് ജീവിക്കാതെ കടന്നുപോകുകയാണ്. അതുകൊണ്ട്, വർത്ത മാനകാലത്തിൽ സർവവും മറന്നുകൊണ്ട് ജീവിക്കുകയെന്നത് വലിയൊരു വെല്ലുവിളിയാകുന്നു.

സ്വാഭാവികമായും ഒരാൾ മധ്യവയസ്ക്കനാവുമ്പോൾ, വൃദ്ധാവസ്ഥ യിലെത്തുമ്പോൾ ആരോഗ്യം ക്ഷയിക്കുന്നു: ഭക്ഷണരുചി കുറയുന്നു. ദഹനശക്തി കുറയുന്നു. ഭക്ഷണത്തിലൂടെ ലഭിക്കുന്ന ആനന്ദാനുഭൂതി അകലുന്നു. കടിച്ചുതിന്നാനുള്ള പല്ലുകൾ തേയുകയും ആടുകയും തുള വീഴുകയും കൊഴിയുകയും ചെയ്യുന്നു. തുടർന്നാണ് ശ്രവണശേഷി കുറഞ്ഞുവരുന്നത്. കാഴ്ച മങ്ങി വരുന്നത്. ഒരിക്കൽ താനനുഭവിച്ച ജീവിത സുഖങ്ങൾ, ഭക്ഷണം, കളി, രതി, യാത്ര എല്ലാം കുറഞ്ഞുകുറഞ്ഞു വരുന്നു. ഈ വിചാരം ഒരാളെ ഒരിക്കലും ജീവിതത്തെ സമഗ്രതയോടെ കാണാനനുവദിക്കുന്നില്ല.

ജനനംപോലെ മരണവും യൗവനംപോലെ വാർദ്ധക്യവും ആരോഗ്യം പോലെ രോഗവും സുഖംപോലെ വേദനയും ജീവിതത്തിന്റെ അനിവാര്യതയായി അറിയാനുള്ള ഒരുൾക്കാഴ്ച ജീവിതത്തിൽ ഉണ്ടാകു മ്പോൾ മാത്രമാണ് ജീവിതത്തിന്റെ ആഴം, അനന്തത ഒരാളറിയുന്നത്.

"ജീവിതത്തിലെ ഏറ്റവും വലിയ ചോദ്യം മരണം എന്നതാണ്, അതിന്റെ ഉത്തരം ജീവിതവും!" - ധ്യാനഗുരു ദാദാ ലേഖരാജ്

∎

ഹൃദയംകൊണ്ടുള്ള പരിഹാരം

ഒരാൾ ക്രോധിയാകുമ്പോൾ അയാളുടെ മനസ്സിന് കാൻസറാണ് - ഗൗതമ ബുദ്ധൻ.

ഒരാൾ മനോരോഗിയായാൽ, ഹിംസാത്മകനായാൽ കുടുംബങ്ങളോ, സുഹൃത്തുക്കളോ അയാളെ മനോപരിചരണത്തിന് സഹായിക്കുന്ന ഒരു ശുശ്രൂഷാകേന്ദ്രത്തിലാണ് എത്തിക്കുക. അയാൾക്ക് ചികിത്സയാണ് വേണ്ടത്. അയാളുമായി വാദിക്കുന്നത്, കോപിക്കുന്നത്, പോരടിക്കുന്നത്, അർത്ഥശൂന്യമാണ്. കാരണം, അയാളൊരു രോഗിയാണ്.

രണ്ട് മതവിഭാഗങ്ങൾ തമ്മിൽ, രണ്ട് രാഷ്ട്രീയക്കാർ തമ്മിൽ, സംഘർഷമുണ്ടാകുമ്പോൾ അക്രമത്തിനും അത്യാചാരത്തിനും ഇരകളായവർ എതിർഭാഗത്തുള്ളവരുമായി അകത്തും പുറത്തും വെറുപ്പും എതിർപ്പും പ്രകടിപ്പിക്കുകയാണ്. ഇതിനുപകരം ഇരകളായവർ തങ്ങളുടെ പെരുമാറ്റ വൈകല്യത്തിന്റെ ഫലമാണ് ഈ പാതകം എന്നും പെരുമാറ്റ വൈകല്യം ആരുടേതായാലും ചികിത്സയാണ് ആവശ്യപ്പെടുന്നത് എന്നും ചിന്തിക്കുമ്പോൾ അത്തരം സംഭവങ്ങളുടെ നേരെയുള്ള നമ്മുടെ സമീപനം ആകെ മാറുന്നു. ഒരു പ്രധാനപ്പെട്ട പത്രപ്രവർത്തകൻ പറഞ്ഞ വാക്കുകൾ ഉദ്ധരിക്കട്ടെ. "മാറാട് മറിയംബിയെ പുനരധിവസിപ്പിക്കാൻ വന്ന അത്യുന്നത ഉദ്യോഗസ്ഥർ, സ്ത്രീ പുരുഷ പൊലീസുകാർ എന്നിവർക്ക് മുന്നിൽവെച്ച് എതിർപക്ഷത്തുള്ള സ്ത്രീകൾ നടത്തിയ അസഭ്യവർഷം, അശ്ലീലം, പുരുഷന്റെ മുന്നിൽ പുരുഷന്മാർപോലും പറയാൻ അറയ്ക്കുന്ന തരത്തിലുള്ള ഭാഷയിൽ സ്ത്രീകൾ വിളിച്ച് പറഞ്ഞത്, ഒരിക്കലും മറക്കാനാവില്ല."

സ്ത്രീകൾ ബോധമനസ്സുകൊണ്ടല്ല ഇത്തരം വേളകളിൽ സംസാരിക്കുന്നത്. ഉപബോധം കൊണ്ടാണ്. അതിൽ തീരാപ്പക, പ്രതികാരദാഹം എതിരാളിയെ കൊലചെയ്യാനുള്ള വാഞ്ഛ. അത് നഗ്നമായി പ്രകടിപ്പിക്കുകയായിരുന്നു അവർ. ബോധമനസ്സിലുള്ള കാര്യങ്ങൾ ഉപരിപ്ലവം, കപടം. ഉപബോധമനസ്സിലുള്ളത് യഥാർത്ഥം, സൂക്ഷ്മം, സത്യം. അതുകൊണ്ടാണ് തൊഗാഡിയ തന്റെ കോഴിക്കോട് പ്രസംഗത്തിൽ

സദസ്യരോട് നിങ്ങൾക്ക് വേണ്ടത് ഒരു കാശ്മീരോ ഗുജറാത്തോ എന്ന് ചോദിച്ചപ്പോൾ ഗുജറാത്ത്, ഗുജറാത്ത് എന്ന് അവർ ആർത്തുവിളിച്ചത്. അതവരുടെ ഉപബോധത്തിന്റെ ശബ്ദമായിരുന്നു.

ഉപബോധത്തിലുള്ളത്, ബോധമനസ്സിലേക്ക് വരാൻ അധികം താമസമില്ല. അങ്ങനെയാണെങ്കിൽ, ആ സമ്മേളനത്തിൽ പങ്കെടുത്തവരുടെ ഇച്ഛകൾ ഇന്നല്ലെങ്കിൽ നാളെ പ്രയോഗത്തിൽ വരാൻ പോകുന്നത് കാണാൻ അത്ര വലിയ ദീർഘദർശനശേഷിയൊന്നും വേണ്ട. നാളെ ഹൈന്ദവകേരളം മുഴുവൻ അതിന്റെ ഉപബോധമനസ്സുകൊണ്ട് ഇത്തരത്തിൽ ജ്വരബാധിതമായി വിളിച്ചുപറയുന്നത് ഒന്നു സങ്കല്പിക്കൂ. ഇതിനു പകരമായി എതിർഭാഗത്തുള്ളവരും ഇതേ തലത്തിൽനിന്നുകൊണ്ട് പ്രതികരിക്കുന്നതും.

ഒരേ കാലത്ത് ജീവിക്കുന്നവരാണെങ്കിലും ഓരോ വ്യക്തികളും പലതരം ബോധാവസ്ഥകളിൽ പുലരുന്നവരാണ്. ഒരാൾ, ഉന്നതമായ സഹനം, ക്ഷമ, സ്നേഹം കാട്ടുമ്പോൾ മറ്റൊരാൾ പ്രാകൃതകാലത്തെ കുടിപ്പക, അസൂയ, ക്രോധം എന്നിവ പുലർത്തുന്നു. ഇത്തരക്കാർ ഓരോ സംഘത്തിന്റെ, പ്രസ്ഥാനത്തിന്റെ, മതത്തിന്റെ ഭാഗത്തുനിന്നു ചെയ്യുന്നത് ഒരു സമൂഹത്തിന്റെ മുഴുവൻ പ്രതികാരമായി ചിത്രീകരിക്കപ്പെടുകയാണ്. യഥാർത്ഥത്തിൽ മാറാടിലെ നിർഭാഗ്യകരമായ ദുരന്തം സംഭവിക്കുന്നത് വിരലിലെണ്ണാവുന്ന ഏതാനും വ്യക്തികളുടെ അപക്വബോധത്തിൽ നിന്നാണ്. അവിടെ തന്നെയുള്ള അതേ സമുദായത്തിൽപെട്ട ഭൂരിപക്ഷം പേരും ഇതിനോട് യോജിപ്പുള്ളവരാകില്ല. എന്നാൽ അവർ കൂടി അതേ മതസ്ഥരായതുകൊണ്ട് മാത്രം ആ പാതകത്തിൽ പങ്കാളികളായി കാണപ്പെടുകയാണ്.

ഹൃദയം നിശ്ശബ്ദമാകുമ്പോൾ അതു ചിലത് മൊഴിയുന്നു. മനസ്സ് നിശ്ശബ്ദമാകുമ്പോൾ അത് ഒന്നും പറയുന്നില്ല. വാക്കുകളത്രെ മനസ്സിന്റെ വാഹനം. വാക്കുകളല്ല, നിശ്ശബ്ദതയത്രെ ഹൃദയത്തിന്റെ വാഹനം. നിശ്ശബ്ദത വാക്കുകളില്ലാത്ത ഒരു ഭാഷയാകുന്നു. മനസ്സിന്റെ ഭാഷ പഠിക്കുന്നതുപോലെ തന്നെ ഹൃദയത്തിന്റെ ഭാഷയും പഠിക്കുക തന്നെ വേണം. മനം പ്രവർത്തിക്കാതിരിക്കുമ്പോൾ ഹൃദയം പ്രവർത്തിക്കുന്നു. ഹൃദയം പ്രവർത്തിക്കുമ്പോൾ, അപ്പോൾ മാത്രം ഒരാളെ വല്ലതും പഠിപ്പിക്കാനാവുന്നു. യഥാർത്ഥപാഠം ഹൃദയം വഴി മാത്രമേ പഠിപ്പിക്കാനാവൂ. 'മനസ്സ് ചെകുത്താന്റെ വക്കീലാണ്, ഹൃദയം ദൈവത്തിന്റെ സേവകനും' എന്ന് സെന്റ് ഫ്രാൻസിസ്. 'മഹാനായ ഒരു മനുഷ്യന് രണ്ട് ഹൃദയങ്ങളാണ്. ഒന്ന് ചോരയൊഴുകുന്നത്, മറ്റത് പൊറുക്കുന്നതും' ജിബ്രാൻ വായകൊണ്ടല്ല ഹൃദയംകൊണ്ടത്രെ ഇത് പറഞ്ഞത്.

ബുദ്ധിക്കു പകരം ഹൃദയം കൊണ്ട്, അറിവിനുപകരം സ്നേഹം കൊണ്ട്, സംഘർഷത്തിനുപകരം സ്വൈരൈക്യം കൊണ്ട്, പ്രതികാരത്തിനു

പകരം ക്ഷമകൊണ്ട് പരിഹരിക്കപ്പെടേണ്ട സ്ഥലകാലം കേരളീയർക്കു മുമ്പിൽ മാറാട് സംഭവത്തോടെ ഉണ്ടായിരിക്കുകയാണ്.

മാറാട് കേരളത്തിലെ ഒരു സ്ഥലമല്ല. ഇന്ത്യയിലെ ഒരജ്ഞാത പ്രദേശമല്ല. ഭൂമിയിലെങ്ങും ഭിന്നരായ മനുഷ്യർ സംഘർഷത്തോടെ അധിവസിക്കുന്ന പലപേരുകളിൽ വിളിക്കപ്പെടുന്ന സ്ഥലകാലബന്ധിത മായ ഒരു യാഥാർത്ഥ്യത്തിന്റെ പേരാണത്. ഇത് കേരളത്തിൽ നാം എങ്ങനെയാണ് പരിഹരിക്കാൻ പോകുന്നത് എന്നുള്ളത് മനുഷ്യവം ശത്തെ മുഴുവൻ ബാധിക്കുന്ന ഒരു കാര്യമാകാൻ പോവുകയാണ്. ഇവിടെ നാം കേരളത്തിലെ മനുഷ്യർ ഓരോ ആണും പെണ്ണും തലകൊണ്ട്, ബുദ്ധികൊണ്ട്, ഒരല്പനേരത്തെ ചിന്തകൊണ്ട് കൈകാര്യം ചെയ്യേണ്ട ഒരു പ്രാദേശിക വിഷയമല്ല.

പിറക്കാൻ പോവുന്ന എത്രയോ തലമുറകൾക്കുള്ള സംസ്കാര ത്തിന്റെ ആരോഗ്യം, അതിജീവനത്തിന്റെ ആരോഗ്യം, ചൂണ്ടിക്കാട്ടുന്ന ഒരപൂർവ്വ ഔഷധം കണ്ടെത്തുന്നതിന്റെ മഹത്തായ ധാർമ്മിക ഉത്തര വാദിത്വം ഈ വിഷയം കേരളത്തിൽ ഇന്ന് ജീവിക്കുന്ന മുഴുവൻ മനുഷ്യ രോടും ആവശ്യപ്പെടുകയാണ്.

സാമൂഹ്യമായ, മതപരമായ, പെരുമാറ്റവൈകല്യങ്ങളെ പുതിയൊരു ഉൾക്കാഴ്ചയോടെ കാണാനാവുമോ?

ഒരു മനുഷ്യനും ഒരു കുറ്റവാളിയായി ജനിക്കുന്നില്ല. ഓരോ മനുഷ്യനും നിഷ്കളങ്കനായി, ദിവ്യനായി ജനിക്കുന്നു എന്ന് യഥാർത്ഥ മായും തിരിച്ചറിയാൻ നമുക്ക് സാധിക്കുന്നുണ്ടോ? എങ്കിൽ എല്ലാ കുറ്റ ങ്ങളും പെരുമാറ്റ വൈകല്യങ്ങളും രോഗങ്ങളാകുന്നു. ഇതിന് ശിക്ഷയല്ല, ചികിത്സയാണാവശ്യമെന്നും നാം അറിയുന്നു. ജീവശാസ്ത്രപരമായ കാരണങ്ങളാൽ കുറ്റകൃത്യങ്ങൾക്ക് വിധേയരാകുന്നവരുണ്ട്. തന്റെ ജനിതക കാരണങ്ങളാലാണ് അയാൾ കുറ്റവാളിയായത്. അപ്പോൾ അയാളെ കുറ്റവാളിയായി കാണുകയോ ശിക്ഷിക്കുകയോ ചെയ്യുന്നതിന് പകരം ആശുപത്രിയിൽ പ്രവേശിപ്പിക്കുകയും ചികിത്സിക്കുകയുമാണ് ഒരു പരിഷ്കൃത സമൂഹം ചെയ്യുക.

ബോധോദയം നേടിയ വ്യക്തികൾക്ക് കാതുകൊടുക്കുന്ന നാളത്തെ ഒരു സമൂഹം മാറാട് പോലെയുള്ള ദുരന്തങ്ങളെ നിറഞ്ഞ അലിവോടെ ശുശ്രൂഷിക്കുകയും ഇരകളായവർപോലും പാതകികളുടെ രോഗത്തെ രോഗമായിത്തന്നെ തിരിച്ചറിയുകയും ശത്രുതയോ, പകയോ, പ്രതി കാരമോ ഒരല്പംപോലുമില്ലാത്ത ഒരു പുതിയ മനസ്സുകൊണ്ട് തങ്ങളുടെ ദുരന്തത്തെ അനിവാര്യമായ ഒരു പ്രകൃതിക്ഷോഭത്തെ വിവേകിയായ ഒരാൾ സ്വീകരിക്കുന്നത്പോലെ സ്വീകരിക്കുകയോ ചെയ്യണം.

മാറാടിന്റെ മുറിവുണങ്ങാൻ എന്തു ചെയ്യണം? മതമേധാവികൾ, രാഷ്ട്രീയ നേതാക്കൾ, ബുദ്ധിജീവികൾ, സാംസ്കാരിക നായകന്മാർ

ആരും തന്നെ പറയുന്നില്ല. ഒരേ ഒരുത്തരം നിശ്ശബ്ദത മാത്രമാകുന്ന അവസരങ്ങൾ നമുക്കുണ്ടാവാറുണ്ട്. കാരണം, യഥാർത്ഥ ചോദ്യത്തിനു മുന്നിലെത്തുമ്പോൾ നിശ്ശബ്ദത മാത്രമാവും അതിനുള്ള ഉത്തരം. ഒരു പണ്ഡിതന്റെ മൂഢമായ നിസ്സംഗ നിശ്ശബ്ദതയല്ലത്. ഒരാളുടെ ഉള്ളിൽ വളർന്നുകൊണ്ടിരിക്കുന്ന സ്വന്തം നിശ്ശബ്ദത, അതൊഴികെ ഒരുത്തരവുമില്ല. അത്, ആ നിശ്ശബ്ദത അയാൾക്കൊരുത്തരമാകുന്നു. അയാളെ സ്നേഹത്തോടെ പിന്തുടരുന്നവർക്കും അതൊരുത്തരമാകുന്നു.

സ്ത്രൈണമായ ഒരു ബോധാവസ്ഥയിലേ മുത്തങ്ങ പ്രശ്നവും പരിഹരിക്കാനാവൂ.

മാറാടും മുത്തങ്ങയും സ്വാതന്ത്ര്യാനന്തര കേരളത്തിന്റെ മുന്നിലുള്ള ഗാഢമായ ചോദ്യങ്ങളത്രെ. തലകൊണ്ട്, പുരുഷന്റെ ബോധംകൊണ്ട് അതിന് ഉത്തരം കണ്ടെത്താനാവില്ല. ■

സമാധാനം ഇവിടെ തുടങ്ങുന്നു

ഈശ്വരൻ മനുഷ്യനെയുണ്ടാക്കിയത് നന്മയുടെ സൗന്ദര്യം കണ്ടാനന്ദിക്കാനാണത്രെ. ഈശ്വരന് സ്വയം നന്മ ചെയ്യാനാവില്ല. വൃക്ഷങ്ങൾ, പക്ഷികൾ, മൃഗങ്ങൾ ഇവയിലൊക്കെയും ഒരു പ്രാകൃതികസൗന്ദര്യമുണ്ട്. എന്നാൽ ആന്തരികമായ മനുഷ്യന്റെ സൗന്ദര്യം എങ്ങനെയായിരിക്കും? ഈശ്വരൻ ചിന്തിച്ചു. ഈ ചിന്ത നടപ്പാക്കാനായി ഈശ്വരൻ മനുഷ്യനെ സൃഷ്ടിച്ചു. നന്മയുടെ നേരിയ വെളിച്ചം എല്ലാവരിലുമുണ്ട്. അത് ചിലരിൽ കുറഞ്ഞും ചിലരിൽ കൂടിയും ഉണ്ടാകുമെന്ന് മാത്രം. ആരിലും ഇതില്ലാതില്ല. ലോകത്തിലൊരാൾപോലും നന്മയില്ലാത്തവനല്ല. ഈ ആന്തരികതയെ, ആന്തരികസൗന്ദര്യത്തെ വളർത്തുവാനുള്ള മോഹനമായ ഒരു ചര്യയത്രെ സംഗീതം. സമാധാനം ഇവിടെ തുടങ്ങുന്നു....

വർത്തമാനകാലത്ത് മനുഷ്യരാശിയിൽ നിന്നുയരുന്ന ഒരു നിലവിളിയുണ്ട്. എല്ലാ രാജ്യങ്ങളിൽനിന്നും എല്ലാ ഭാഷകളിലും ആ വിലാപം ഉയരുന്നുണ്ട്. മതമേലദ്ധ്യക്ഷന്മാർ, ശാസ്ത്രജ്ഞന്മാർ, രാഷ്ട്രീയക്കാർ, കലാകാരന്മാർ, സാധാരണക്കാർ എല്ലാവരും നിലവിളിക്കൊപ്പം മൊഴിയുന്നു: 'ഉടനെയൊരു മാറ്റമുണ്ടാവണം'. ജീവിതത്തിന്റെ എല്ലാ മണ്ഡലങ്ങളിലുമുള്ളവർക്കും ഇപ്പോൾ തങ്ങളൊരു പരാജയമായിരുന്നുവെന്ന് തോന്നാൻ തുടങ്ങിയിരിക്കുന്നു. ശാസ്ത്രജ്ഞന്മാരെല്ലാം കഠിനമായ അദ്ധ്വാനത്തിന് ശേഷം ക്ഷീണിച്ചിരിക്കയാണ്. മതനേതാക്കാളും ക്ഷീണിതരാണ്. എന്തെന്നാൽ അവർ വളരെയേറെ മനനം ചെയ്തു. പക്ഷേ ശരിയായ വഴി കണ്ടെത്താനാകുന്നില്ല. എണ്ണമറ്റ രാഷ്ട്രീയമാറ്റങ്ങൾമൂലം ആ ദിശയിലുള്ളവരും തളർന്നിരിക്കുകയാണ്. അന്നന്നത്തെ പ്രശ്നങ്ങൾ കാരണം ജനങ്ങളും ക്ഷീണിച്ചിരിക്കയാണ്.

ലോകത്തിന്റെ ഹിംസാപരത, യുദ്ധൗത്സുക്യം, അതുണ്ടാക്കിയ അവർണ്ണ്യശോകം, ഭയം ഇവയെപ്പറ്റി പതിനായിരം പേജുകളോളം എഴുതിയാലും ഒരാൾക്ക് മതിവരില്ല. ഇപ്പോൾ നമ്മുടെ മുന്നിൽ അരങ്ങേറിക്കഴിഞ്ഞ, ഇനിയും ശാന്തമാകാത്ത ഗുജറാത്ത് അതിനൊരുദാഹരണമാണ്. ഇതുമായി ബന്ധപ്പെട്ട് പല ദിശയിൽനിന്നുമുള്ള ഒട്ടനവധി

റിപ്പോർട്ടുകൾ നമ്മുടെ മുന്നിലെത്തിക്കഴിഞ്ഞു. അവയൊക്കെയും മനുഷ്യന്റെ അഭൂതപൂർവമായ ക്രൂരതയെ, മതാന്ധതയും വിശ്വാസ ഭ്രാന്തും ചേർന്നുണ്ടാക്കിയ ദുരന്തത്തെ നമ്മെയൊക്കെ നടുക്കുന്ന തരത്തിൽ ആന്തരികമായി തളർത്തുന്നവയാണ്. നമ്മെ പൂർണ്ണമായി തോല്പിച്ചുകളയുന്നതാണ്.

അതിജീവനത്തിനായുള്ള ഒരു മഹാപ്രതിസന്ധിയെ ലോകം അഭിമുഖീകരിക്കുകയാണ്. മനുഷ്യരാശി മുമ്പൊരിക്കലും ഇതുപോലെ സംഘർഷത്തിലും അക്രമത്തിലുമായിരുന്നിട്ടില്ല. ഭൂമിയിലെ ജീവ സന്ധായകമായ ഊർജ്ജങ്ങളെയും ഉറവകളെയും വരെ ഉന്മൂലനം ചെയ്യുന്നിടംവരെ ഇതെത്തി. ഇതു കണ്ടെത്താനാകാത്തവിധം മനുഷ്യ രാശി ഇരുളിലകപ്പെട്ടിരിക്കുകയാണ്.

നിലനിൽക്കുന്ന ഭീഷണികളെ നാം ഭയത്തോടെ കാണണം. അമേരിക്കയിൽ, അഫ്ഗാനിസ്ഥാനിൽ, ഇന്ത്യയിൽ നടന്നുകഴിഞ്ഞതും നടന്നുകൊണ്ടിരിക്കുന്നതുമായ ഭീകരവാദം, ലോകമെങ്ങും പെരുകി വരുന്ന ഹിംസാത്മകത, പരിസ്ഥിതിക്ക് നേരെയും ആഴക്കടലിന്റെയും ആകാശങ്ങളിലെയും മലിനീകരണത്തിന് നേരെയും പുതിയൊരവബോധ ത്തോടെ കാണാനുള്ള അവസാനത്തെ സമയമാണിത്. മനുഷ്യന്റെ അവ ബോധത്തിലാണ് ഈ ക്രമരാഹിത്യത്തിന്റെ വേരുകൾ. ബാഹ്യമായ ക്രമരാഹിത്യവും ആന്തരികമായ ക്രമരാഹിത്യവും തമ്മിലുള്ള ബന്ധം, ഇതിന്റെ ശരിയായ ധാരണയുടെ അഭാവം മനുഷ്യാവബോധത്തിന്റെ വൻ പ്രതിസന്ധികളിൽ ഒന്നാമത്തേതത്രെ. ഐൻസ്റ്റീൻ പറയുന്നു: 'ആണവ യുദ്ധം പോലുള്ളൊരു പ്രശ്നംപോലും ആ പ്രശ്നമുണ്ടായതിന്റെ തലത്തിൽ പരിശോധിക്കപ്പെടുന്നതിന് പകരം ഉയർന്ന ഒരവബോധ ത്തിന്റെ തലത്തിലാണ് നിരീക്ഷിക്കപ്പെടുന്നത്' മനുഷ്യന്റെ ചിന്തയുടെ ആദിമഘട്ടം മുതൽ അവബോധത്തിൽ സ്ഥിരമായ വിഭജനത്തിന്റെ അതിരുകൾ ഉണ്ടായിട്ടുണ്ട്. ഈ വിഭജനം ഒരു ക്രമമെന്ന നിലയ്ക്ക് സമഗ്രദർശനാവബോധമുള്ള ഏതാനും ആളുകളെ മാറ്റിനിർത്തിയാൽ എന്നും നിലനില്ക്കുന്നതാണ്. ഈ വിഭജനം നമുക്ക് കാണാനാവുന്നു. നമുക്ക് ദേശീയമായ വിഭജനങ്ങളുണ്ട്, ജാതി, മത, വർണ്ണ വിഭജനങ്ങ ളുണ്ട്. നമ്മളിൽ നാം ഹിന്ദുക്കളും മുസ്ലീങ്ങളുമാണ്. നാമൊക്കെയും കുടുംബപശ്ചാത്തലമുള്ളവരാണ്. നമുക്ക് അഗാധമായ മതബന്ധ ങ്ങളുണ്ട്. നമ്മുടെ അവബോധത്തിന്റെ പ്രകൃതിയിൽതന്നെ വിഭജന ത്തിന്റെ വേരുകളുണ്ട്. നമ്മുടെ അവബോധം വേദന, യാതന, ഉത്ക്കണ്ഠ, ഭീതി ഇവയാൽ മുറിപ്പെട്ടതാണ്. ആഴമുള്ള മുറിവുകളും വ്രണങ്ങളും കൊണ്ട് നോവുന്ന ഒരവബോധം - ഇതാണിന്ന് ലോകത്ത് പുലർന്നു വരുന്ന മനുഷ്യകുലം.

മനുഷ്യന്റെ മനസ്സ് സമഗ്രമായി മാറുന്നില്ലെങ്കിൽ, ഭിന്നമായി എങ്ങനെ ജീവിക്കണമെന്ന് നാം പഠിക്കുന്നില്ലെങ്കിൽ ഈ പ്രതിസന്ധി ആഴത്തിൽ

തുടരുകയേയുള്ളൂ. ആത്യന്തികമായ ഒരു മഹാവിനാശത്തിലായിരിക്കും അതൊടുങ്ങുക.

ഈ ഗോളത്തിലെ എല്ലാറ്റിന് നേരെയും - പക്ഷികൾ, മത്സ്യങ്ങൾ, വൃക്ഷങ്ങൾ, പർവ്വതങ്ങൾ, വനങ്ങൾ, നദികൾ ഒപ്പം മാനവർ - ഇവയ്ക്കൊക്കെയും നേരെയുള്ള മനുഷ്യന്റെ ഹൃദയകാഠിന്യം ഭയങ്കരമായൊരു വിതാനത്തിലെത്തിയിരിക്കുകയാണ്. ഇതഭൂതപൂർവമത്രെ. ചില പ്രാചീന ഗോത്രസമൂഹങ്ങൾ ഗോത്രപരമായ തീരുമാനങ്ങളെടുക്കുമ്പോൾ അവരൊരു ചോദ്യമുന്നയിക്കുമായിരുന്നു. വരുന്ന ഏഴു തലമുറ വരെയുള്ള കുട്ടികളെ ഈ തീരുമാനം എങ്ങനെയാകും ബാധിക്കുന്നത്? തങ്ങളുടെ മക്കളുടെ മക്കളുടെ മക്കളുടെ... ഭാവിയെ ഹനിക്കുന്നതൊന്നും ചെയ്യില്ലെന്ന മഹാവിവേകം അപരിഷ്കൃതരെന്ന് നാം വിളിക്കുന്ന പ്രാകൃതഗോത്രങ്ങളിലുണ്ടായിരുന്നു. എന്നാൽ നാമോ? നമ്മുടെ തൊട്ടു മുന്നിലുള്ള തലമുറയെപ്പോലും നാം ചെയ്യുന്നതിന്റെ ഫലം എങ്ങനെ ബാധിക്കുമെന്ന് നാം ആലോചിക്കുന്നതേയില്ല. ഇത് നമ്മുടെ പ്രതിസന്ധിയുടെ ആഴം വർദ്ധിപ്പിക്കുകയാണ്.

രണ്ട്

നമ്മുടെ മസ്തിഷ്കഘടന, അതിന്റെ വിനിയോഗം ഇപ്പോഴുള്ളതിൽനിന്ന് ഗുണപരമായി മാറിയാലേ ദുഃഖമുക്തി സാധ്യമാകൂ എന്ന കണ്ടെത്തൽ ഒരു പുതിയ ഭൂഖണ്ഡം കണ്ടെത്തുന്നതിനേക്കാളും പ്രധാനപ്പെട്ടതത്രെ. മനുഷ്യരാശിക്കാകെ ഉപകാരമാകുന്ന ഒരു രാഷ്ട്രീയ കണ്ടുപിടുത്തത്തേക്കാളും പ്രധാനമത്രെ.

ഈ പരിണാമത്തിൽ, അഹന്തയുടെ അടിസ്ഥാനത്തിൽ ഒരാൾ ചെയ്തുപോന്നവയെല്ലാം ഇപ്പോൾ സ്നേഹംകൊണ്ട് ചെയ്യാൻ ഒരാൾക്ക് കഴിയുകയാണ്.

ജെ. കൃഷ്ണമൂർത്തിയുമായുള്ള സംഭാഷണത്തിനിടയിൽ ഒരാൾ, "സർ, ഒരാൾക്ക് നിങ്ങളെ മനസ്സിലാക്കാൻ കഴിയാതെ വരുമ്പോൾ നിങ്ങളെന്തുചെയ്യും?" എന്നു ചോദിച്ചപ്പോൾ അദ്ദേഹം ഒരു പുഞ്ചിരിയോടെ പറഞ്ഞു: "ഞാനയാളുടെ കൈ പിടിക്കും!...." ഇതു വല്ലാതെ സ്പർശിക്കുന്ന ഒരുത്തരമായിരുന്നു.

ഗുജറാത്തിൽ ഹിന്ദുപക്ഷത്തുനിന്നും ഇസ്ലാമികപക്ഷത്തുനിന്നും സഹോദരങ്ങൾ കൊലചെയ്യപ്പെടുന്നത് നിർത്താൻ വേണ്ടി ചേരുന്ന യോഗത്തിൽ ഇത്തരം മാത്സര്യമറ്റ, തുറന്ന ഒരു മനസ്സോടെയാണ് ഇതിന്റെ നേതാക്കൾ പങ്കെടുക്കുന്നതെങ്കിൽ, "ഈ ഹിംസയ്ക്ക് കാരണമെന്ത്? ഇതാരംഭിച്ചതാര്? ഇപ്പോൾ ഇത് നിർത്തണമെന്ന് എന്തുകൊണ്ട് തോന്നുന്നു?" എന്ന് ഹിന്ദുമുന്നണിയുടെ പ്രതിനിധി ഇസ്ലാം മുന്നണിയുടെ പ്രതിനിധിയോടും മറിച്ചും ചോദിക്കുന്നതായി സങ്കല്പിക്കുക. ഉത്തരം മുട്ടിക്കുന്ന ചോദ്യങ്ങൾ. ഇത്തരം ചോദ്യങ്ങൾക്ക് മേൽ

പി.എൻ. ദാസ്

ഉത്തരം പറയാനാകാതെ നിറഞ്ഞ സ്നേഹത്തോടെ, നമ്രതയോടെ, സാഹോദര്യബോധത്തോടെ ഇരുപക്ഷത്തുമുള്ളവർ കൈപിടിക്കുക മാത്രം ചെയ്യുമ്പോൾ ഗുജറാത്തിലെ ചോരക്കളിക്ക് ഒരു വിരാമമുണ്ടാകും. തലയിലല്ല ഹൃദയത്തിലാണ് മാറ്റമുണ്ടാകേണ്ടത്. അതിന് ഒപ്പിടേണ്ട തില്ല. വ്യക്തികളുടെ സത്തയിലാകെ നടക്കുന്ന ഒരു പരിണാമത്തിൽ നിന്നല്ലാതെ ആഴത്തിലുള്ള ഒരു മാറ്റവും സാദ്ധ്യമല്ല.

കഴിഞ്ഞത് ഒരാൾക്കും മാറ്റാനാവില്ല. എന്നാൽ ഭാവി നിശ്ചയമായും ഒരാൾക്ക് മാറ്റാനാകും. ഒരാൾക്ക് ഇപ്പോൾ ഇവിടെ മാറ്റാനാകും. അതു കൊണ്ട് ഒരു തെറ്റ് ആവർത്തിക്കപ്പെടാതിരിക്കാനാകും.

ഏതുതരത്തിലുള്ള ഹിംസയും തിന്മയാകുന്നു. ഞാനെന്റെയുള്ളിൽ സഹിഷ്ണുതയും ക്ഷമയും പുലർത്തുകയാണെങ്കിൽ മറ്റുള്ളവരുടെ വികാരങ്ങളെ, ആവശ്യങ്ങളെ പരിഗണിക്കാനെനിക്ക് കഴിയും. 'അവനാദ്യം മാറട്ടെ' എന്നു പറയുന്നതിനുപകരം 'ഞാനാദ്യം മാറുന്നു'വെന്നു പറയാൻ കഴിയുന്നു. ഇതൊരു പുസ്തകത്തിൽനിന്നും പഠിക്കാനാകില്ല. അവന വന്റെ ഉള്ളിലേക്ക് നോക്കിയിരുന്ന് ഇതു വായിക്കണം, പഠിക്കണം.

'അന്യരെ ആകർഷിക്കാനുള്ള, മാറ്റാനുള്ള ആഗ്രഹം പോലും ഹിംസ യാകുന്നു.' -ലോവാത്സു.

∎

ധ്യാനം

ധർമധ്യാനം

ജനിതകശാസ്ത്രം പറയുന്നത് നമ്മുടെ ശരീരം, മനസ്സ് ഇവയുടെ 'ബ്ലൂപ്രിന്റ്' വന്നത് എത്രയോ തലമുറകൾക്കുമുമ്പുള്ള പൂർവികരിൽ നിന്നാണെന്നത്രെ. ശാസ്ത്രജ്ഞന്മാർ എലികളിൽ നടത്തിയ പരീക്ഷണങ്ങളിൽ ചില പ്രത്യേക സവിശേഷതകൾ ഏഴുതലമുറകൾ കഴിഞ്ഞും പുനഃപ്രത്യക്ഷമാകുന്നുവെന്നു പറയുന്നു. അതുകൊണ്ട് നാം മനോനിറവോടെ ധർമം പരിശീലിക്കുമ്പോൾ നാം നമുക്കുവേണ്ടി മാത്രമല്ല വരാനിരിക്കുന്ന നമ്മുടെ എണ്ണമറ്റ തലമുറകൾക്കുവേണ്ടിയാണ് അതു ചെയ്യുന്നത്. നമ്മുടെ പൂർവികരുടെ അനുഭവങ്ങൾ, ശീലങ്ങൾ അതുപോലെ അതിരറ്റ സമയം, അതിരറ്റ സ്ഥലം കേവലം ഒരു ഭ്രൂണത്തിൽ പോലും അടക്കം ചെയ്യപ്പെട്ടിരിക്കുന്നു. ഇതു നാം മനസ്സിലാക്കുമ്പോൾ ഓരോ ഭ്രൂണത്തിനുനേരെയും നമുക്ക് അളവറ്റ ഉത്തരവാദിത്തമുണ്ടാകുന്നു. നാമിവിടെ ഇന്നുചെയ്യുന്ന ഓരോ നല്ല പ്രവൃത്തികളും തലമുറകളോളം അവയുടെ വിത്തുകൾ കൈമാറി മനുഷ്യവംശത്തിന്റെ ഉന്നതമായ ഒരവസ്ഥയ്ക്ക് കാരണമായിത്തീരുന്നു.

അതുപോലെ നമ്മുടെ കൂട്ടത്തിലൊരാൾ ചെയ്യുന്ന കടുത്ത പാതകങ്ങൾ, തെറ്റുകൾ, കുറ്റകൃത്യങ്ങൾ അവരുടെ പിൻഗാമികളിലൂടെ തലമുറകളോളം സഞ്ചരിച്ചുപോകുകയും ആ വിത്തുകൾ അതുപോലെ കടുംകൈകൾ ചെയ്യുന്ന വ്യക്തികൾക്കു ജന്മം നൽകുകയും അത് തുടർന്നുപോകുകയും ചെയ്യുന്നു!

സെൻഗുരു ഹാകുയിൻ ജപ്പാനിലെ ഒരു നഗരത്തിൽ പാർത്തുവന്നു. അദ്ദേഹം അത്യുന്നതനിലയിൽ ആദരിക്കപ്പെട്ടു. ആത്മീയമായ അറിവു തേടി ജനങ്ങൾ അദ്ദേഹത്തെ തിരഞ്ഞുവന്നു. ആയിടെയാണതുണ്ടായത്. അദ്ദേഹത്തിന്റെ അയൽക്കാരിയായ ഒരു യുവതി ഗർഭിണിയായി. ആരാണ് ഇതിനുത്തരവാദിയെന്ന് അവളുടെ അച്ഛനമ്മമാർ കോപത്തോടെ ചോദിച്ചപ്പോൾ, അവൾ ഒടുവിൽ അത് പറഞ്ഞു. അതിന്റെ കാരണക്കാരൻ സെൻഗുരു ഹാകുയിൻ ആയിരുന്നുവെന്ന്.

ഭയങ്കരമായ ക്രോധത്തോടെ അവർ ഗുരുവിന്റെ മുന്നിൽചെന്ന് ബഹളംവെച്ച് കൊണ്ട് അവരുടെ മകൾ ഗർഭിണിയാണെന്നും അതിന്റെ

ഉത്തരവാദി അദ്ദേഹമാണെന്നറിയിക്കുകയും ചെയ്തു. അതിനു മറുപടി യായി അദ്ദേഹം ആകെ പറഞ്ഞത്: "അതെയോ?" എന്നുമാത്രം.

അപവാദവാർത്ത പട്ടണത്തിലെങ്ങും പരന്നു. ഗുരുവിന്റെ സൽപ്പേര് പോയി. അദ്ദേഹത്തെ കാണാൻ ഒരാളും വരാതായി. അദ്ദേഹം ശാന്ത നായി നിലകൊണ്ടു.

കുഞ്ഞുപിറന്നപ്പോൾ രക്ഷിതാക്കൾ കുഞ്ഞിനെ ഹാകുയിനിന്റെ കോലായിൽ കൊണ്ടുവെച്ചു. "താനാണിതിന്റെ തന്ത. അതുകൊണ്ട് താനിതിനെ നോക്കണം." ഗുരു കുഞ്ഞിനെ സ്നേഹത്തോടെ വാങ്ങി പരിപാലിച്ചു. ഒരു വർഷം കടന്നുപോയി. കുഞ്ഞിന്റെ അമ്മ ഒരു ദിവസം കുറ്റബോധം താങ്ങാനാവാതെ തന്റെ അച്ഛനമ്മമാരോട് കുഞ്ഞിന്റെ യഥാർഥ അച്ഛൻ ഒരു യുവാവാണെന്നും അയാൾ ഒരറവുശാലയിൽ പണി ക്കാരനാണെന്നും അറിയിച്ചു.

കടുത്ത ആത്മസംഘർഷത്തോടെ അവർ ഗുരുവിനെ കാണാൻ പോകുകയും അദ്ദേഹത്തോട് ക്ഷമയഭ്യർഥിക്കുകയും ചെയ്തു. "ഞങ്ങൾ യഥാർത്ഥത്തിൽ അങ്ങേയറ്റം ഖേദിക്കുന്നു. ഞങ്ങൾ കുഞ്ഞിനെ തിരികെ കൊണ്ടുപോകാനാണ് വന്നത്. നിങ്ങളല്ല കുഞ്ഞിന്റെ അച്ഛനെന്ന് ഞങ്ങളുടെ മകൾ കുറ്റസമ്മതം നടത്തിയിരിക്കുന്നു." "അതെയോ?" എന്നുമാത്രമാണെദ്ദേഹം അതിനുത്തരമായി പറഞ്ഞത്. അദ്ദേഹം കുഞ്ഞിനെയവർക്ക് തിരിച്ചുകൊടുക്കുകയും ചെയ്തു.

സെൻഗുരു ചീത്ത വാർത്തയുടെയും നല്ല വാർത്തയുടെയും നേരെ കൃത്യമായും ഒരുപോലെയാണ് പ്രതികരിച്ചത്. "അതെയോ?" പുറത്തു നിന്നുള്ള ഓരോ പെരുമാറ്റത്തെയും നല്ലതായാലും ചീത്തയായാലും അതുപോലെ സ്വീകരിക്കാൻ തന്നെ അനുവദിക്കുകയാണ്. അദ്ദേഹത്തിന് എപ്പോഴും ജീവിതം എന്നത് ഈ നിമിഷം മാത്രമാണ്. ഈ നിമിഷം എങ്ങനെയോ അങ്ങനെ കൈക്കൊള്ളുകയാണ്. അദ്ദേഹം ഒന്നിന്റേയും ഇരയല്ല. എന്താണോ തന്റെ ജീവിതത്തിൽ സംഭവിക്കുന്നത് അതിലദ്ദേഹം പൂർണമായും ഒപ്പം ചേർന്നു നിൽക്കുകയാണ്. അഹിതകരമായതൊന്നു സംഭവിക്കുമ്പോൾ നിങ്ങളതിനെ പ്രതിരോധിക്കുമ്പോൾ എന്തു സംഭവി ക്കുന്നു എന്നതിന്റെ ദയയിലാണ് നിങ്ങൾ ജീവിക്കുന്നത്! അപ്രകാരം ലോകമാണ് നിങ്ങളുടെ സുഖവും ദുഃഖവും നിർണയിക്കുന്നത്, നിങ്ങളല്ല! ശിശുസ്നേഹപൂർണമായ ശ്രദ്ധയോടെ പരിപാലിക്കപ്പെട്ടു. ഹാകുയിനിന്റെ പ്രതിരോധ രാഹിത്യത്തിലൂടെ ചീത്ത നല്ലതായി മാറുന്നു. അധർമ്മം ധർമ്മമായിത്തീരുന്നു. വർത്തമാനം എന്താണ് ആവശ്യപ്പെട്ടത് അതിനു നേരെ നിഷ്കളങ്കമായി പ്രതികരിക്കുകയാണ് അദ്ദേഹം. പോകാൻ സമയമായപ്പോൾ പ്രതിരോധമൊന്നുമില്ലാതെ ശിശുവിനെ നിർവികാരനായി വിട്ടുകൊടുക്കുകയാണ്. ഗുരുവിന്റെ ജീവിതത്തിലെ ഭിന്നഘട്ടങ്ങളിൽ ഉണ്ടായ സംഭവങ്ങളുടെ നേരെ അഹംബോധമുള്ള ഒരാൾ എപ്രകാരമാവും പ്രതികരിക്കുകയെന്ന് ഒന്ന് സങ്കല്പിച്ചുനോക്കൂ!

ആ ധ്യാനഗുരുവിന്റെ ജീവിതം ഒരു യഥാർത്ഥ ധർമ ധ്യാനമായിരുന്നു. അദ്ദേഹം ഓരോ നിമിഷവും മനോനിറവോടെ, ധർമ സുഗന്ധത്തോടെ ജീവിച്ചു. ഓരോ ശ്വാസത്തിലും അദ്ദേഹം ധർമം പുലർത്തി. ഒരു കടുകുമണിയോളംപോലും ഞാനെന്നഭാവം, സ്തുതിക്കപ്പെടാനുള്ള ആഗ്രഹം എള്ളോളം പോലും ക്രോധം, വിഷാദം, അക്ഷമ അദ്ദേഹത്തിലുണ്ടായിരുന്നില്ല. ആകാശവും ഭൂമിയും നിലനിൽക്കുംവരെ ആ മനുഷ്യന്റെ ധർമം ഓർമിക്കപ്പെടും.

ധർമധ്യാനത്തിന് ഒരാളിരിക്കുമ്പോൾ ഹാകുയിൻ എന്ന ഈ സാധാരണ മനുഷ്യനെ, ഭൂമിയിലൊരദ്ഭുതവും നടത്താതെ ലളിതമായി ജീവിച്ച മനുഷ്യന്റെ ഹൃദയം മനോനിറവോടെ ഉള്ളിൽ കാണുക. അപ്പോൾ അദ്ദേഹത്തിന്റെ ഉള്ളിലെ ശുദ്ധത, വെണ്മ, സ്നേഹം, ഉദാരത, ക്ഷമ ഒക്കെ നമുക്കു കാണാനാവും, അനുഭവിക്കാനാവും.

അഭ്യാസം 1 : 'ഹാകുയിനിന്റെ ഹൃദയം ഞാൻ കാണുന്നു' എന്നു വിചാരിച്ചുകൊണ്ട് ദീർഘമായി ആഴത്തിൽ ശ്വസിക്കുക. തുടർന്ന് 'ഹാകുയിനിനെ ഞാൻ അറിയുന്നു' എന്നു വിചാരിച്ചുകൊണ്ട് മന്ദമായി ആഴത്തിൽ നിശ്വസിക്കുക. (3 മിനിറ്റ്)

അഭ്യാസം 2 : 'ഹാകുയിനിന്റെ ധർമത്തിന്റെ വിത്ത് എന്നിൽ പ്രവേശിക്കുന്നു' എന്നു വിചാരിച്ചുകൊണ്ട് ദീർഘമായി ശ്വസിക്കുക. 'ഹാകുയിനിന്റെ ധർമത്തിന്റെ വിത്ത് എന്നിൽ മുളച്ചുവരുന്നു' എന്നു വിചാരിച്ചുകൊണ്ട് മന്ദമായി നിശ്വസിക്കുക.

കൂടാതെ 'ഹാകുയിനിന്റെ ഹൃദയത്തിലെ ധർമത്തിന്റെ വിത്ത് അത്യസാധാരണമായ, അത്യുത്പാദനശേഷിയുള്ള സ്നേഹത്തിന്റെ വിത്താണ്. ഈ ഒരു വിത്തിന്റെ കുറവാണ് ഇന്നും നാം ജീവിച്ചുകൊണ്ടിരിക്കുന്ന ജീവിതത്തെ യാതനയുള്ളതാക്കുന്നത്' എന്ന് ഭംഗിയായി എഴുതി മുറിയിലെ ചുമരിൽ പതിച്ചിടുക.

ശ്രവണധ്യാനം

ഏറ്റവും പ്രിയപ്പെട്ട ഒരാളെ ഓർക്കുക. അവരുടെ മുഖം, ഭാവം, ശ്വാസം, സ്നേഹം, ചലനങ്ങൾ എല്ലാം ഓർക്കുക. പ്രിയ നിമിഷങ്ങൾ ഒപ്പമുണ്ടായത് ഓർക്കുക. ഒടുവിലാ മുഖം മറക്കുക. പൂർണമായി അവർ ഇല്ലാതായതുപോലെ. ആ സ്നേഹം മാത്രം ഉള്ളിൽ... തുടർന്ന് വലതുചെവി വഴി ഓങ്കാരം കേൾക്കുക. ചിദാകാശത്ത് അത് നിറയ്ക്കുക.

അതീതമായതിനെ, അപ്പുറത്തുള്ളതിനെ മാത്രം ശ്രവിക്കലാണ് ധ്യാനമെന്നു വിചാരിക്കരുത്.

'ജെ. കൃഷ്ണമൂർത്തിയുടെ മന്ത്രം എന്നത് ശ്രവണമായിരുന്നു' എന്ന് അദ്ദേഹത്തെ ഏറെ കേട്ട, അറിഞ്ഞ പുപുൽ ജയ്ക്കർ ഓർക്കുന്നുണ്ട്.

കേൾക്കുമ്പോൾ കേൾക്കുകമാത്രം ചെയ്താൽ, കാണുമ്പോൾ കാണുക മാത്രം ചെയ്താൽ അപാരമായൊരു അനുഭവമായിരിക്കും. സാധാരണ ഒരാൾ കാണുമ്പോൾ അയാൾ കേൾക്കുന്ന, ബുദ്ധികൊണ്ട് വിശകലനം ചെയ്യുന്ന താരതമ്യം നടത്തുന്നു.

പശുവിനെപ്പറ്റി ചിന്തിക്കുമ്പോൾ പശുവിനെപ്പറ്റിയുള്ള ബോധം അയാൾക്കുണ്ടായിരിക്കും. അതിന്റെ ചിന്തയും. എന്നാലൊരു പശുതന്നെ അയാളുടെ മുന്നിൽ നിൽക്കുമ്പോൾ പശുവിനെപ്പറ്റി അയാൾ ചിന്തിക്കുകയല്ല, അത് കാണുകയാണ്. അതനുഭവിക്കുകയാണ്.

കാണുമ്പോൾ കാണുകമാത്രം ചെയ്യണമെന്നു പറയാറുള്ള കവി ബാഷോ അതിരാവിലെ ധ്യാനാത്മകമായ ഉണർന്ന മനസ്സോടെ വനത്തിലൂടെ നടന്നുപോവുകയായിരുന്നു. മഞ്ഞുമൂടിയ മരങ്ങൾക്കിടയിലൂടെ നേർത്തു ചുകന്ന പുലർവെളിച്ചം പതുക്കെ വീണുകൊണ്ടിരിക്കെ ബാഷോ വിസ്മയകരമായ ആ കാഴ്ച കണ്ടു. നാസുനയെന്ന കാട്ടുചെടിയിൽ നിറയെ പൂക്കൾ വിരിഞ്ഞുനിൽക്കുന്നു. മഞ്ഞിന്റെ നേരിയ പുതപ്പണിഞ്ഞുനിൽക്കുന്ന ആ കാട്ടുപൂച്ചെടിയുടെ നേരെ, യാതൊരു വശ്യതയുമില്ലാത്ത അതിന്റെ കുഞ്ഞുപൂവുകളെ താൻ ആദ്യമായി കാണുന്നതുപോലെ ബാഷോ നോക്കിനോക്കിനിന്നു. വിസ്മയത്തോടെ, ആനന്ദത്തോടെ, കൃതജ്ഞതയോടെ.

ആ പൂവുകളിലൊന്ന്, ഇറുത്തെടുക്കാതെ, ഒന്നു സ്പർശിക്കുക പോലും ചെയ്യാതെ, അതിനെ നോവിക്കാതെ, ഏതോ പാവനസ്മൃതിയിൽ ലയിച്ചിരിക്കുന്നതുപോലുള്ള പൂവിന്റെ അവസ്ഥയെ മലിനമാക്കാതെ ഏറെനേരം അതിനെ വന്ദിച്ചുനിന്നതിനുശേഷം അദ്ദേഹം അവിടെനിന്നു കടന്നുപോയി.

ഒരു ഗാനം ശ്രവിക്കുമ്പോൾ ഇതുപോലെ ചെവികൾ മാത്രമുള്ള ഒരാളായി അതു കേൾക്കണം. ഗാനത്തിനൊപ്പമുള്ള സൂക്ഷ്മവും സ്ഥൂലവുമായ നാദരേണുക്കളെ നൂറുശതമാനവും കർണപുടങ്ങൾകൊണ്ട് ഒപ്പിയെടുക്കുമ്പോൾ, മറ്റ് ഇന്ദ്രിയങ്ങൾ മുഴുവൻ 'ഓഫാക്കി' ഒരാളതു ശ്രദ്ധിക്കുമ്പോൾ, ഒരാൾ ആ ഗാനത്തോട് നൂറുശതമാനവും ശ്രദ്ധാവാനാവുകയാണ്.

ജെ. കൃഷ്ണമൂർത്തി ഒരിക്കൽ വിദേശത്തുള്ള വസതിയിൽ തനിച്ച് ഏറെ നാൾ പാർക്കുകയുണ്ടായി. അതിരാവിലെ പലതരം പക്ഷികളെ അദ്ദേഹം തുറന്ന മനസ്സോടെ കേട്ടിരിക്കും. പകൽസമയത്ത് അദ്ദേഹത്തിന് കൂട്ടിന് ബീഥോവന്റെ ഒരു സിംഫണിയുണ്ടായിരുന്നു.

ഓരോ ദിവസവും മഹാനായ ആ ഗായകനെ ആദ്യമായി കേൾക്കുന്നതുപോലെ അദ്ദേഹം കേട്ടുകൊണ്ടിരുന്നു. ആന്തരികമായ പൂർണശ്രദ്ധയോടെ, നിശ്ശബ്ദതയോടെ, ബീഥോവന്റെ വാക്കുകൾപ്പുറുത്തുള്ള സവിശേഷമായ ഈണങ്ങൾക്കപ്പുറമുള്ള പരമമായതിനെ, അതിന്റെ വിശുദ്ധമായതിനെ ആകാശത്തിന്റെ നീലിമയെ കണ്ടിരിക്കുന്നതുപോലെ അദ്ദേഹം കേട്ടുകൊണ്ടിരുന്നു.

കേൾക്കൽ ഒരു യഥാർത്ഥ കലയത്രെ. എളുപ്പം അതു കഴിയില്ല. കേൾക്കലിൽ സൗന്ദര്യമുണ്ട്. മഹത്തായ ധാരണയുണ്ട്. നമ്മുടെ സത്തയുടെ പലതരം അഗാധതകൾ കൊണ്ടാണ് നാം കേൾക്കുന്നത്. പക്ഷേ, നമ്മുടെ കേൾവികൾ സദാ മുൻധാരണകൾ വെച്ചുകൊണ്ടത്രെ. നാം ലളിതമായി കേൾക്കുന്നില്ല നമ്മുടെ തന്നെ ചിന്തകളുടെ, നിഗമനങ്ങളുടെ, മുൻവിധികളുടെ ഇടയിൽ ഉയർന്നുവരുന്ന സ്ക്രീനുകൾ എപ്പോഴും ഉണ്ട്.

കേൾക്കുവാൻ ആന്തരികമായ ഒരു നിശ്ശബ്ദത ആവശ്യമാണ്. ഉള്ളിലെ സംഘർഷങ്ങളെല്ലാം മാഞ്ഞുപോയ അവസ്ഥ, വാക്കുകൾക്കപ്പുറത്തുള്ളത് കേൾക്കാനാവശ്യമായ ഉള്ളിലെ ഉണർവ്, സഹിഷ്ണുതയോടെ കേൾക്കുന്ന ശീലം.

ഒരു പക്ഷിയെ, അതുണ്ടാക്കുന്ന യാതൊരർത്ഥവുമില്ലെന്നു തോന്നുന്ന, എന്നാൽ മഹത്തായ സൗന്ദര്യമടങ്ങിയ അതിന്റെ ശബ്ദം കേൾക്കണമെങ്കിൽ മനസ്സ് തീർത്തും ശാന്തമായിരിക്കണം. നിഗൂഢമായ ഒരു ശാന്തതയല്ല, മറിച്ച് കേവലമായ ഒരു ശാന്തത, ഒരാൾ പറയുന്നതു കേൾക്കുമ്പോൾ പലതരത്തിലുള്ള ആശയങ്ങളും നമ്മുടെ മനസ്സിൽ തിക്കിത്തിരക്കി വരുന്നു. ഇങ്ങനെയല്ലാതെ ഒരാളെ കേൾക്കുമ്പോൾ മാത്രമാണ് ശരിയായൊരു ബന്ധം ഉടലെടുക്കുന്നത്.

യഥാർത്ഥത്തിൽ, ഒരു തരത്തിലുള്ള മനസ്സിന് മറ്റൊരു തരത്തിലുള്ള മനസ്സിനെ കേൾക്കുക എന്നത് കഠിനമായ ഒന്നാണ്. ഒരു കമ്യൂണിസ്റ്റല്ലാത്ത ഒരാൾക്ക് അത്തരം ഒരാളെ കേൾക്കൽ, ഒരു മതവിശ്വാസിക്ക് നിരീശ്വരവാദിയെ കേൾക്കൽ, പുരുഷ മേധാവിത്വമുള്ള ഭർത്താവിന് ഭാര്യയെ കേൾക്കൽ, അത്തരമൊരു മനസ്സുകൊണ്ട് കുട്ടികളെ കേൾക്കൽ, അയൽക്കാരനെ കേൾക്കൽ എല്ലാം അസാധ്യം തന്നെ.

അഭ്യാസം: 'എന്റെ ദേഹമാകെ ശാന്തമാകുന്നു' എന്നു വിചാരിച്ചുകൊണ്ട് ദീർഘമായി ശ്വാസമെടുക്കുക. ഇതേ വിചാരത്തോടെ മന്ദമായി ശ്വാസംവിടുക (5 മിനിറ്റ്)

തുടർന്ന് കണ്ണുകളടച്ച് നിശ്ചലമായ ദേഹത്തോടെയിരുന്ന് പുറത്തുനിന്നുള്ള, അടുത്തുനിന്നോ അകലെ നിന്നോ ഉള്ള എല്ലാതരം ശബ്ദങ്ങൾക്കിടയ്ക്ക് പക്ഷികളുടെ മാത്രം ശബ്ദം വേറിട്ടു കേൾക്കുക. തുടർന്ന് ദീർഘമായി ശ്വസിച്ചുകൊണ്ട് 'പക്ഷികളുടെ ശബ്ദങ്ങൾ ഞാൻ നേരിട്ടു കേൾക്കുന്നു' എന്ന് വിചാരിക്കുക, ശ്വാസം വിടുമ്പോഴും ഇതേ വിചാരം (5 മിനിറ്റ്)

മുൻവിധിയില്ലാത്ത മനസ്സോടെ വീട്ടിലുള്ളവരെ, അയൽക്കാരെ, എതിരഭിപ്രായക്കാരെ കേൾക്കാൻ കഴിയുന്നതുവരെ ഈ ധ്യാനം പരിശീലിക്കുക.

ഏകതാധ്യാനം

> "പാടത്തെ ലില്ലിപ്പൂക്കളെ നോക്കൂ! പിതാവ് എത്രയധികം
> അവയെ അലങ്കരിച്ചു വെച്ചിരിക്കുന്നു!...."   - *യേശു*

ഒരു പൂ വളരെ ആഴത്തിൽ നിന്നാണ് വരുന്നത്. പതുക്കെപ്പതുക്കെ അത് വരുന്നു. അതവിടെ മരച്ചില്ലയിൽ എത്തുന്നതുവരെ ഒരാൾക്കും ഇതറിയാനാവില്ല. പക്ഷേ, അത് മണ്ണിന്റെ അടിത്തട്ടിൽനിന്ന്, വേരുകളിൽനിന്ന് നിറവും മണവുമായി ഒരു മനോഹര നിമിഷത്തിൽ ഭൂമിയിൽ മുഖം കാണിക്കുന്നു.

'നാമൊരു പൂവിന്റെ ഹൃദയത്തിലേക്കു നോക്കുമ്പോൾ നാം മേഘങ്ങൾ കാണുന്നു, സൂര്യപ്രകാശം കാണുന്നു. കാലം ഭൂമി ഇതൊക്കെയും കാണുന്നു' എന്ന് ബുദ്ധൻ.

യഥാർത്ഥത്തിൽ ഒരു പൂവ് പ്രപഞ്ചത്തിലെ എല്ലാറ്റിനോടും സൂക്ഷ്മമായി ബന്ധപ്പെട്ടിരിക്കുന്നു. മേഘങ്ങളില്ലാതെ മഴയുണ്ടാവില്ല, പൂവും. സമയം കൂടാതെ പൂവിരിയില്ല. ഒരു പൂ നിർമ്മിതമായിരിക്കുന്നത് പൂവുമായി ഒരു ബന്ധവുമില്ലാത്ത നിരവധി ഘടകങ്ങളിൽ നിന്നത്രെ. എന്നാൽ, ഇവയെല്ലാം, ഈ നാനാത്വങ്ങളൊക്കെയും ചേർന്ന് ഏകമായ ഒരു പൂ വിരിഞ്ഞുവരുന്നു... ഒരു പൂവിന്റെ പിറവി ഇപ്രകാരമാണെങ്കിൽ ഭൂമിയിൽ ഓരോന്നിന്റേയും പിറവിക്കു പിന്നിൽ അതുമായി ബന്ധമില്ലാത്ത എന്തെല്ലാം സൂക്ഷ്മഘടകങ്ങൾ ഒന്നിച്ചപ്പോഴാണ് അതുണ്ടായതെന്ന് വിസ്മയത്തോടെ നാമറിയുന്നു. ഒരു മനുഷ്യന്റെ പിറവിക്കു പിന്നിലും എണ്ണിയാലൊടുങ്ങാത്ത എത്രയെത്ര അണുപ്രായത്തിലുള്ള സൂക്ഷ്മതകൾ ഉണ്ടെന്ന് നാമോർക്കാറുണ്ടോ? ഓരോ മനുഷ്യന്റേയും പിറവിക്കു പിന്നിൽ മനുഷ്യവംശത്തിന്റെ തന്നെ ആദിമമായ കോശങ്ങൾ അതിരറ്റ ആകാശം, അനന്തകാലം ഒക്കെയും ഉണ്ട്. ഇവയെല്ലാം ഒന്നിച്ചു ചേർന്നതാണ് ഭൂമിയിലോരോ മനുഷ്യശിശുവും. ഭൂമിയിലെവിടെയും മനുഷ്യൻ ഒന്നാണ്. അവന്റെ (അവളുടെ) ദേഹമൊന്നാണ്, മനസ്സൊന്നാണ്, ആത്മാവ് ഒന്നാണ്. ഈ ഏകതയിൽനിന്ന് തെറ്റുമ്പോഴാണ് ഒരാൾ സംഘർഷത്തിലാകുന്നത്, യാതനയിലാകുന്നത്. ഈ ഏകത മനുഷ്യരാശിയോടാകെ, ജീവരാശിയോടാകെ നമ്മുടെ ഉള്ളിലുണരുമ്പോൾ നാം വിശ്വത്തിന്റെ ഏകതയുടെ പ്രാണതത്ത്വത്തിൽ ലയിച്ചു

കൊണ്ട് പുലരുകയാണ്. ഇതിൽനിന്ന് ഒരാളെപ്പോഴൊക്കെ പുറത്താകുന്നുവോ, അപ്പോഴൊക്കെ അയാൾ വേദനയിലാണ്.

ധ്യാനിക്കുന്നവർ ധ്യാനത്തിൽനിന്ന് കണ്ണുതുറന്നുനോക്കുമ്പോൾ വിശ്വമാകെ ഏകമായി കാണപ്പെടുന്നു. മുമ്പ് നാം കാണാത്ത പലതും നാമിപ്പോൾ കാണുന്നു. അറിയുന്നു. അനുഭവിക്കുന്നു.

നമ്മുടെ മുന്നിലുള്ള മരങ്ങൾ മുമ്പെന്നത്തെക്കാളും പച്ചയായി കാണപ്പെടുന്നു. ഈ മരങ്ങൾ മുമ്പ് കണ്ടിരുന്നവയാണെങ്കിലും, ഇപ്പോളവ പുതിയതായി കാണപ്പെടുന്നു. റോസാപ്പൂക്കൾ കൂടുതൽ നിറവും മണവും ഉള്ളതായി സുന്ദരമായതായി തോന്നുന്നു. ഈ പൂ നേരത്തെ കണ്ട അതേ അനുഭവമല്ല, അത്ര സുഗന്ധമല്ല, അതേ ആനന്ദമല്ല പകരുന്നത്. യഥാർത്ഥത്തിലിവ മുമ്പും ഇങ്ങനെയൊക്കെയായിരുന്നുവെങ്കിലും നമ്മുടെ ഇന്ദ്രിയങ്ങൾ മുഴുവൻ മയങ്ങുകയോ ഉറങ്ങുകയോ ആയതുകൊണ്ട് ഇവയൊന്നും നമുക്ക് ശരിയായ, കൃത്യമായ ഒരനുഭവമല്ല നൽകിയിരുന്നത്.

ധ്യാനത്തിൽ ഒരാളുടെ ഇന്ദ്രിയങ്ങൾ ഉണരുന്നു. അയാളുടെ സംവേദനം അഗാധമാകുന്നു. അയാളുടെ നിശ്ശബ്ദത വളരെ അഗാധമാകുന്നു. അതുകൊണ്ട് ചുറ്റുമുള്ള ഓരോന്നിനുനേരെയും കൂടുതൽ ആഴത്തിൽ അയാൾ നോക്കുന്നു, കേൾക്കുന്നു. ഒരാളുടെ നിശ്ശബ്ദത അഗാധമാകുന്നതിനനുസരിച്ച് ശബ്ദങ്ങൾ കൂടുതൽ തെളിമയാർന്നതായി മാറുന്നു. രാത്രി ഒന്നായിരുന്ന് മൂളാൻ തുടങ്ങുന്നു. നമ്മുടെ ചുറ്റുമുള്ള പ്രാണികളെല്ലാം ഇരുന്ന് ശബ്ദിക്കാനാരംഭിക്കുന്നു. ധ്യാനത്തിൽ ഉണർന്ന ഇന്ദ്രിയങ്ങളോടെയിരിക്കുമ്പോൾ അയാളിൽ സ്നേഹവും കരുണയും ഉണരുന്നു. അയാൾ കൂടുതൽ വ്യക്തതയോടെ എല്ലാം ചെയ്യുന്നു.

നമ്മുടെ ഇന്ദ്രിയങ്ങൾ മയക്കത്തിലായതുകൊണ്ട് നാം ഒന്നും അതുപോലെ അറിയുന്നില്ല. ധ്യാനത്തിൽ ഉണർന്ന ഇന്ദ്രിയങ്ങളോടെയിരിക്കുമ്പോൾ ഒരാളിൽ സ്നേഹവും കരുണയും ഉണരുന്നു. സാധാരണ നമുക്ക് വേറൊരാളുടെ വേദന മനസ്സിലാവില്ല. അതുകാണാനുള്ള കണ്ണ് നമുക്കില്ല. അത് കണ്ടാൽ നമുക്കവരെ ഹൃദയനിറവോടെ മനസ്സിലാക്കാനും ആ വേദന ശമിപ്പിക്കാനായി എന്തെങ്കിലും ചെയ്യുവാനും തോന്നുന്നു.

അതിന് നാം അവരായി മാറണം. അപ്പോൾ അവരുടെ ദുഃഖം നമ്മുടെ സ്വന്തം ദുഃഖം പോലെ നാമനുഭവിക്കും. അവരുടെ നിസ്സഹായത, വേദന, സംഘർഷം എല്ലാം നമ്മുടേതു കൂടിയായിമാറും. ദരിദ്രർ ദാരിദ്ര്യത്താൽ ദുഃഖിക്കുന്നു. ധനികർപോലും പല കാരണങ്ങളാൽ ദുഃഖിക്കുന്നു. എവിടെയായാലും മനുഷ്യന്റെ അനാഥത്വം, നിസ്സഹായത, യാതന നിലനിൽക്കുന്നു. മറ്റൊരാളെ സഹായിക്കുവാൻ, അയാൾക്കുവേണ്ടി പ്രാർത്ഥിക്കുവാൻ നമുക്കാവുന്നില്ല. എന്തെന്നാൽ അവരുടെ ദുഃഖം നമുക്കനുഭവപ്പെടുന്നില്ല. അവർ ഒരു തരത്തിൽ കഠിനമായി വേദനിച്ചിരിക്കുന്നു. നാം അതൊന്നും സ്പർശിക്കപ്പെടാത്തവരായി നമ്മുടെ സ്വകാര്യലോകത്ത് പുലരുന്നു. ഇതിനുള്ള കഴിവ്, ഒരാളിലുണ്ടാവണമെങ്കിൽ അയാൾ

ജീവിതത്തിന്റെ നിഗൂഢതകളിലേക്ക് ആഴത്തിൽ ഇറങ്ങിച്ചെല്ലാൻ പഠിച്ചിരിക്കണം.

'അവലോകിതേശ്വര ബോധിസത്വ' പരിശീലനത്തെപ്പറ്റി ബുദ്ധൻ പറയുന്നുണ്ട്. എല്ലാതരം ശബ്ദങ്ങളും വളരെ ആഴത്തിൽ ശ്രദ്ധിക്കലാണത്. ഇതു ശീലിച്ചുകഴിഞ്ഞാൽ ഒരാൾക്ക് തന്റെ ഉള്ളിൽനിന്നും പുറത്തുനിന്നു മുള്ള വേദനയുടെ ആനന്ദത്തിന്റെ അതിസൂക്ഷ്മശബ്ദങ്ങൾ വരെ കേൾക്കാനാവും. ഒരാൾ സ്വയം ആഴത്തിൽ കേൾക്കുമ്പോൾ അയാളുടെ ഉള്ളിൽ സ്നേഹവും കരുണയും കൂടുന്നു. അപ്പോൾ നമുക്കു നമ്മെ കേൾക്കുന്നതുപോലെതന്നെ മറ്റുള്ളവരെയും കേൾക്കാനാവുന്നു. അപ്പോൾ നമുക്കവരോടുള്ള അകൽച്ചയും വിരോധവും ശമിക്കുവാനും അവരോട് സ്നേഹമുള്ളവരാകാനും നമുക്ക് കഴിയുന്നു. മുൻവിധികളില്ലാതെ, കുറ്റപ്പെടുത്തലുകളില്ലാതെ മറ്റൊരാളെ അയാളുടെ എല്ലാ കുറവുകളോടെയും മനസ്സിലാക്കാനും സ്വീകരിക്കാനും നമുക്ക് കഴിയുന്നു. ഭൂമിയിലുള്ള ഏതു പ്രശ്നങ്ങൾക്കും സംഘർഷങ്ങൾക്കും രക്തച്ചൊരിച്ചിലുകൾക്കും കാരണം മനുഷ്യന് പരസ്പരം മനസ്സിലാക്കാനാവാത്തതാണ്.

ആന്തരികമായ നിശ്ശബ്ദതയിലൂടെ, സഹാനുഭൂതിയിലൂടെ നാം നോക്കുമ്പോൾ, കേൾക്കുമ്പോൾ നമ്മെ ദ്രോഹിക്കുന്ന ഒരാളോടുപോലും നമുക്ക് വെറുപ്പല്ല തോന്നുക. അയാളുടെ വ്യക്തിപരമായ പരിമിതികൾക്കിടയിൽ അയാൾ സ്വയം വേദനിക്കുന്നതിനു നേരെ അനുകമ്പയാണു ദിക്കുക.

ശ്വസന ധ്യാന പരിശീലനത്തിലൂടെ മനസ്സിന്റെ ഏകതയിലേക്ക്, സംവേദനനിറവിലേക്ക്, സ്നേഹത്തിലേക്ക് നമുക്കെത്താനാവും.

അഭ്യാസം: വേദനിക്കുന്നൊരാളെ മനസ്സിൽ മുന്നിൽ കാണുക.

ഒന്ന്: ശ്വാസമെടുക്കുമ്പോൾ "മുന്നിലുള്ള വേദനിക്കുന്ന വ്യക്തി ഞാൻ തന്നെ" എന്നു വിചാരിക്കുക.

ശ്വാസം വിടുമ്പോൾ "മുന്നിലുള്ള വേദനിക്കുന്ന വ്യക്തി ഞാൻ തന്നെ" എന്നു വിചാരിക്കുക. (10 മിനിറ്റ്)

രണ്ട്: ശ്വാസമെടുക്കുമ്പോൾ 'അതിരറ്റ കൃപയോടെ മുന്നിലുള്ള വ്യക്തിയുടെ നേരെ നോക്കുക'

ശ്വാസം വിടുമ്പോൾ 'അതിരറ്റ കൃപയോടെ മുന്നിലുള്ള വ്യക്തിയെ മനസ്സിൽ ആലിംഗനം ചെയ്യുക.' (10 മിനിറ്റ്)

മൂന്നുമാസം തുടർച്ചയായിത് പരിശീലിച്ചാൽ നമുക്ക് ലോകത്തിലെല്ലാവരോടുമുള്ള ബന്ധം വളരെ ഉദാരമായി മാറുന്നു. അതിന്റെ ഫലമായി ഒരാളോടും നമ്മുടെ ഉള്ളിൽ അകൽച്ചയും വെറുപ്പും ഇല്ലാതായി മാറുന്നു. ഇത് നമ്മെ കാണുന്ന ഏതൊരാൾക്കും ആന്തരികമായി അനുഭവപ്പെടുകയും ചെയ്യുന്നു. ∎

രാത്രിയിലെ ധ്യാനം

പ്രഭാതധ്യാനം ഒരാൾ ഉണർന്നതിനുശേഷമുള്ള ആദ്യത്തെ സംഗതിയാണ്. രാത്രി ധ്യാനം ഒരാൾ ഉറങ്ങുന്നതിനുമുമ്പുള്ള ആദ്യത്തെ സംഗതിയും. രാവിലെയുള്ള ധ്യാനം ആ ദിവസത്തെ മുഴുവൻ ഉണർവുള്ളതാക്കുന്നു. രാത്രിയിലെ ധ്യാനം ഒരാൾ ഉറങ്ങിക്കൊണ്ടിരിക്കുന്ന സമയമത്രയും അയാളുടെ ഉപബോധത്തിൽ പ്രവർത്തിച്ചുകൊണ്ടിരിക്കുന്നു.

രാവിലെ ഇരുന്നുകൊണ്ടുള്ള ധ്യാനമാവാം. രാത്രിയിലെ ധ്യാനം കിടന്നുകൊണ്ടുമാവാം. ഉറങ്ങുന്നതിനുമുമ്പായി ധ്യാനിക്കുക, അങ്ങനെ ഉറക്കത്തിലേക്ക് നിശ്ശബ്ദമായി പ്രവേശിക്കുക. ഉണർന്നിരുന്നുകൊണ്ട് ഒരു പകലാകെ പലതും ചെയ്തതിനുശേഷം ഒരാൾ ആ ദിവസം നടത്തുന്ന അവസാനത്തെ കാര്യമാണീ ധ്യാനം.

ഉറങ്ങുന്നതിനുമുൻപ് ഒരാൾ ധ്യാനത്തിന്റെ തലത്തിലേക്ക് ശരിയായി കടക്കുകയാണെങ്കിൽ അയാളുടെ ഉറക്കമാകെ പരിവർത്തിക്കപ്പെടുന്നു. അയാളുടെ ഉറക്കമാകെ ധ്യാനാത്മകമാകുന്നു. കാരണം, ഉറക്കത്തിന് ചില നിയമങ്ങളുണ്ട്. ഒന്നാമത്തെ നിയമം, രാത്രിയിലെ ഒരാളുടെ അവസാനത്തെ ചിന്ത അയാളുടെ ഉറക്കത്തിലെ കേന്ദ്രചിന്തയായിത്തീരുന്നു. ആ ചിന്ത അയാളുടെ പ്രഭാതത്തിലെ ആദ്യത്തെ ചിന്തയായി മാറുകയും ചെയ്യുന്നു.

ഉറക്കത്തിനുമുമ്പായി ഒരാളെന്താണോ ഉച്ചരിച്ചുകൊണ്ടിരിക്കുന്നത്, വിചാരിച്ചുകൊണ്ടിരിക്കുന്നത് രാത്രി മുഴുവൻ അത് അയാളുടെ ഉപബോധത്തിൽ പ്രവർത്തിക്കുകയും അത് ഉണർന്ന് എണീക്കുമ്പോൾ അയാളിൽ പ്രതിധ്വനിക്കുകയും ചെയ്യുന്നു. ഉറങ്ങുംമുമ്പ് ഒരാൾ ഒരു മന്ത്രമാണു ഉരുവിടുന്നതെങ്കിൽ അതയാളുണരുമ്പോഴും മനസ്സിൽനിന്ന് സ്പന്ദിച്ചുകൊണ്ടിരിക്കുന്നു. ഉറങ്ങും മുമ്പൊരാൾ 'നാരായണാ-നാരായണാ' എന്നാണുരുവിടുന്നതെങ്കിൽ അതാവും അയാളുണരുമ്പോൾ മനസ്സിൽ മുഴങ്ങിക്കൊണ്ടിരിക്കുക.

ഒരാൾ രാത്രി കോപത്തോടെയാണുറങ്ങുന്നതെങ്കിൽ രാത്രി മുഴുവൻ അയാളുടെ മനസ്സും സ്വപ്നങ്ങളും കോപം നിറഞ്ഞവയായിരിക്കും. രാവിലെ അയാളുണരുമ്പോൾ അയാളുടെ ആദ്യത്തെ വികാരവും

ചിന്തയും കോപം പുരണ്ടതായിരിക്കും. രാത്രി ഒരാളെന്താണോ ഉറങ്ങുമ്പോൾ മനസ്സിൽ വെക്കുന്നത് അത് രാത്രി ഉറക്കത്തിൽ അയാളോടൊപ്പം പാർക്കുന്നു.

ഉപബോധ മനസ്സിലേക്കുള്ള വാതിൽ തുറക്കാൻ ഉറക്കത്തിനുമുമ്പുള്ള ആഴമേറിയ ചിന്തകൾക്കു കഴിയുന്നു. ഉറങ്ങുന്നതിനുതൊട്ടുമുമ്പ് ഒരു വിദ്യാർത്ഥി താൻ മികച്ച വിജയം വരിക്കുമെന്ന സങ്കല്പം, ശുഭവിചാരം മനസ്സിൽവെച്ചുകൊണ്ട് ഉറങ്ങുകയാണെങ്കിൽ, ആ ചിന്ത ഉറക്കത്തിൽ ഉപബോധമനസ്സിൽ നിറഞ്ഞുനിൽക്കുന്നു. അത് അയാളുടെ ഇച്ഛയെ സഫലമാക്കുന്നു.

മാറാരോഗങ്ങൾ പോലും ഇത്തരത്തിലുള്ള ശുഭസങ്കല്പങ്ങൾ കലർന്ന രാത്രി ധ്യാനത്തിലൂടെ മാറുന്നതായി ധ്യാനത്തെപ്പറ്റിയുള്ള അനുഭവചരിത്രങ്ങൾ സാക്ഷ്യപ്പെടുത്തുന്നു.

അതുകൊണ്ട് ഉറങ്ങുന്നതിനുമുമ്പ് ലോകത്തിലൊരു കാര്യത്തെ പ്പറ്റിയും പരാതിയും പരിഭവവും ഇല്ലാത്ത ഒരു മനസ്സുമായിരിക്കുക. ദുരനുഭവങ്ങളും മോശമായ അനുഭവങ്ങളും സ്പർശിക്കാത്ത ശാന്തമായ ഒരു മനസ്സോടെ ഉറങ്ങുന്നതു ശീലമാക്കുക. അങ്ങനെയാണെങ്കിൽ ആ രാത്രി ഉറങ്ങുന്ന സമയമത്രയും അയാളുടെ മനസ്സ് നല്ല ഒരു ശുശ്രൂഷ യ്ക്ക്, ചികിത്സയ്ക്ക് വിധേയമാവുകയാണ്.

ഉറക്കത്തിൽ ശരീരത്തിനെന്നപോലെ മനസ്സിനും ശുശ്രൂഷ വേണം. അത്തരം ഒരു ശുശ്രൂഷ ഒരാൾക്കു കിട്ടുമ്പോൾ ഒരാളുടെ ഉറക്കം ആഴമേറിയ ഒരു പുഴപോലെയായി മാറുന്നു. അത്തരത്തിൽ ഗാഢമായ ഒരുറക്കം കഴിഞ്ഞ് ഒരാളുണരുമ്പോൾ, ആ രാത്രിയിലെ ധ്യാനത്തിന്റെ ആഴത്തിൽനിന്ന് അയാളുടെ ആദ്യത്തെ ചിന്ത ശാന്തിയുടെതാവും. സുഖത്തിന്റേതാവും. സ്നേഹത്തിന്റേതാവും.

അതുകൊണ്ട് പ്രഭാതയാത്ര പ്രഭാതധ്യാനത്തോടെയും രാത്രിയിലെ യാത്ര രാത്രി ധ്യാനത്തോടെയും ആയിരിക്കട്ടെ!

ധ്യാനവും കമ്യൂണിസവും

'**വൈ**ദ്യശാസ്ത്രം ധ്യാനപ്പതിപ്പ്' 2000 ജനുവരി 18-ന് കേരളത്തിലെ വിപ്ലവരാഷ്ട്രീയത്തിന്റെ പ്രതീകമായ രക്തസാക്ഷി വർഗ്ഗീസിന്റെ സഹ പ്രവർത്തകനായ എ. വാസുവിന് നൽകിക്കൊണ്ട് പ്രകാശനം ചെയ്യ പ്പെടുകയുണ്ടായി. നമ്മുടെ യാഥാസ്ഥിതിക മാധ്യമങ്ങളൊന്നും അത് റിപ്പോർട്ടു ചെയ്യുകയുണ്ടായില്ല. ഇങ്ങനെയൊന്നു നടക്കുന്നു എന്നു കേട്ട പ്പോൾ അവർ ചോദിച്ചത് 'ധ്യാനവും എ. വാസുവും തമ്മിൽ എന്ത് ബന്ധം?' എന്നായിരുന്നു. ധ്യാനാത്മകനായ ഒരാളോടല്ല ധ്യാനത്തെപ്പറ്റി പറയേണ്ടത്, ധ്യാനം ആവശ്യമുള്ള ഒരാളോടാണ്, ധ്യാനത്തിന്റെ ആഴ മേറിയ തലം സ്വീകരിക്കാവുന്ന സംവേദനക്ഷമതയുള്ള ഒരാളോടാണ്.

എഴുപതുകളിൽ ഇന്ത്യൻ രാഷ്ട്രീയ മനസ്സുകളിലേക്ക് കടന്നുവന്ന ഏറ്റവും വലിയ ചിന്ത ചൈനയിൽ നിന്നായിരുന്നു. മാവോ സേതുങ്ങിന്റെ സായുധ കലാപത്തിന്റെ ദർശനം. അതിന്റെ ഭാഗമായുടലെടുത്ത നക്സൽബാരിയിലെ കലാപം ആധുനികോത്തര മനുഷ്യസമുദായത്തിൽ ഹിംസാത്മകരാഷ്ട്രീയം തോൽവിയടഞ്ഞതിന്റെ ദുരന്തദൃഷ്ടാന്തകഥ യത്രെ. 'ഹിംസവഴി ഹിംസയല്ലാതെ സ്നേഹമുണ്ടാക്കാമെന്ന്, ഹിംസയുടെ വഴിയിൽപോയ ഒരാൾക്ക് ശാന്തിയുള്ള ഒരു ജീവിതം ഉണ്ടായെന്ന് ലോകത്തിലാരെങ്കിലും ഒരാൾ സാക്ഷ്യപ്പെടുത്തിയാൽ, ഞാനയാളുടെ ശിഷ്യനാകാമെന്ന് രണ്ടായിരത്തഞ്ഞൂറുവർഷങ്ങൾക്കു മുമ്പ് താവോ ദർശനത്തിന്റെ ആചാര്യനായ ലാവോത്സു പറഞ്ഞതിനെ നിരാകരിച്ചുകൊണ്ട് മാവോവിന്റെ നേതൃത്വത്തിൽ ചൈനയിലുണ്ടായ സാംസ്കാരിക വിപ്ലവവും മാവോരാഷ്ട്രീയത്തിന്റെ ബാക്കിപത്രവും മനുഷ്യന്റെ അത്യഗാധമായ ഒരു സൂക്ഷ്മസത്യത്തിന്റെ അഭാവത്തെ സൂചിപ്പിക്കുകയായിരുന്നു.

മനുഷ്യർ തമ്മിലുള്ള മനുഷ്യനുണ്ടാക്കിയ അന്തരവും അസമത്വവും അനീതിയും നിലനിൽക്കുവോളം കമ്മ്യൂണിസം പ്രസക്തമാണെന്നു തന്നെയാണ് ഞങ്ങൾ പറഞ്ഞുകൊണ്ടിരിക്കുന്നത്. ഒരു കാര്യവും കൂടി ഞങ്ങൾ വിനയപൂർവം ഉന്നയിക്കാൻ ശ്രമിക്കുകയാണ്. മാർക്സിയൻ പ്രയോഗത്തിന്റെ പരാജയം അതിന്റെ അകത്തുള്ള പ്രധാനമായ എന്തോ ഒന്നിന്റെ പോരായ്മയെ സൂചിപ്പിക്കുന്നുണ്ടെങ്കിൽ അതെന്താണ്?

പി.എൻ. ദാസ്

മാർക്സിനോടൊപ്പം ബുദ്ധനും പ്രസക്തമാകുന്ന നവമായ ഒരു പരിപ്രേക്ഷ്യത്തിലേക്ക് മനുഷ്യരാശിയുടെ അവബോധം മാറുമ്പോൾ, കമ്മ്യൂണിസവും ധ്യാനവും ഒന്നിക്കുമ്പോൾ കുറേക്കൂടി സർഗ്ഗാത്മകവും ഗുണപരമായി താരതമ്യേന ഉന്നതവുമായ ഒരവബോധം ചരിത്രത്തെ, വിപ്ലവത്തെ ഭിന്നമായ ഒരു മൂല്യബോധത്തോടെയാവും വിചാരണ ചെയ്യുക. സംഘടിതമതങ്ങളുടെ മതാധിഷ്ഠിതമായ അവബോധവും അതിന്റെ പൈതൃകവും അല്പം പോലും നവീനമോ സൃഷ്ടിപരമോ അല്ലാത്തതുകൊണ്ട് അത്തരമൊരു മതാത്മകബോധവും മാർക്സിസത്തിന്റെ ബോധവും തമ്മിൽ ഒരു 'ഡയലോഗ്' സാധ്യമാകുമെന്ന് ഞങ്ങൾ കരുതുന്നില്ല. മറിച്ച് മതമുക്തവും മതേതരവുമായ മനുഷ്യന്റെ ആന്തരിക സത്തയെ പ്രകൃതിയുമായും പ്രപഞ്ചവുമായും സ്വരൈക്യം പുലർത്തിക്കൊണ്ട് ജീവിക്കാൻ ഉണർത്തുന്ന ജീവിതകലയുടെ തന്നെ രൂപമായ ധ്യാനം ഈ ദിശയിൽ പ്രസക്തമാണോ എന്ന് ഞങ്ങൾ തുറന്ന മനസ്സോടെ, ഒരാശയത്തിന്റേയോ, മാർഗ്ഗത്തിന്റേയോ ആളുകളെന്ന നിലയ്ക്കൊന്നുമല്ലാതെ ഉന്നയിക്കുന്ന ചോദ്യം പുതിയ സഹസ്രാബ്ദത്തിൽ ജീവിക്കുന്ന മലയാളികളോട് ഈ ചെറുമാസിക ചെറിയ ശബ്ദത്തിൽ ചോദിക്കുകയാണ്.

ചൈനയിലെ സാംസ്കാരിക വിപ്ലവകാലത്ത് താവോ ധ്യാനമന്ദിരങ്ങൾ മുഴുവൻ തച്ചുതകർത്തതിലെ അവിവേകം അവിടത്തെ ജനങ്ങൾ തിരിച്ചറിയാൻ തുടങ്ങിയിരിക്കുന്നു. മാവോവിന്റെ നാട്ടിലിപ്പോൾ കമ്മ്യൂണിസ്റ്റ് പാർട്ടിയിലെ അംഗങ്ങളെക്കാൾ അധികം പേർ ധ്യാനത്തിന്റെ മാർഗ്ഗത്തിൽ പോകുന്നു എന്നത് ഒന്നും സൂചിപ്പിക്കുന്നില്ലേ? അവിടെയിപ്പോൾ പാർട്ടിയംഗത്വമുള്ളവർ 20 ലക്ഷം ആളുകൾ, ധ്യാനം പരിശീലിച്ചുകൊണ്ടിരിക്കുന്നവർ ലക്ഷവും. ചൈനീസ് ധ്യാനഗുരുവായ ലിഹോങ്ങ്സിയുടെ നേതൃത്വത്തിൽ 1992ൽ ചൈനയിൽ വ്യാപകമായി തീർന്ന 'ഷാലുൻ ഹോങ്' ധ്യാനം കഴിഞ്ഞവർഷം ചൈനയിൽ നിരോധിക്കാനിടയായത് അവിടുത്തെ കമ്മ്യൂണിസ്റ്റ് നേതാക്കൾ ഇപ്പോഴും ചൈനയുടെ 'ചെൻ' (Chen) ധ്യാന പൈതൃകത്തെ, അതിന്റെ വിമോചന മൂല്യത്തെ അറിയുന്നില്ലെന്ന് സൂചിപ്പിക്കുകയാണ്. മാവോവിനോടൊപ്പം ലാവോത്സുവിന്റെ വെളിച്ചവും ലെനിനോടൊപ്പം ഗുർജിഫിന്റെ വെളിച്ചവും ഉപയോഗിച്ചുകൊണ്ട് അതതുരാജ്യങ്ങളിലെ മനുഷ്യാവസ്ഥയെ പുതിയ പുതിയ കണ്ണുകളോടെ നോക്കുന്ന പുതിയ വിപ്ലവകാരികൾക്കു മാത്രമേ പുതിയ സഹസ്രാബ്ദത്തിന്റെ ചോരപ്പുഴകളില്ലാത്ത മുക്തി മാർഗ്ഗം കണ്ടെത്താനാവൂ.

(ഈ ലേഖകന്റെ പത്രാധിപത്യത്തിൽ പ്രസിദ്ധീകരിച്ച
വൈദ്യശാസ്ത്രം മാസികയിൽ എഴുതിയത്)

■

ആരോഗ്യം

സ്വാസ്ഥ്യത്തിലേക്കൊരു വാതായനം

ദേഹത്തിനുനേരെ കൃതജ്ഞതയുള്ള ഒരാൾക്ക് മാത്രമേ സ്വന്തം ആരോഗ്യം എവിടെനിന്നു വരുന്നുവെന്ന് പറയാനാവൂ. മരിക്കുന്നതിനു മുൻപ് തന്നെ വളരെക്കാലം യാത്രചെയ്യാൻ സഹായിച്ച കഴുതയ്ക്ക് മുന്നിൽ വന്നിരുന്ന് ഫ്രാൻസിസ് പുണ്യവാളൻ കൃതജ്ഞത അറിയിക്കുന്ന ഒരു രംഗമുണ്ട്. ആ സാധുമൃഗത്തിന്റെ മുഖത്തും മേലാസകലവും തഴുകിക്കൊണ്ട് അദ്ദേഹം പറഞ്ഞു: “നീയെന്നെ എത്ര സഹായിച്ചു! ക്ഷീണിച്ച എന്നെയെടുത്ത് നീയെത്ര ദൂരം പോയിട്ടുണ്ട്. നീയെന്നെ സഹായിച്ചതിന് എന്റെയുള്ളിൽ പറഞ്ഞറിയിക്കാനാവാത്ത നന്ദിയുണ്ട്.” ഇങ്ങനെ അദ്ദേഹം ആ മൃഗത്തെ തലോടി തനിക്കുള്ള അഗാധമായ കടപ്പാട് പ്രകടിപ്പിച്ചപ്പോൾ അദ്ദേഹം എന്തെന്നില്ലാതെ ശാന്തനായി, സ്വസ്ഥനായി. ഇതുപോലെ സ്വദേഹത്തോട്, ചുണ്ടുകളോട്, പല്ലുകളോട്, നാവിനോട്, കണ്ണിനോട്, മൂക്കിനോട്, ചെവിയോട്, വയറിനോട്, കൈകാലുകളോട്, ഹൃദയത്തോട്, കരളിനോട്, തലച്ചോറിനോട്, എല്ലുകളോട്, മജ്ജയോട്, രക്തത്തോട്, ഓരോ കോശത്തോടും ഉള്ളിൽ നന്ദിയുണരുമ്പോൾ ദേഹം ഒരു വീണയാണെന്ന തോന്നലുണ്ടാവുന്നു. അതിന്റെ തന്ത്രികൾ മുറുക്കിക്കെട്ടിയാൽ അത് പൊട്ടിപ്പോകും. അയച്ചിട്ടാൽ സംഗീതം വരികയുമില്ല. സ്വദേഹത്തിനുനേരെ നന്ദിയുള്ളവനാകുമ്പോൾ ദേഹം എത്ര ശ്രദ്ധയോടെ, കരുതലോടെ, സ്നേഹത്തോടെ പരിചരിക്കണമെന്ന്, ശുശ്രൂഷിക്കണമെന്ന് ഒരാളറിയുന്നു. ഒരുപിടി ചോറ് വായിലിടുമ്പോൾ അതിന്റെ ഓരോ വറ്റിന് നേരെയും അത് ലഭിച്ചതിനുനേരെയും ഉള്ളിൽ നന്ദിയൂറുന്നു. അപ്രകാരം ഒരാളെന്തു കഴിക്കുമ്പോഴും അതിന്റെ മാർക്കറ്റ് വിലയ്ക്കപ്പുറമുള്ള യഥാർത്ഥമൂല്യം അയാളറിയുന്നു. ഭക്ഷണത്തിന്റെ രുചി മനോനിറവോടെ അനുഭവിക്കാൻ കൃതജ്ഞത ഒരാളെ പ്രേരിപ്പിക്കുന്നു. ഒരസുഖം വരുമ്പോൾ ഭക്ഷണത്തിൽ, പഥ്യത്തിൽ, ഉപവാസത്തിൽ, ദേഹശുദ്ധീകരണത്തിൽ പുലർത്തുന്ന നിറഞ്ഞ ശ്രദ്ധ അയാളുടെ ആരോഗ്യാവബോധത്തെ ആഴമുള്ളതാക്കുന്നു. ശരിയായ ആരോഗ്യാവബോധമെന്നത് വൈദ്യമുക്തമായ, ഔഷധരഹിതമായ ഒരു ചര്യയിലൂടെ ഒരാളിൽ വളർന്നുവരേണ്ടതാണ്. അത്തരം ഒരവബോധം ഒരു വ്യക്തിയുടെ മനസ്സിനും ശരീരത്തിനുമുണ്ടാകുമ്പോൾ രോഗഭയം,

വാർധക്യഭയം, മരണഭയം ഒന്നും അയാളെ സ്പർശിക്കുന്നില്ല. ദേഹ ത്തിന്റെ ഓരോ അവയവത്തിനുനേരെയും നാമെത്രയധികം നന്ദിയുള്ള വരായിരിക്കണമെന്ന് നാമറിയുന്നില്ല. പെട്ടെന്നൊരു രോഗം വന്ന് ഒരു കാലടിപോലും മുന്നോട്ടുവെക്കാനാകാതെ കിടന്നുപോയ ഒരാൾ കാലിനെ ശപിക്കാതെ, കാലിനെ നോക്കി, സ്നേഹത്തോടെ സ്പർശിച്ച്, തലോടി 'എത്രനാളായി നീയെന്നെ വഹിക്കുന്നു; നീ എത്ര ദൂരെ എവിടെയെല്ലാം എന്നെ കൊണ്ടുപോയി!' എന്നു പറഞ്ഞ് കാലിനുനേരെയുള്ള അതിരറ്റ സ്നേഹവും നന്ദിയും കാണിക്കുമ്പോൾ, അത് കാലിന്റെ ആന്തരിക തലത്തെ, മജ്ജയെ, കോശങ്ങളെ വരെ സ്പർശിക്കുന്നു. അതയാളുടെ കാലിൽ 'പോസിറ്റീവാ'യ ഒരു എനർജി നിറയ്ക്കുന്നു. ഓരോ കോശ ത്തെയും ഉണർത്തുന്നു.

ഇരുട്ടുമായി അഗാധമായൊരു സൗഹൃദം ഉണ്ടാകുന്നത് ദേഹത്തിലും മനസ്സിലും അടിഞ്ഞുകൂടിക്കിടക്കുന്ന സങ്കീർണ്ണവും സൂക്ഷ്മവുമായ ഭയങ്ങളെ ശമിപ്പിക്കുമെന്നും അത് വ്യക്തികളുടെ ആന്തരികാരോഗ്യത്തെ വളർത്താനാവശ്യമാണെന്നും 'വിജ്ഞാൻ ഭൈരവതന്ത്ര'യിൽ പറഞ്ഞി രിക്കുന്നു. രാത്രി എല്ലാവരും ഉറക്കത്തിലേക്ക് പോയിക്കഴിഞ്ഞ് പൂർണ മായ ഇരുളിലിരിക്കുക. ഒന്നും ചെയ്യേണ്ടതില്ല. കേവലം അതിനോടൊപ്പ മാവുക. ഇരുട്ട് അത്രമേൽ വിശ്രാന്തിയരുളുന്നു. ഭയത്താൽ നാം നാളിതു വരെ ഇരുട്ടിനെയറിഞ്ഞിട്ടില്ല, അനുഭവിച്ചിട്ടില്ല. ഇരുട്ടിൽ നാമൊരിക്കലും അതിനോടൊപ്പമിരിക്കുന്നില്ല. ഇങ്ങനെയിരിക്കാൻ കഴിഞ്ഞാൽ അയാൾക്ക് പുതിയ തുറസ്സുകൾ ഉണ്ടാകും. അയാളന്നുവരെ കാണാത്തൊരാളെ തന്നിൽത്തന്നെ കണ്ടെത്തും. പൂർണ്ണമായും ഭയം പോയൊരാളെ. ഇരുട്ടി നെതിരെ മനുഷ്യൻ തന്നെ മുഴുവനായി സ്വയം അടച്ചിട്ടിരിക്കുകയാണ്. ഇതിന് ചരിത്രപരമായ ചില കാരണങ്ങളുണ്ട്. കാരണം, രാത്രി ആപത് കരമായിരുന്നു. മനുഷ്യൻ അന്ന് ഗുഹകളിലും കാടുകളിലുമായിരുന്നു. അന്ന് മനുഷ്യരാശിയനുഭവിച്ച ഭയങ്ങൾ ഇന്നും നമ്മുടെ അബോധത്തി ലുണ്ട്. ആ ഭയം കാരണം ഇരുട്ടുമായി ഒരു വിനിമയവും നമുക്കില്ല. ഇരുൾ ഭയത്താൽ മനുഷ്യൻ അഗ്നിയെ ആരാധിച്ചു. അഗ്നിയൊരു ദൈവമായതു കൊണ്ടല്ല; ഇരുട്ടിനോടുള്ള ഭയംകൊണ്ട്. ഈ പേടി ഇപ്പോഴുമുണ്ട്. ഒരാൾ രാത്രി വിളക്കണച്ചിരിക്കുമ്പോൾ പ്രാചീനമായ ഈ ഭയം അയാളിലേക്ക് വന്നണയുന്നു. അയാളുടെ വീട്ടിൽ ചുറ്റും വന്യമൃഗങ്ങളുള്ളതായി അയാൾക്ക് തോന്നുന്നു; ചില ആപത്തുകൾ തൊട്ടുമുന്നിലുള്ളതായും. യഥാർത്ഥത്തിൽ ഈ ആപത്തുകൾ മുന്നിലല്ല ഉള്ളത്. അയാളുടെ ഉപബോധത്തിലാകുന്നു. ഒരിക്കലൊരാൾ ഇരുട്ടുമായി സമ്പർക്കത്തി ലായാൽ അത്യഗാധമായൊരു പ്രാപഞ്ചിക സൂക്ഷ്മതയുമായി അയാൾ സമ്പർക്കത്തിലാവുകയാണ്. അപ്പോൾ മോഹനമായൊരു പ്രതിഭാസം സംഭവിക്കുന്നു. അപ്പോൾ 'ദൈവം ഇരുട്ടാകുന്നു, പൂർണമായ ഇരുട്ട്' എന്ന മൊഴി ആസ്വദിക്കാൻ അയാൾക്ക് കഴിയുന്നു. ഭ്രാന്തുള്ളവരെ ഇരുട്ട ത്തിരിക്കാൻ ശീലിപ്പിച്ചാൽ ഭ്രാന്ത് മാറിയേക്കും. ജപ്പാനിലെ ചില മനോരോഗ ചികിത്സകർ തങ്ങളുടെ അനുഭവം പങ്കിടുന്നുണ്ട്.

അവിടെയുള്ള പ്രസിദ്ധമായ ഒരു ചിത്തരോഗാസ്പത്രിയിൽ വെളിച്ചം ഉപയോഗിക്കുന്നില്ല. ഇരുട്ടിലിരിക്കുമ്പോൾ ഒരു രോഗി തീർത്തും ഏകൻ. അയാൾ തന്റെ ഭ്രാന്തിനെ ഉടൻ മുഖാമുഖം കാണുകയാണ്. മൂന്നോ നാലോ ആഴ്ചകൾകൊണ്ട് ഭ്രാന്ത് ശമിക്കുന്നു. അയാളൊരു പുതിയ മനസ്സുമായി തിരിച്ചുവരുന്നു.

റോമിലെ പുരാതന വൈദ്യചിന്തകന്മാർ 'ഭ്രാന്തിന്റെ കാരണം ചന്ദ്ര'നാണെന്നു പറയുന്നുണ്ട്. ചന്ദ്രനെന്നർത്ഥം വരുന്ന 'ലൂന' എന്ന വാക്കിൽനിന്നാണ് 'ലുനസി' (ഭ്രാന്ത്) എന്ന വാക്കുണ്ടായത്. മനോരോഗാസ്പത്രികളിൽ മാത്രമല്ല സാധാരണ മനുഷ്യർ ഇടപെടുന്ന സർവമേഖലകളിലും പൗർണമി ദിനങ്ങളിൽ സംഘർഷം, അക്രമവാസന, ഹിംസ, അത്യാഹിതങ്ങൾ പെരുകുന്നതായി കണ്ടെത്തിയിട്ടുണ്ട്. ചന്ദ്രന് മനുഷ്യന്റെ ദേഹത്തിലും മനസ്സിലുമുള്ള അഗാധമായ സ്വാധീനത്തെപ്പറ്റി മനസ്സിലാക്കിയ പുരാതനയോഗികൾ, അന്വേഷികൾ ചാന്ദ്രാരാധനയിലൂടെ ചാന്ദ്രധ്യാനത്തിലൂടെ, ഉപവാസത്തിലൂടെ ഇതിനെ മറികടക്കാൻ ശ്രമിക്കുകയുണ്ടായി. 2600 വർഷങ്ങൾക്കു മുമ്പുള്ള ഒരു പൗർണമി രാത്രിയിലായിരുന്നു ഗൗതമ ബുദ്ധൻ മനുഷ്യന്റെ ദേഹത്തെയും മനസ്സിനെയും മാറ്റിമറിക്കാനാവുന്ന ശ്വസനപാഠങ്ങൾ അവതരിപ്പിച്ചുകൊണ്ട് 'ആനപാന സതിസുത്താ' മെന്ന മഹത്തായ ധ്യാനസത്യം വെളിപ്പെടുത്തിയത്. ഈ ദിശയിൽ ഗവേഷണം നടത്തിയ ബ്രിട്ടനിലെ ശാസ്ത്രജ്ഞന്മാർ പൗർണമിക്ക് മുമ്പുള്ള രണ്ടുനാളുകളിൽ ദേഹത്തിലെ ഇലക്ട്രോമാഗ്നറ്റിക് തരംഗങ്ങൾ ഭയങ്കരമായി മാറ്റപ്പെടുന്നുണ്ടെന്നു പറയുന്നു. പൗർണമിക്കുമുമ്പുള്ള ഈ രണ്ടുദിനങ്ങളിലും നാഭിയിലും മസ്തിഷ്കത്തിലും ഹേത്തിന്റെ ഇലക്ട്രോ മാഗ്നറ്റിക് തരംഗങ്ങൾ ഗണ്യമായ മാറ്റത്തിനു വിധേയമാക്കുന്നതായും അവർ പറഞ്ഞു. സഹസ്രാബ്ദങ്ങൾക്കുമുമ്പുതന്നെ ഇന്ത്യൻ യോഗികൾ ഈ പ്രതിഭാസം സൂക്ഷ്മമായി തിരിച്ചറിയുകയും ഇതിനെ 'ജലരഹിത ഉപവാസ'ത്തിലൂടെ പരിഹരിക്കാനാവുമെന്ന് കണ്ടെത്തുകയുമുണ്ടായി. ജലംപോലുമില്ലാതെ ഉപവസിക്കുന്നതാണ് ഉത്തമം. അപ്പോൾ ഫലവത്തായും വേഗത്തിലും ദേഹത്തിലെ മാലിന്യങ്ങൾ പുറന്തള്ളപ്പെടുന്നു. ഇത്തരത്തിലുപവസിക്കുന്നതിനുമുമ്പായി ആദ്യ ദിവസം പഴങ്ങൾ മാത്രം കഴിച്ചും തുടർന്ന് പഴച്ചാറുകൾ മാത്രമായും തുടർന്ന് ജലം മാത്രമായും ഒടുവിൽ ജലം ഇല്ലാതെയും ഉപവസിക്കുന്നതാണ് നല്ലത്. പൂർണ ഉപവാസത്തിനുശേഷം അടുത്ത പ്രഭാതം വരെ ഒന്നും കഴിക്കാതിരിക്കുക. ഇപ്രകാരം മാസത്തിൽ നാല് തവണ ഉപവസിക്കുക. ജലച്ചാറുകൾ, വെജിറ്റബിൾ സൂപ്പ് എന്നിവ മാത്രമായും ഇപ്രകാരം ചെയ്യാം. ഉപവസിക്കുമ്പോൾ മിതമായ വ്യായാമം ചെയ്യണം. തുറന്ന സ്ഥലത്ത് നടത്തവും ശ്വസനവ്യായാമവും നല്ലത്. ദേഹത്തിലെ മാലിന്യം പുറന്തള്ളാൻ ഇതു സഹായകം. ഉപവാസം നിർത്തുന്നത്, ഉപവാസശേഷം പിറ്റേന്ന് സൂര്യോദയത്തിനുശേഷം ഒരു ഗ്ലാസ് ചെറുനാരങ്ങ ജ്യൂസ് (പുതിയ ചെറുനാരങ്ങ കാൽഭാഗം അല്പം തേനോ ഉപ്പോ ചേർത്ത്) കുടിച്ച് അവസാനിപ്പിക്കുക. ചെറുനാരങ്ങനീര് ദേഹശുദ്ധിക്ക്

പറ്റിയത്. കഫത്തെ നേർപ്പിക്കും. ചെറുനാരങ്ങ ജ്യൂസ് കഴിച്ചശേഷം ഒരു നേന്ത്രപ്പഴം പാതിയോ മുഴുവനോ ചെറുകഷണങ്ങളാക്കി കടിച്ചുനുറുക്കി ചവച്ചരയ്ക്കാതെ പതുക്കെ വിഴുങ്ങുക. കുടലിലെ വിഷാംശങ്ങളെ വലിച്ചെടുക്കാനും എളുപ്പത്തിൽ പുറന്തള്ളാനും ഇത് സഹായിക്കുന്നു. അരമണിക്കൂർ കഴിഞ്ഞ് പ്രാതൽ കഴിച്ചാൽ മതി. ഉപവാസനാനന്തരമുള്ള ആദ്യാഹാരം പച്ചക്കറികളോ പഴങ്ങളോ ഉത്തമം. ദഹനവ്യവസ്ഥയിൽ അവശേഷിച്ചിരിക്കുന്ന വിഷങ്ങളെ പുറത്താക്കാനും വൃത്തിയാക്കാനും ഇതുത്തമം. വേഗത്തിൽ ദഹിക്കുന്ന പ്രാതൽ കഫദോഷം ശമിപ്പിക്കും. ഉപവസിക്കുമ്പോൾ ബാക്കിയാകുന്ന ഭക്ഷണം പാവങ്ങൾക്കും ജലം വൃക്ഷങ്ങൾക്കും നൽകണം എന്ന് യോഗികൾ.

മനുഷ്യശരീരത്തിനകത്ത് നടക്കുന്ന പ്രവർത്തനങ്ങളെ അതുപോലെ ആവിഷ്കരിക്കാനായി ഒരു ഫാക്ടറി നിർമിക്കുകയാണെങ്കിൽ അതിന് നാല് സ്ക്വയർ മൈലുകളോളം ഭൂമിവേണം. 100 സ്ക്വയർ മൈലുകളോളം വ്യാപിക്കുന്ന ശബ്ദശല്യം അതുണ്ടാക്കും. ഒരാളുടെ ശരീരത്തിൽ ലക്ഷക്കണക്കിന് കോശങ്ങളുണ്ട്. ഓരോന്നിനും ജീവനും. സുമാർ 60 ട്രില്യൺ കോശങ്ങളുള്ള ഒരു വൻനഗരത്തിനു തുല്യമാണ് ഒരാളുടെ ദേഹം. ഈ നഗരമാകെ വളരെ നിശ്ശബ്ദമായി, കാര്യക്ഷമമായി പ്രവർത്തിച്ചുകൊണ്ടിരിക്കുകയാണ്. അത്യന്തം സൂക്ഷ്മമായി, അഗാധമായി. ഇത്തരത്തിൽ ഏറെ സങ്കീർണതയുള്ള മഹത്തായ ഒരു യന്ത്രോപകരണമത്രെ മനുഷ്യന്റെ ശരീരം. ഈ ശരീരത്തിലും മനസ്സിലും പ്രവർത്തിക്കുന്ന സൂക്ഷ്മമായ എണ്ണമറ്റ 'ഗിയറു'കൾ ഉണ്ട്. ഒരു വണ്ടിയോടിക്കുമ്പോൾ അതിന്റെ ഗിയറുകൾ മാറ്റുന്നതുപോലെ ഒരാളുടെ ദേഹം ഗിയറുകൾ മാറ്റുന്ന ഭിന്നമായ സാഹചര്യങ്ങളുണ്ട്. ഒരാൾ നിശ്ശബ്ദമായി, സ്വസ്ഥമായി ഇരിക്കുകയാണ്. അപ്പോൾ വേറൊരാൾ വന്ന് എന്തോ ചിലതുപറഞ്ഞ് അയാളിൽ കോപമുണർത്തുന്നു. അപ്പോൾ അയാളുടെ ശരീരം, മനസ്സ്, വേറൊരു 'ഗിയറി'ലേക്കു മാറ്റപ്പെടുന്നു. കോപിക്കുമ്പോൾ അയാളുടെ ശ്വസനം പെട്ടെന്ന് മാറുന്നു. രക്തം ഭിന്നമായ താളത്തിൽ ചലിക്കാനാരംഭിക്കുന്നു. ദേഹമാകെ ഭിന്നമായ ചില കെമിക്കലുകൾ നിർമ്മിക്കപ്പെടുന്നു. ഗ്ലാൻഡുകളുടെ ക്രമം ആകെ മാറ്റപ്പെടുന്നു. ഒരാൾ ഉറക്കത്തിലേക്ക് പ്രവേശിക്കുമ്പോൾ ശരീരത്തിന്റെ ഗിയർ മാറ്റുന്നു. പകൽ ഉണർന്നിരിക്കാൻ, മനസ്സും ദേഹവും പ്രവൃത്തിയിൽ മുഴുകിയിരിക്കാൻ ആവശ്യമായ മെക്കാനിസം സജീവമായിരുന്നത് നിലനിർത്തിയ ഗിയർ മാറ്റിയില്ലെങ്കിൽ ശരീരത്തിലേക്ക് ഉറക്കം കടക്കുകയില്ല. രാവിലെ അയാൾ വീണ്ടുമുണരുമ്പോൾ 'ഗിയർ' വീണ്ടും മാറ്റപ്പെടുന്നു. സജീവമായി പ്രവർത്തിക്കേണ്ട ഇത്തരം 'ഗിയറു'കൾ മരുന്നുകളുടെ യാന്ത്രികമായ ഉപയോഗത്താൽ നിഷ്ക്രിയമാക്കപ്പെടുമ്പോഴാണ് ഉറക്കം വരാതാവുന്നത്. പനി വരുമ്പോൾ ഗുളികകൾ വഴി പനിയെ അടിച്ചമർത്തുന്നത്, വയറുവേദനയുണ്ടാകുമ്പോൾ, അതിന്റെ കാരണം മനസ്സിലാക്കാതെ മരുന്നു കഴിക്കുന്നത്, ഒരു മുഴയുണ്ടാകുമ്പോൾ അതെന്തുകൊണ്ടുവന്നുവെന്നു നോക്കാതെ മുറിച്ചുകളയുന്നത്, ദേഹത്തിൽ സ്വാഭാവികമായി

പ്രവർത്തിക്കേണ്ട ഗിയറുകളെ നിഷ്ക്രിയമാക്കുകയാണ്. ഒടുവിൽ ദേഹത്തിന് ശൈശവത്തിലുണ്ടായിരുന്ന സൂക്ഷ്മത, സജീവത, സംവേദനക്ഷമത എല്ലാം ഇല്ലാതാവുകയാണ്. പനി തുടങ്ങുമ്പോൾ ദേഹത്തിനകത്തുള്ള മാലിന്യങ്ങളെ കത്തിച്ചുകളയാൻ ദേഹത്തിന്റെ ഗിയർ മാറ്റിയതാണെന്നറിഞ്ഞ് വിശ്രമിക്കുകയും ഉപവസിക്കുകയും നെറ്റിയിലും വയറിലും തുണി നനച്ചിടുകയും ചെയ്യുമ്പോൾ പനി വേഗം ശമിക്കുന്നു. ഓരോ രോഗവും ദേഹത്തിന്റെ ഗിയറുകൾ മാറ്റിക്കൊണ്ട് ദേഹം അയാൾക്കു നല്കുന്ന സന്ദേശമത്രെ. അപ്പോൾ വിശ്രമം, ലളിതമായ ഉപവാസം രോഗമുക്തി എളുപ്പമാക്കുന്നു.

ഒരു മഹാവിസ്മയമായ മനുഷ്യന്റെ ശരീരത്തെ, അതിന്റെ സ്ഥൂലവും സൂക്ഷ്മവുമായ സവിശേഷതകളെ ലോകത്തിലെ ഒരു വൈദ്യത്തിനും ഇന്നുവരെ മുഴുവനായി മനസ്സിലായെന്നു പറയാനാവില്ല. എ.ഡി. 6–ാം ശതകത്തിൽ ജീവിച്ച ചൈനക്കാരനായ വൈദ്യ ചിന്തകൻ സൺ സ്സെരിനൊ മൊഴിയുന്നു: "ഒരു യഥാർത്ഥ വൈദ്യൻ രോഗകാരണം ആദ്യം കണ്ടുപിടിക്കുകയും അതു ഭക്ഷ്യം വഴി ശമിപ്പിക്കാൻ ശ്രമിക്കുകയും ചെയ്യുന്നു. ഭക്ഷണം പരാജയപ്പെടുമ്പോൾ മാത്രം മരുന്നു കുറിപ്പടി എഴുതുന്നു." പടിഞ്ഞാറൻ വൈദ്യം ഗുളികകൾകൊണ്ടു ചികിത്സിക്കുമ്പോൾ കിഴക്കൻ വൈദ്യം ഭക്ഷണം കൊണ്ട് രോഗശമനം നടത്തുകയാണ്. പ്രകൃതിചികിത്സയിൽ ഭൂമിയാകെ ഔഷധമാണ്. എന്നാലിത് ദേഹത്തെ മാത്രമേ രോഗമുക്തമാക്കുന്നുള്ളൂ. ദേഹത്തിന്റെ ഭൗതികസ്ഥിതിയിൽ സ്വാസ്ഥ്യവും സുഖവും കിട്ടിക്കഴിഞ്ഞാലും ഒരാളുടെ ആന്തരികതയിൽ പഴയ പലതിന്റെയും സൂക്ഷ്മസ്വാധീനങ്ങൾ അടിഞ്ഞുകിടക്കുന്നുണ്ടാവും. അതുണ്ടാക്കുന്ന മുറിവുകളുടെ വേദനകൂടി നീങ്ങിക്കിട്ടുമ്പോഴാണ് ഒരാൾ പൂർണസ്വാസ്ഥ്യമടയുന്നത്. അതിന് അയാൾ മൗനത്തിന്റെ, നിശ്ശബ്ദതയുടെ ആന്തരിക ഉറവിടവുമായി ബന്ധം വെക്കണം. ചിട്ടയോടെ പ്രകൃതിക്കിണങ്ങിയ ജീവിതരീതി തുടർന്നുകൊണ്ടിരുന്നിട്ടും കണ്ണിന്റെ കാഴ്ച അല്പംപോലും ഉയർത്താൻ എനിക്കു കഴിഞ്ഞിരുന്നില്ല. വളരെനേരം വായിച്ചിരിക്കാനും. ഇതു സാധ്യമാക്കിയത് രാജയോഗിനി ബി.കെ. സതിമാതാജിയുമായുള്ള ബന്ധമാണ്. അവരിൽനിന്ന് മൗനത്തിന്റെ കലയായ ധ്യാനം പഠിക്കാൻ തുടങ്ങിയതോടെ പതുക്കെ കാഴ്ച കൂടി വരാനും ക്രമേണ കണ്ണട ഉപേക്ഷിക്കാനും ഏറെനേരം വായിച്ചിരിക്കാനും സാധിച്ചു. മൗനം മനസ്സിനുള്ള പരിചരണമാകുന്നു. ഇതു ചിന്തകൾക്കപ്പുറത്തേക്ക് പോകാൻ വഴി തുറക്കുന്നു. ചിന്തയുടെയും വാക്കിന്റെയും പിറകിൽനിന്ന് ഒഴിഞ്ഞുനില്ക്കാനും കുറച്ചുനേരം ശാന്തമായിരിക്കാനും കഴിയുമ്പോൾ മനസ്സും ദേഹവും തണുക്കുന്നു. ഇത് ഏറെ നവ്യവും പോഷകവുമാകുന്നു. അന്തർമുഖതയോടുള്ള സ്നേഹം, ഏകാന്തത, നിശ്ശബ്ദത നമ്മുടെ ജീവിതത്തിനു മുന്നിൽ മനോഹരമായൊരു വഴി തുറന്നുതരുന്നു. അപ്പോൾ ജീവിതം ലളിതമാകുന്നു. തിന്നുകയും കുടിക്കുകയും ചെയ്യുന്നത് ദേഹവും മനസ്സുമായി ബന്ധമുള്ള ആഴമേറിയ വികാരങ്ങൾ ഉണ്ടാക്കുന്നതാണ്. ഭക്ഷണത്തിന്റെ രുചി,

ഷഡ്രസങ്ങളോരോന്നും എരിവ്, മധുരം, പുളി, ചവർപ്പ്, കയ്പ്, കഴിക്കുന്നതിന്റെ ചൂട്, തണുപ്പ്, മൃദുലത, കാഠിന്യം, ഓരോന്നും ഓരോ വികാരങ്ങളെ സ്പർശിക്കുന്നു. ജലം മാത്രം, പഴം മാത്രം, പാൽ മാത്രം, വായു മാത്രം, സൗരോർജ്ജം മാത്രം, ചോറു മാത്രം, ഇറച്ചി മാത്രം കഴിച്ചു ജീവിക്കുമ്പോൾ ശരീരത്തിന് വേറെ വേറെ വികാരങ്ങളാണ്. ഭക്ഷണം മുഴുവനായുപേക്ഷിക്കുമ്പോൾ വേറെ വികാരം. അത്തരമൊരാളിൽ ലൈംഗികത 100 ശതമാനവും അപ്രത്യക്ഷമാകുന്നു. നഗ്നയായൊരു സ്ത്രീ വന്നുനിന്നാലും സ്പർശിച്ചാലും അതയാളിൽ ലൈംഗികവികാരമുണർത്തുന്നില്ല. ദേഹത്തിന്റെ 'ഗിയർ' തീർത്തും വേറൊരു തലത്തിലാണപ്പോൾ. ഭക്ഷണം കഴിക്കുമ്പോൾ, ജലം കുടിക്കുമ്പോൾ പൂർണമായ മനോനിറവോടെയാണ് അയാളതു ചെയ്യുന്നതെങ്കിൽ അയാളുടെ സൂക്ഷ്മസത്തയിൽവരെ അതു ചെന്നുതൊടുന്നു. സെൻ ധ്യാനത്തിൽ ബോധനിറവോടെ ഒരു ഗ്ലാസ് ജലം ഒരു മണിക്കൂർകൊണ്ടു കുടിച്ചു തീർക്കുന്ന ഒരു സമ്പ്രദായമുണ്ട്. അത് ധ്യാനാത്മകായി ചെയ്യുന്ന ഒരാൾ പഞ്ചഭൂതങ്ങളിൽ പ്രധാനമായ ജലതത്ത്വവുമായി, അതിന്റെ പരമസത്തയുമായി, സൂക്ഷ്മ അനുഭൂതിയുമായി ആഴമേറിയ ബന്ധത്തിലാവുന്നു. ജലത്തിന്റെ ശുദ്ധി, തണുപ്പ്, മധുരം, ശക്തി മുഴുവനായനുഭവിച്ച ഒരാൾ അദ്ദേഹത്തെപ്പോലെ മറ്റാരും ഈ ലോകത്തിലുണ്ടാവില്ല. രുചി ആസ്വദിക്കാതെ വയറുനിറയെ തിന്നാലും അയാളുടെ ആഴത്തിൽ വിശപ്പുണ്ടായിരിക്കും. അമിതമായി തിന്നിരിക്കും, ശരീരം സംതൃപ്തിയടഞ്ഞിരിക്കും. പക്ഷേ, സൂക്ഷ്മമായ വിശപ്പ് നിലനില്ക്കുന്നുണ്ടാവും. ഭക്ഷണാവബോധത്തോടെ, രുചിയുടെ ആസ്വാദനത്തോടെ തിന്നുന്ന ഒരാളിൽ സൂക്ഷ്മമായ വിശപ്പ് ഉണ്ടാവില്ല.

മല-മൂത്ര-മാംസാസ്ഥിമയമായ വസ്തുക്കളാൽ നിറയ്ക്കപ്പെട്ട ഈ ചുമടുകെട്ടിനെ സംരക്ഷിക്കാൻ എത്രമാത്രം കഷ്ടതകളാണ് ഒരാൾ തന്റെ ജീവിതത്തിലനുഭവിക്കുന്നത്! രോഗത്താൽ സ്വയം മറന്ന് വീണുപോകാതെ, രോഗഗ്രസ്തമായ ശരീരത്തെ നിരീക്ഷിക്കാനും അറിയാനുമുള്ള ഒരു മനസ്സുണ്ടാകുന്നതോടെ, ഒരാൾ ബുദ്ധനാകുന്നതിനുള്ള ആദ്യ കാലടികൾ വെക്കുകയാണ്. ശരീരത്തെ ഒരു സംഗീതോപകരണമായറിയുകയാണ്.

ജീവിതത്തിന് ഒരു വിലയുണ്ടെന്ന് മരണം നമ്മെ പഠിപ്പിക്കുന്നു. ആരോഗ്യം എത്ര വിലമതിക്കാനാകാത്തതാണെന്ന് രോഗവും. അത്തരം ഒരാൾ രോഗങ്ങളെ തന്റെ ജീവിതത്തെ പുനഃസംവിധാനം ചെയ്യാനുള്ള സന്ദേശമായി അറിയുന്നു. രോഗം ഒരാളിലുള്ള അഗാധമായ ക്രമരാഹിത്യത്തെ പ്രകാശിപ്പിക്കുകയാണ്. നമ്മിലധികവും ഇന്ന് രോഗത്തെ പേടിക്കുകയാണ്. കാരണം, ആരോഗ്യം എന്നതിന്റെ അർത്ഥം നമുക്കറിയില്ല. എങ്ങനെ ജീവിക്കണമെന്ന് നമുക്കറിയില്ല. അതുകൊണ്ടുതന്നെ എങ്ങനെ രോഗങ്ങളെ സ്വീകരിക്കണമെന്നും. ജീവിക്കുകയെന്ന കല ഓരോ വ്യക്തിയും പഠിച്ചിരിക്കണം. വേറെ വഴിയില്ല. ■

ഉപവാസം ജീവിതത്തെ സുന്ദരമാക്കുന്നു

നിങ്ങൾ ഉണർന്നിരിക്കുമ്പോഴും നിങ്ങൾ ഒരു പാതി ഉറക്കത്തിലാണ്! നിങ്ങൾ ഉറങ്ങുമ്പോഴും നിങ്ങൾ പാതി ഉണർന്നിരിക്കുകയാണ്.

അത്തരം ഒരു ദേഹംകൊണ്ട് ഒരാൾ കാണുന്നത്, കേൾക്കുന്നത്, വായിക്കുന്നത്, അറിയുന്നത് അതിന്റെ മുഴുവൻ രൂപത്തിലുമല്ല. ഉണർന്നിരിക്കുമ്പോൾ മുഴുവനായുണർന്നിരിക്കാത്തതുകൊണ്ട്, ഉറങ്ങുമ്പോൾ മുഴുവനായുറങ്ങാത്തതുകൊണ്ട് നമ്മുടെ ദേഹം എന്നും യാഥാർത്ഥ്യത്തിനും മിഥ്യയ്ക്കുമിടയിൽ ഏതാണ് പൂർണമായ ശരി, സത്യം, ധർമം എന്നറിയാതെ ഉഴലുകയാണ്. അതുകൊണ്ടുതന്നെ ഇത്തരമൊരു ദേഹം, ഇത്തരമൊരു മനസ്സ്, സർഗാത്മകതയിൽനിന്ന്, ഉണർവിൽനിന്ന്, ബോധോദയത്തിൽ നിന്ന് എപ്പോഴും അകലെയാണ്. ഇതു നമ്മുടെ പെരുമാറ്റത്തെ, സംസ്കാരത്തെ, മതത്തെ, രാഷ്ട്രീയത്തെ, സർഗാത്മകതയെ സദാ അസുന്ദരമാക്കുന്നു. അപൂർണവും. ഇത് ആന്തരികമായി ഒരാളുടെ ശ്വാസത്തെ വരെ ബാധിക്കുന്നു. ദേഹത്തിന്റെ താളം തെറ്റുന്നതോടെ ഒരാളുടെ ശ്വാസത്തിന്റെ താളം തെറ്റുന്നു. അതയാളുടെ മനസ്സിനെ, വിചാരത്തെ, കർമത്തെ വിരൂപമാക്കുന്നു. ഇത് നേരെയാക്കാനുള്ള അതിപുരാതനമായ ഔഷധമത്രെ ഉപവാസം.

സോക്രട്ടീസ്, പ്ലേറ്റോ, പൈത്തഗോറസ് എന്നിവർ തങ്ങളുടെ മഹത്തായ കൃതികൾ രചിക്കുമ്പോഴും പ്രത്യേകമായ സൂക്ഷ്മപരീക്ഷണങ്ങളിൽ മുഴുകുമ്പോഴും ഉപവസിക്കുന്നതിൽ ശ്രദ്ധിച്ചിരുന്നു. കാരണം, ഉപവാസം മനസ്സിന്റെ അഗാധവും സൂക്ഷ്മവുമായ ശേഷികളെ, സർഗാത്മകതയെ വളർത്തിയിരുന്നതായി അവരറിഞ്ഞിരുന്നു. പുരാതന ഈജിപ്തിലെ ഉന്നതബോധാവസ്ഥകളിലുള്ള പുരോഹിതന്മാർ ദീർഘദിനങ്ങളിലുള്ള ഉപവാസത്തിലൂടെ ധിഷണയുടെ ദിവ്യശക്തിയെ പോഷിപ്പിച്ചിരുന്നു. ഗ്രീക്ക് തത്ത്വജ്ഞാനിയും ഗണിതശാസ്ത്രജ്ഞനുമായ പൈത്തഗോറസ് ഈജിപ്തിൽ നിഗൂഢ ആത്മീയപാതകളെക്കുറിച്ച് പഠിക്കുമ്പോഴും അദ്ദേഹം ഒന്നാമതായി 40 ദിവസം നീണ്ടുനിൽക്കുന്ന ഉപവാസം നടത്തുകയുണ്ടായി. കാരണം, ഈജിപ്തിലെ ആചാര്യന്മാർ

പറഞ്ഞത്, "ഞങ്ങൾ എന്താണ് നിങ്ങൾക്ക് പഠിപ്പിക്കാൻ പോവുന്നതെന്ന റിയണമെങ്കിൽ 40 ദിവസങ്ങളിലെ ഇത്തരമൊരു ചര്യയിലൂടെ നിങ്ങൾ കടന്നുപോവണം" എന്നായിരുന്നു. ബൈബിളിലും ഉപവാസത്തെക്കുറിച്ച് നാം വീണ്ടും വീണ്ടും വായിക്കുന്നു. ആദ്യകാല ജൂതന്മാരും ക്രൈസ്ത വരും രോഗശമനത്തിനുവേണ്ടി മാത്രമല്ല ആത്മീയ വിജയം നേടുവാനു മായി ഉപവാസത്തിലേർപ്പെട്ടിരുന്നു.

മോസസ് 40 ദിനരാത്രങ്ങളിൽ പൂർണമായി ഉപവസിച്ചതിനുശേഷ മാണ് സിനായ് പർവതത്തിന്റെ മുകളിൽ 10 കല്പനകൾ കേൾക്കാനായി പോയത്. യേശുവും 40 ദിവസങ്ങൾ ഉപവസിച്ചിരുന്നു. അപ്പോൾ അദ്ദേഹം എല്ലാതരത്തിലുമുള്ള പ്രലോഭനങ്ങൾ തന്റെ സമുന്നതമായ ദൗത്യം നിറവേറ്റാനും തന്റെ ജീവിതത്തിൽ വരാൻപോകുന്ന കഠിനയാതനകളെ സഹനം ചെയ്യാനുമുള്ള ആത്മീയ ഊർജം നേടുകയുണ്ടായി. ബൈബിളിൽ ഉപവാസത്തെപ്പറ്റി പറയുന്നു: "നിങ്ങൾ ഉപവസിക്കുമ്പോൾ ദുഃഖിതമായ ഒരു മുഖത്തോടെയിരിക്കരുത്. മറിച്ച് ശുദ്ധവും സന്തോഷ ഭരിതവുമായ ഒരു മുഖത്തോടെയിരിക്കുക" (മാത്യു 6:16-17)

"സത്യവാനായിരിക്കുക, ആത്മാർത്ഥതയുള്ളവനായിരിക്കുക, സത്യ ത്തിനുവേണ്ടി, സത്യപൂർണമായ ഉദ്ദേശ്യങ്ങൾക്കുവേണ്ടി" (മാത്യു : 6:18)

"ഉപവാസാനന്തരം നിന്റെ പ്രകാശം തിളക്കമേറിയതാവും. പുലർവെളിച്ചംപോലെ. നിന്റെ ആരോഗ്യം വേഗത്തിൽ വളർന്നുവരും." (ഇസാ 59:8)

ഗൗതമബുദ്ധൻ പലപ്പോഴായി മനസ്സും ഭൗതികലോകവുമായുള്ള ബന്ധം മുറിക്കാനായി, ഉന്നതമായ അവബോധം നേടാനുമായി ഉപവസി ച്ചിരുന്നു. ഒടുവിൽ 40 ദിനങ്ങൾ നീണ്ട ഉപവാസത്തിനുശേഷം അദ്ദേഹം ബോധോദയം നേടി.

മുഹമ്മദ് നബിയിലെത്തുമ്പോൾ അന്നുവരെ ലോകത്തുണ്ടായ ഉപവാസചര്യയുടെ മുഴുവനറിവും സംസ്കാരവും അദ്ദേഹം ഇസ്ലാമിക പാതയിലുള്ള മുഴുവൻ വ്യക്തികളും പിന്തുടരേണ്ട ഒരു ജീവിതക്രമമാക്കി മാറ്റുകയായിരുന്നു.

പുരാതന ഈജിപ്തിലെ യോഗികൾ, മോസസ്, പ്ലേറ്റോ, സോക്ര ട്ടീസ്, അരിസ്റ്റോട്ടിൽ, പൈത്തഗോറസ്, ഇന്ത്യൻ യോഗികൾ, ബുദ്ധൻ, യേശു എന്നിവർ നടത്തിയ ഉപവാസത്തിന്റെ ജ്ഞാനവും സംസ്കാരവും മുഹമ്മദ് നബിയുടെ ദീർഘനാളുകളിലെ ഉപവാസ ജ്ഞാനവും സംസ്കാരവും ഇന്ന് ലോകത്തിൽ നിലനില്ക്കുന്ന ഇസ്ലാമിക ഉപവാസം എന്നു പറയാമെന്നു തോന്നുന്നു.

ഉപവാസം പ്രകൃതിയിലെ ഏറ്റവും പുരാതനമായ ചികിത്സാവിധികളി ലൊന്നത്രെ. രോഗാവസ്ഥയിൽ എല്ലാ മൃഗങ്ങളും സഹജവാസനയാൽ ത്തന്നെ ഉപവസിക്കുകയാണ്. പക്ഷേ, നാം മനുഷ്യർ പ്രകൃതിയിൽനിന്ന് അകന്നുപോയതുകൊണ്ട് നമ്മുടെ അന്തർഗതവാസനകളെ അറിയാൻ,

അനുസരിക്കാൻ കഴിയാത്തവരായിരിക്കുന്നു. ആരോഗ്യത്തിനുവേണ്ടി മാത്രമല്ല, മാനസികവും ആത്മീയവുമായ ഉന്നതിക്കുവേണ്ടി പുരാതന കാലത്തുള്ള യോഗികളും മഹാമനസ്സുകളും ദീർഘമായ ഉപവാസങ്ങള നുഷ്ഠിച്ചു.

ശാരീരിക-മാനസിക തലങ്ങളിൽ ഏറെ നേട്ടങ്ങളുണ്ടാക്കാൻ ഉപവാസത്തിനു കഴിയുന്നു. പുരാതനകാലത്തെ മനീഷികൾ ഇത് നന്നായറിഞ്ഞിരുന്നു. പക്ഷേ, പുതിയ മനുഷ്യൻ അതു മറന്നുപോയി.

പരിമിതമായൊരു സമയത്തേക്ക് ഭക്ഷിക്കുന്നത് ഒഴിവാക്കിയാൽ അത് ദേഹത്തെ ശുദ്ധീകരിക്കാനും ദേഹത്തിൽ അടിഞ്ഞുകൂടിയ വിഷാംശ ങ്ങളെ പുറത്തുകളയാനും സഹായിക്കുന്നു. കൂടാതെ ദഹനത്തിനായി യാതൊരുതര ഊർജവും ആവശ്യമില്ലാത്തതുകൊണ്ട് ദേഹത്തിൽ ബാക്കിവരുന്ന ഊർജം തലച്ചോറിലേക്ക് എത്തുന്നതുകൊണ്ട് ഉന്നതമായ മാനസിക പ്രവർത്തനങ്ങൾക്കായി, അഗാധമായ ധ്യാനത്തിനായി ഉപ കരിക്കപ്പെടുന്നു.

■

മൂത്രം എന്തുകൊണ്ട് മരുന്നാകുന്നു?

'**മൂ**ത്രചികിത്സ നാം ജനിക്കുന്നതിനു മുമ്പുതന്നെ ചെയ്തിരുന്നു' എന്നു പറയാറുണ്ട്. അമ്മയുടെ ഗർഭപാത്രത്തിൽ വളരുന്ന ശിശു രണ്ടാംമാസം മുതൽ എട്ടുമാസത്തോളം സ്വന്തം മൂത്രം മൂക്കിലൂടെയും വായിലൂടെയും സ്വീകരിച്ച് ആന്തരിക അവയവങ്ങളുടെ ആരോഗ്യവും ശക്തിയും ഉറപ്പാക്കുകയാണ്. അമ്മയുടെ രക്തത്തിലെ പ്ലാസ്മദ്രവമാണ് ഗർഭത്തിലിരിക്കുന്ന ശിശുവിനെ വലയം ചെയ്തു സംരക്ഷിക്കുന്ന അംനിയോട്ടിക് ഫ്ളൂയിഡ്. രണ്ടുമാസത്തിനകം കുഞ്ഞിന്റെ ശരീരത്തിൽ ബാഹ്യവും ആന്തരികവുമായ അവയവങ്ങൾ രൂപം കൊള്ളുകയും കുഞ്ഞ് മൂത്രം ഒഴിക്കാനാരംഭിക്കുകയും ചെയ്യുന്നു. ഈ മൂത്രം അംനിയോട്ടിക് ഫ്ളൂയിഡുമായി കൂടിച്ചേർന്ന് അതിന്റെ ഒരു ഭാഗമായിത്തീരുന്നു.

കേവലം 25 മി.ലിറ്റർ മാത്രമുണ്ടായിരുന്ന പ്ലാസ്മ രൂപത്തിൽ മൂത്രവും കൂടികലരുമ്പോൾ അതിന്റെ അളവ് ക്രമേണ 800 മി. ലിറ്റർ വരെയെത്തുന്നു. ഈ ദ്രവം കുഞ്ഞിന്റെ മൂക്കിലൂടെ ശ്വാസകോശത്തിലെത്തുകയും ശ്വാസകോശ വികാസത്തെ സഹായിക്കുകയും ചെയ്യുന്നു. വായിലൂടെ ആമാശയത്തിലെത്തുന്ന ഈ ഫ്ളൂയിഡിന്റെ പ്രവർത്തനം ആമാശയത്തിന്റേയും കിഡ്നിയുടേയും പ്രവർത്തനത്തെ സഹായിക്കുന്നു. കുഞ്ഞിന്റെ ചർമത്തെ മൃദുവായി നിലനിർത്തുന്നതിലും ഈ ദ്രവത്തിന് പങ്കുണ്ട്.

ഒഴിക്കുന്ന മൂത്രം മൂക്കിലൂടെയും വായിലൂടെയും സ്വീകരിച്ചുകൊണ്ടിരിക്കുന്ന ഗർഭസ്ഥശിശുവിന് വിപരീതമായ ആരോഗ്യപ്രശ്നങ്ങളൊന്നും ഉണ്ടാകുന്നില്ല. മാത്രവുമല്ല, അതിന്റെ ആരോഗ്യസുരക്ഷ ഉറപ്പുവരുത്തുകയും ചെയ്യുന്നു! മൂത്രം അപകടകരമായ സ്രവമായിരുന്നെങ്കിൽ അത് അംനിയോട്ടിക് ഫ്ളൂയിഡിന്റെ ഭാഗമാകാതെ പുറന്തള്ളാനുള്ള സംവിധാനം ഗർഭപാത്രത്തിൽ രൂപംകൊള്ളുമായിരുന്നു.

ഒരാൾ ഗർഭപാത്രത്തിലിരിക്കെ, മറ്റൊന്നും കുടിക്കാൻ പറ്റാത്ത അനിവാര്യ സാഹചര്യത്തിൽ കഴിച്ചുതുടങ്ങിയ സ്വന്തം മൂത്രത്തെ ജനിച്ചു കഴിഞ്ഞാൽ ഒരാളും കഴിക്കുന്നില്ല. ജനിച്ചു കഴിഞ്ഞ ഒരു കുട്ടി തുടർന്നും

മൂത്രം കുടിച്ചുകൊണ്ടിരുന്നെങ്കിൽ സമ്പൂർണമായ ഒരു രോഗമുക്ത ജീവിതത്തിലേക്ക് മനുഷ്യന് പോകാനാവുമായിരുന്നില്ലേ?

മൂവായിരം വർഷങ്ങൾക്കുമുമ്പ് അജ്ഞാതനായ ഒരിന്ത്യൻ മഹാ യോഗിയുടെ ബോധനിറവിൽ നിന്നുദിച്ച 'ഗിവാംബുകല്പവിധി' എന്ന മൂത്രചികിത്സയെപ്പറ്റിയുള്ള ലോകത്തിലെ ആദിമഗ്രന്ഥം മനുഷ്യന്റെ സമ്പൂർണാരോഗ്യത്തെപ്പറ്റി ഉണ്ടായ അത്യപൂർവവും മൗലികവുമായ ഒരന്വേഷണത്തിന്റെ ഫലമായിരുന്നുവെന്ന് ഈ നൂറ്റാണ്ടിലാണ് മനുഷ്യ രാശി കൂടുതൽ മനസ്സിലാക്കാനാരംഭിച്ചത്. ഇന്ത്യൻ യോഗികൾ, ടിബറ്റൻ ലാമകൾ, ബുദ്ധഭിക്ഷുക്കൾ, ലോകത്തിലെ ആദിമനിവാസികൾ, നമുക്ക റിയാത്ത എണ്ണമറ്റ ഗോത്രവർഗത്തിൽപ്പെട്ടവർ രോഗമുക്ത ജീവിതത്തിനു വേണ്ടി ദീർഘായുസ്സിനുവേണ്ടി മൂത്രം കുടിക്കുകയല്ല മൂത്രം മാത്രം കഴിച്ച് ഉപവസിക്കുകയും മൂത്രം ദേഹത്തു പുരട്ടി തടവുകയും ചെയ്തി രുന്നു.

ശാരീരികമായ ആന്തരിക വിവേകം നഷ്ടമായി പോയതുകൊണ്ടാണ് നമ്മുടെ ശരീരം വിവേകരഹിതമായ, തെറ്റായ ആഹാരക്രമത്തിലും വികലമായ പെരുമാറ്റത്തിലും മുഴുകി നിത്യരോഗികളാകുന്നത്. ശരീര ത്തിന്റെ ആന്തരിക വിവേകത്തെ വീണ്ടെടുക്കാൻ ഒരാൾ ജനിക്കുംമുമ്പ് അയാൾ കഴിച്ചിരുന്ന സ്വന്തം മൂത്രം കഴിക്കാൻ തുടങ്ങണം. മൂത്രത്തി ലുള്ള പല സൂക്ഷ്മ രാസഘടകങ്ങളും ചർമരോഗം മുതൽ കാൻസർ വരെയുള്ള പലരോഗങ്ങളും മാറ്റാൻ സഹായിക്കുന്നതായി തെളിഞ്ഞി ട്ടുണ്ട്.

മൂത്രചികിത്സയിൽ സ്വന്തം ജീവജലത്തെ നാം മരുന്നായി ഉപയോഗി ക്കുകയാണ്. ഓരോ വ്യക്തിയുടെയും ദേഹാവസ്ഥയുടെ പ്രകടിതരൂപ മാണ് അയാളുടെ മൂത്രം. ഒരാൾക്ക് ഓരോ അവസരത്തിലുമുണ്ടാകുന്ന രോഗത്തിനുള്ള പ്രത്യൗഷധം അതത് അവസരങ്ങളിൽ ദേഹം ഉത്പാദി പ്പിച്ചുകൊണ്ടിരിക്കുന്നുണ്ട്. ഇത് മൂത്രം വഴി പുറത്തുവരുന്നുണ്ട്. ഇത് വീണ്ടും ശരീരത്തിനകത്തെത്തിയാൽ അത് അപ്പോഴുള്ള രോഗത്തെ പ്രതിരോധിക്കുകയും ശമിപ്പിക്കുകയും ചെയ്യുന്നു. വൈറസുകളെയും ബാക്ടീരിയകളെയും അർബുദ മുഴകളെയും നശിപ്പിക്കുന്നതിനും ഹൃദയ ധമനികളിലെ ബ്ലോക്കുകൾ നീക്കുന്നതിനും രക്തപ്രവാഹം സുഗമമാക്കു ന്നതിനും അൾസർ, പൊണ്ണത്തടി, ആസ്ത്മ, പനികൾ, ആമാശയ സംബന്ധമായ രോഗങ്ങൾ, കഠിനചർമരോഗങ്ങൾ ശമിപ്പിക്കുന്നതിനുള്ള മൂത്രത്തിന്റെ ഔഷധമൂല്യം നിരവധി വർഷങ്ങളിലെ ഗവേഷണ പരീക്ഷണങ്ങളിലൂടെ അമേരിക്ക, ഇംഗ്ലണ്ട്, ജപ്പാൻ, ജർമ്മനി, ചൈന തുടങ്ങിയ രാജ്യങ്ങളിലെ വൈദ്യശാസ്ത്രജ്ഞരും ഡോക്ടർമാരും ഇതിനകം തെളിയിക്കുകയുണ്ടായി.

'ഒരൗൺസ് പ്രയോഗം ഒരു ടൺ സിദ്ധാന്തത്തെക്കാൾ വലുതാണ്' എന്ന് 'ചെറുതത്രെ മനോഹരം' എന്ന പുസ്തകത്തിൽ ഇ.എഫ്. ഷുമാഗ്ഗർ പറയുന്നു.

മൂത്രചികിത്സയുടെ സിദ്ധാന്തം സ്വന്തം ശരീരത്തിലും വ്യത്യസ്തരായ കുറേ രോഗികളുടെ ശരീരത്തിലും പ്രയോഗിച്ചുകൊണ്ട്, അതുണ്ടാക്കിയ രോഗശമനത്തെ, സ്വസ്ഥതയെ നിരീക്ഷിച്ചുകൊണ്ടാണ് ഈ ലേഖകൻ മൂത്രം നല്ല മരുന്നാണെന്നറിഞ്ഞത്.

അനുഭവങ്ങൾ പറയുന്നത്

പതിനേഴ് വർഷങ്ങൾക്കുമുമ്പ്, എറണാകുളത്തെ ഗ്രീൻ കമ്മ്യൂണിറ്റിയുടെ വാർഷിക കൂടിച്ചേരലിൽ കവി കുഞ്ഞുണ്ണിമാഷോടൊപ്പം ഈ ലേഖകനും ഉണ്ടായിരുന്നു. അതിനും ആറുമാസങ്ങൾക്ക് മുമ്പ് മൂത്രചികിത്സയെപ്പറ്റി അറിഞ്ഞത് മാഷുമായി സംസാരിച്ചപ്പോൾ അദ്ദേഹം വളരെ സന്തോഷത്തോടെ തന്റെ കാലുകളിലെ എക്സിമ ഈ ചികിത്സയിലൂടെ മാറിയതിന്റെ അനുഭവം ഒരു കഥ പറയുന്നതുപോലെ വിവരിച്ചു. വർഷങ്ങളുടെ പഴക്കമുള്ള ഈ രോഗം അദ്ദേഹത്തെ വല്ലാതെ വിഷമിപ്പിച്ചിരുന്നു. മിക്കവാറും എല്ലാ ചികിത്സകളും അദ്ദേഹം പരീക്ഷിച്ചു നോക്കി. ഒടുവിൽ തൃശൂരിലെ ഡോ. എം.വി.ജി. വാരിയരിൽനിന്നാണ് മൂത്രചികിത്സ ചെയ്യാനുള്ള നിർദ്ദേശങ്ങൾ മാഷിന് ലഭിച്ചത്. ദിവസവും നാലുനേരം പുതിയ മൂത്രം ഓരോ ഗ്ലാസ് വീതം കുടിക്കാനും ഏഴുദിവസം പഴക്കമുള്ള മൂത്രം രോഗം ശമിക്കുന്നതുവരെ ദേഹത്തുടനീളം തേച്ചുപിടിപ്പിച്ച് സോപ്പ് തേക്കാതെ കുളിക്കാനും ഒരാഴ്ച നീണ്ടുനിൽക്കുന്ന മൂത്രവും വെള്ളവും മാത്രം കുടിച്ചുകൊണ്ടുള്ള മൂത്രോപവാസം ചെയ്യാനും സാത്വിക സസ്യാഹാരം ശീലിക്കാനുമാണ് മാഷിനുകിട്ടിയ ഉപദേശം. കണങ്കാലിന്റെ ഭാഗം കാണിച്ചുതന്നുകൊണ്ട് മാഷ് പറഞ്ഞു: "നോക്കൂ, ഇവിടെ ഇപ്പോൾ എണ്ണമയമായ തൊലിയാണ്. ആദ്യം അവിടെ എപ്പോഴും വെളുത്ത പൊടിപോലെ ഉണ്ടായിരുന്നു. ആ രോഗം മാറിയതിനുശേഷം പിന്നീടൊരിക്കലും അതുണ്ടായിട്ടില്ല."

ആയിടെ മൂത്ര ചികിത്സയിലെ പ്രഗദ്ഭയായ ഡോ. സിസ്റ്റർ കാറ്റലിനയെ കാണാനവസരം ഉണ്ടാവുകയും അവരുടെ തൊണ്ടയെ ബാധിച്ച കാൻസർ മൂത്രചികിത്സയിലൂടെ മാറ്റിയ അനുഭവം വിശദമായി കേൾക്കുകയും ചെയ്തു. "വൈദ്യശസ്ത്രം മാസിക" നടത്തിയ മൂത്രചികിത്സയുടെ ഒരു ഏകദിന ക്യാമ്പിൽ അവർ വരികയും ചെയ്തു.

മദിരാശിയിൽ സുനാമി പ്രതിരോധ സേവനപ്രവർത്തനത്തിൽ ഏറെ ദിനങ്ങൾ ചെലവഴിച്ചപ്പോഴുണ്ടായ ഗുരുതരമായ ഉദരരോഗത്തിന് അഞ്ചു ദിവസം നീണ്ടുനിന്ന മൂത്രോപവാസം കഴിഞ്ഞതിന്റെ തൊട്ടടുത്ത ദിവസമാണ് അവർ കോഴിക്കോട് ക്യാമ്പിൽ വന്നത്. അഞ്ചുദിവസത്തെ ഉപവാസംകൊണ്ട് ഒരു ക്ഷീണവുമില്ലെന്നും അതിനു കാരണം അത്രയും ദിവസങ്ങളിൽ അതതുദിവസം ഒഴിച്ച മൂത്രത്തിലേറെയും താൻകുടിച്ചതുകൊണ്ടാണെന്നും അവർ അറിയിച്ചു. ഇതുകൂടാതെ ഇടവിട്ട് വെള്ളം മാത്രമാണവർ കുടിച്ചിരുന്നത്. ഡോ. സിസ്റ്റർ കാറ്റലിന ജർമനിയിൽ നടന്ന

യൂറിൻ തെറാപ്പി ലോകസമ്മേളനത്തിൽ ഇന്ത്യയെ പ്രതിനിധാനം ചെയ്ത് പങ്കെടുക്കുകയുണ്ടായി.

സ്വന്തം അനുഭവം പറയാം. ഒരു വാഹനാപകടത്തിൽ പറ്റിയ പരിക്കിനെ തുടർന്നുള്ള വേദനയ്ക്ക് മൂത്രം ബാഹ്യമായി ഉപയോഗിച്ചാലോ എന്ന തോന്നലുദിക്കുകയും ഒരു പാത്രത്തിലിതെടുത്ത് മുട്ടിനു മീതെയും താഴെയുമായി തേച്ചുപിടിപ്പിക്കുകയും ചെയ്തു. കുളികഴിഞ്ഞു വന്നപ്പോൾ മുട്ടുവേദനയ്ക്ക് സാരമായ മാറ്റം വന്നിരുന്നു. മൂന്നുദിവസം തുടർന്നതോടെ മുട്ടിന് ഉഴിച്ചിലും മറ്റും നടത്തിയിട്ടും കുറയാതിരുന്ന വേദന പൂർണ്ണമായി മാറുകയും ചെയ്തത് മൂത്രചികിത്സയുടെ ആദ്യത്തെ നല്ലൊരനുഭവമായിരുന്നു. തുടർന്ന് രണ്ടു ദിവസങ്ങൾക്കുള്ളിൽ മൂത്രം കുടിച്ചു നോക്കിയാലെന്തെന്നു ചിന്തിക്കുകയും മൂന്നാം ദിവസം 'ജീവജലം' എന്ന മൂത്രം കുടിച്ചുനോക്കുകയും ചെയ്തു. പിന്നീട് ഇന്നുവരെ ഒരു ദിവസം പോലും ഇത് കുടിക്കാതിരുന്നിട്ടില്ല.

മൂത്രചികിത്സയുടെ സിദ്ധാന്തപരമായ അറിവും പ്രായോഗിക ജ്ഞാനവും പക്വമാകുന്നതിനുമുമ്പ് അറിഞ്ഞത് മുൻനിർത്തി ഇതിലേക്കിറങ്ങാൻ പ്രേരിപ്പിക്കുന്ന സാഹചര്യമാണ് വന്നുചേർന്നത്. ■

കൃഷിയിൽ ആറ്റം

ജീവിതത്തിന്റെ പരമരഹസ്യം തേടി വീടുവിട്ടുപോയ സിദ്ധാർത്ഥരാജകുമാരന്റെ തീവ്രസാധനയുടെ നാളുകളിൽ ഭക്ഷണം തന്നെ വേണ്ടെന്നുവയ്ക്കുകയും വെള്ളവും അല്പം പുല്ലുംമാത്രം തിന്ന് അദ്ദേഹം പുലർന്നുപോരുകയും ചെയ്തു. വരൾച്ചയും ക്ഷാമവുംകൊണ്ട് പുല്ലുപോലും കഴിക്കാനാവാത്ത ദിവസങ്ങൾ വന്നു. മലമുകളിൽ ഏറെ അലഞ്ഞും നടന്നുമാണ് അത് ശേഖരിക്കുന്നത്. ഒരു ദിവസം ഉച്ചനേരത്ത് പശുക്കുട്ടികൾ വിശന്നലഞ്ഞുതിരിഞ്ഞ് ഒരല്പംപോലും തീറ്റകിട്ടാതെ, വിശപ്പ് താങ്ങാനാവാതെ തലയുയർത്തി കരഞ്ഞത് സിദ്ധാർത്ഥനെ ഉലച്ചുകളഞ്ഞു. ഇവയ്ക്കുകൂടി തിന്നാനില്ലാത്ത ഈ ഭക്ഷണം, പുല്ല് ഇനി ഞാൻ കഴിക്കില്ല എന്ന് അയാൾ തീരുമാനിച്ചു, ആഴ്ചകളോളും പച്ചവെള്ളംമാത്രം കുടിച്ചുകൊണ്ട് ജീവിക്കവേ സിദ്ധാർത്ഥൻ ദാഹിച്ചും വിശന്നും തളർന്നും മണ്ണിൽ കുഴഞ്ഞുവീണു. അല്പം അകലെനിന്നായി വന്ന ചാണകത്തിന്റെ മണം അയാളുടെ കണ്ണുതുറപ്പിച്ചു. എങ്ങനെയോ അതിന്റെ മുന്നിലേക്ക് ഇഴഞ്ഞെത്തി അത് വാരി അയാൾ തിന്നു!

ഇത് അദ്ദേഹത്തിന്റെ ശരീരത്തിന്, മനസ്സിന്, ആത്മാവിന് താങ്ങാനായില്ല. മരണം മുന്നിലെത്തി. അയാളിൽ കത്തിയെരിഞ്ഞുകൊണ്ടിരുന്ന ഭൂതദയയുടെ കനൽ അത്രവേഗം കെട്ടുപോകാൻ പാടില്ല എന്ന് ഏതൊക്കെയോ ശക്തികൾക്കുള്ളതുകൊണ്ട് വിശ്വത്തിന്റെ ഒരതീത വിവേകം അയാളുടെ ഉള്ളിൽനിന്ന് വാക്കുകളായി ഇങ്ങനെ പുറപ്പെട്ടു: "സിദ്ധാർത്ഥകുമാരാ, ശരീരം ഒരു വീണയാണ്. അത് മുറുക്കിക്കെട്ടിയാൽ തന്ത്രികൾ പൊട്ടിത്തകരും, തന്ത്രികൾ അഴിച്ചിട്ടാൽ സംഗീതം വരികയുമില്ല!" ഒരു ചിത്രശലഭം പൂവിനെ നോവിക്കാതെ പൂവിൽനിന്നു തേൻ നുകരുന്നതുപോലെ മനുഷ്യൻ ഭൂമിയിൽനിന്ന് തനിക്കുവേണ്ടത് മാത്രം ആഹരിച്ചുകൊണ്ട് പുലരണം. അങ്ങനെ ജീവിക്കലാണ് സുന്ദരമായ ജീവിതം എന്നു ബോദ്ധ്യപ്പെട്ട സിദ്ധാർത്ഥൻ തന്റെ തീവ്രസാധനയുടെ, പരീക്ഷണങ്ങളുടെ ദിവസങ്ങളോടു വിടപറയുകയാണ്. പിറ്റേന്ന് താൻ ഉപേക്ഷിച്ചുപോന്ന ജനപഥങ്ങളിലേക്ക്, മനുഷ്യർ പാർക്കുന്ന താഴ്‌വരകളിലേക്ക് സിദ്ധാർത്ഥൻ തിരിച്ചുപോവുകയാണ്. അവിടെ ഒരു ഗ്രാമീണ സഹോദരി, പരവശനായി നടന്നുവരുന്ന സിദ്ധാർത്ഥന്റെ മുന്നിലേക്ക്

പുത്തനരികൊണ്ടുണ്ടാക്കിയ ഇളംചൂടും സുഗന്ധവും മധുരവുമുള്ള ആവി പറക്കുന്ന കഞ്ഞിയുമായി ചെല്ലുകയും ഭൂമിയെ, അന്നത്തെ, ജീവനെ വന്ദിച്ചുകൊണ്ട്, ഭൂമിയിൽ മറ്റൊരു മനുഷ്യനും രുചിച്ചിട്ടില്ലാത്ത തരത്തിൽ അന്നത്തിന്റെ രുചി, സന്തോഷം, സാന്ത്വനം, ശക്തി അറിഞ്ഞുകൊണ്ട് ആകാശത്തുനിന്ന് മണ്ണിലേക്കിറങ്ങിവന്നത് മനുഷ്യകുലം കണ്ട ഏറ്റവും സുന്ദരമായ കാഴ്ചയായിരുന്നു.

ഇതേ കാലത്ത് ചൈനയിലിരുന്ന് ലാവോത്സു എന്നൊരാൾ ഭൂമിയിൽ ജീവിതത്തിന്റെ വേരിൽ ആണ്ടിറങ്ങിക്കൊണ്ട്, ലോകം കണ്ട ഏറ്റവും വിപ്ലവകരമായൊരു സുന്ദരസ്വപ്നം, താവോയിസം 'താവോതേചിങ്' എന്ന പുസ്തകത്തിലൂടെ മനുഷ്യരാശിക്കുമുന്നിൽ സമർപ്പിച്ചുകഴിഞ്ഞിരുന്നു. ശരിയായ ഒരു ധ്യാനത്തിന് പറ്റിയ തരത്തിൽ ചൈനയുടെ മണ്ണിനെ ഇത് പാകപ്പെടുത്തിക്കഴിഞ്ഞിരുന്നു. തുടർന്ന് ബോധിധർമ്മൻ വഴി ചൈനയിലെത്തിയ ബുദ്ധന്റെ ധ്യാനത്തിന്റേയും മൗനത്തിന്റേയും ഗൂഢമായ ആകാശതത്ത്വം ലാവോത്സുവിന്റെ ഗൂഢമായ ഭൂമിയുടെ തത്ത്വവുമായി ചേർന്നതോടെ ആകാശം മാത്രമല്ലാത്ത, ഭൂമി മാത്രമല്ലാത്ത ജീവിതത്തിന്റെ യാഥാർത്ഥ്യം, വേരുകൾക്കൊപ്പം ചിറകുകളും വന്നത് മനുഷ്യന്റെ സംസ്കാരത്തിന്റെ ചരിത്രത്തിലെ ഒരു വഴിത്തിരിവായി മാറി. ചൈനയിൽനിന്ന് ഈ പുതിയ ധ്യാന(ചെൻ) പൈതൃകം ജാപ്പാനിലേക്കു പോവുകയും അത് സെൻ എന്ന പേരിൽ അറിയപ്പെടുകയും ചെയ്തു.

യഥാർത്ഥമായ ജൈവകാർഷികവൃത്തി ജപ്പാനിലെ സെൻബുദ്ധഗുരുക്കന്മാരുടെ ഉൾക്കാഴ്ചകളിൽനിന്നാണ് ഉണ്ടായത്. ജൂതവിശുദ്ധനായ റാബി ബുനാം സെയിന്റ് ഫ്രാൻസിസ് പുണ്യവാളൻ, രമണമഹർഷി, ജിദ്ദു കൃഷ്ണമൂർത്തി ഇവരുടെയൊക്കെ ജീവിതത്തിലും ദർശനത്തിലും ഒരു ജൈവമനുഷ്യനാകാനുള്ള സ്വർണ്ണിമമായ ചിന്തകളാണുള്ളത്. കാടാണ് മനുഷ്യന്റെ ഗുരുവെന്നും ഇതറിയാൻ ഈശ്വരന്റെ കൃഷിയിടമായ കാട്ടിലേക്ക് പോകണമെന്നും മനസ്സിൽ കൃഷികൊണ്ടുവരാതെ മണ്ണിൽ കൃഷി നടക്കുകയില്ലെന്നും ഈ മിസ്റ്റിക്കുകൾ പറയുന്നു.

ജൈവ കാർഷികവൃത്തിയെപ്പറ്റി പൂക്കാട് ശാന്തിനികേതനിലെ ധ്യാനവിദ്യാർത്ഥികളുമായി സംസാരിക്കവെ, കെ.വി.ദയാൽ പ്രസക്തമായ ഒരു ഉപദേശം നൽകുകയുണ്ടായി: "നിങ്ങളാരും കൃഷി ചെയ്യേണ്ടതില്ല. ധാരാളം മരങ്ങൾ നട്ടുപിടിപ്പിച്ചാൽ മാത്രം മതി. കൃഷിയിടത്ത് വീഴുന്ന സൗരോർജ്ജം സംഭരിച്ചുവച്ച ഇലകളെ ഒരിക്കലും കത്തിച്ചുകളയരുത്. ധാരാളം സൗരോർജ്ജം ഇലകൾവഴി ജൈവമായി കൃഷിയിടങ്ങൾക്ക് നൽകുക, ഉണക്കയിലകൾ മണ്ണിൽ ലയിച്ചലിയട്ടെ."

കഴിഞ്ഞ രാത്രിയിലല്ല
ഈ രാവിലെയുമല്ല
മത്തന്റെ പൂക്കൾ വിരിഞ്ഞു

- ബാഷോ

മത്തന്റെ പൂക്കൾ വിരിഞ്ഞുകഴിഞ്ഞതിനുശേഷമാണ് ഒരാളത് ശ്രദ്ധിക്കുന്നത്, കാണുന്നത്. ഒരു പ്രത്യേകനിമിഷം ഒരു വാതിൽ പെട്ടെന്ന് തുറന്നിടുന്നതുപോലെയല്ല ഒരു പൂ വിരിയുന്നത്. അത് വിരിഞ്ഞു വിരിഞ്ഞു വിരിഞ്ഞുകൊണ്ടിരിക്കുന്നത് ഒരാളും നോക്കിയിരിക്കുന്നില്ല. നനഞ്ഞ മണ്ണിൽ മത്തന്റെ വള്ളികളിൽ, ധാരാളം ഇലകൾക്കിടയിൽനിന്ന് മഞ്ഞനിറവും നേർത്ത പരിമളവുമുള്ള മത്തന്റെ പൂ വിരിയുന്നത് നോക്കി നോക്കിയിരിക്കാൻ ഒരാൾ അത്രയ്ക്കു പുതിയൊരു മനസ്സോടു കൂടിയ വനാകണം, ജൈവമനുഷ്യനായിരിക്കണം. ജൈവമനുഷ്യനു മാത്രമേ ജൈവകൃഷി നടത്താനാവൂ. അത്തരം ഒരു മനസ്സിൽനിന്നാണ് യഥാർത്ഥ കൃഷി ആരംഭിക്കുന്നത്.

എന്നാൽ കൃഷിയുടെ ദുരന്തം ഏതുവരെയെത്തി? 'കൃഷിയിൽ ആറ്റം' (Atom in Agriculture) എന്ന കൃതിയിൽ ഡോ. അമരി കോനിസ്കാ എന്ന വിഖ്യാതഗ്രന്ഥകാരൻ മാരകരാസവിഷങ്ങൾ ഉപയോഗിച്ചുണ്ടാക്കുന്ന ഭക്ഷ്യവസ്തുക്കൾ കഴിക്കുന്നത് ആണവായുധങ്ങളേക്കാൾ മാരകമായ വിപത്താണ് മനുഷ്യരാശിക്കുണ്ടാക്കിക്കൊണ്ടിരിക്കുന്നത് എന്ന് ഓർമ്മിപ്പിക്കുന്നു.

∎

www.ingramcontent.com/pod-product-compliance
Lightning Source LLC
LaVergne TN
LVHW041611070526
838199LV00052B/3094
* 9 7 8 9 3 8 6 4 4 0 6 6 2 *